Amasomo Ga Baibuli

Doctrine, Character and Ministry

An Oral Training Curriculum

Dr. Kevin Olson

AMASOMO GA BAIBULI MU LUGANDA – Book 2

1st Edition, 2013
Published in Jinja, Uganda
Binding by Makerere University Press, Kampala

Scripture Quotations are taken from the LUGANDA BIBLE.
Websource:. www.lutheransonline.com

Additional Copies, Teacher's Aides and Student "*Photocopy*" Editions may be purchased for educational, business or promotional use. For information, please e-mail ambassador@aflc.org or contact:

Ambassador Institute ~ Uganda
PO Box 304
Jinja, Uganda
ambassador@aflc.org

Ambassador Institute ~ USA
3110 E. Medicine Lake Blvd.
Plymouth, MN 55441
763-412-2029
ambassador@aflc.org

ISBN-13: 978-1-940508-10-8
ISBN-10: 1-9405-0810-X
AMBASSADOR INSTITUTE

EMITWE GY'OKUYIGA KO

OLUSOMA 6: OBULAMU OBW'OMWOYO N'OBUWEEREZA

ENYANJULA

Engeri y'ekitabo kino eky'okuyiga Baibuli y'anjawulo ku bitabo ebirala byonna. Ekitabo kino kikozesebwa nga ekyomusomesa oyo akulembera oba ayigiriza abasomi amasomo gano agakirimu. Ebintu bibiri ebifuula okuyigiriza kuno ekw'enjawulo; z'engero za Baibuli n'ebibuuzo ebikozesebwa okuyigiriza mu kitundu ekisomebwa. Baibuli y'enkulongo y'ebisomebwa byonna era yetwala ekifo ekisooka mu buli ssomo. Ebibuuzo bikozesebwa mu kukubaganya ebirowoozo bimenyedwaamu emirundi ebbiri. Ekitundu ekisooka eky'ebibuuzo, kiyitibwa *Ebibuuzo ebikwatagana n'olugeero,* Kino kigendererwamu kutunuulira ddala mu buziba bwebyo ebiwandikibwa mu Baibuli. Ekitundu eky'okubiri, kya *Ebibuuzo ebyo kwogeraganya,* eky'okyamuyigiriza okusobola okuwa abayizi enyiriri bazikubaganyeko ebirowoozo. Buli ssomo lilimu okwanjula kw'olugero, ebigendererwa n'ebyawandiikibwa ebyetaagisa okusoma, n'enyiriri ez'okujjukira. Osobola okukozesa abasomo gano nga agokuyigiriza Baibuli naye ekigendererwa ky'omukulembeze mu kitabo kino kya kusobola kuzuula n'okumanya ekigendererwa ki ekyawandiisa ekitabo kino.

Okusomesa Baibuli mu lulimi luno kinyonnyola mu bitundu ebikulu bibiri. Ekisooka, omuyizi ateekwa okusoma olugero asobole okulutegeera obulungi. Eky'okubiri, omuyizi ateekwa okuyiga ekitundu kyasoma asobole okukyewa oba okukikozesa mu bulamu bwe obwa bulijjo. Ebitundu bino ebibiri tubyawulamu mu engeri endala ttaano.

1. Yogera olugero
2. Ddamu oyogere olugero
3. Okutambulira awamu mu Lugero
4. Noonyamu eby'omuwendo
5. Twala eby'omuwendo ebyo ekka

1. Yogera olugero

Ekigendererwa kwe kukwata ekyawandiikibwa ng'olugero. Enkola nyingi z'oyinza okukozesa okukwata ebyawandiikibwa, naye kino kyetaagisa okufaayo n'okuteekateeka ko musomesa kisobole okukolebwa obulungi. Mu kwogera olugero oteekwa okuba omwogezi omulungi ng'oteekako ebikolwa n'edoboozi nga anyumya ekintu ky'omanyidde ddala. Oteekwa okulunnyonnyola mu bufunze owe ekinyegenyege abawuliriza. Oteekwa okukozesa ebigambo byenyini ebyo mu Baibuli bisobole okubeera Baibuli eri awuliriza era asobole okujijjukira, okuwongerako oba okutoolako ku lugero lwa Baibuli kubanga kujjako oba kwongerako ku Kigambo kya Katonda. Kye kiva kyetagisa okuba nga oyogera byawandiikibwa byokka.

2. Ddamu oyogere olugero

Omutendera gw'okuyigiriza kuno gwetaagisa okudiŋanamu. Waliwo engeri nyingi omusomesa zayinza okuyambiramu abayizi okuyiga oba okujjukira ekyagambibwa:

- Omuntu ayinza okugambibwa okuddamu okwogera lugero
- Abantu babbiri bayinza okugambagana olugero
- Omuntu omu ayinza okusoma olugero
- Olugero luyinza okuteekebwa mu luyimba

Ng'ogyeeko engeri ezikozesebwa, ekigendererwa ekyomutendera ogw'okubiri kwe kuleetera abayizi okujjukira ekyawandiikibwa.

3. Okutambulira awamu mu Lugero

Okuyigira awamu nga ekibinja kyetaagisa abantu okubeera wamu nga bajjukira olugero. Ekigendererwa ky'okuddamu omulundi ogw'okussatu kwe kugezesa oba okulaga abawuliriza engeri omuntu gyayinza okunnyonnyolamu olugero obulungi oluvannyuma olw'okuluddamu emirundi ebbiri egisoose. Ekigendererwa ky'omuyigiriza kwe kuwagira oba okuzaamu amaani abawuliriza n'kubaleetera okubaako kyebaddamu. Ebikolwa n'engeri gyayogeramu biyamba abawuliriza okujjukira ebigambo ebyakozesebwa mu kyawandiikibwa. Waliwo engeri ssatu ezikozesebwa okusobola okuzaamu amaani abawuliriza basobole okujjukira era n'okubaako kyeboogera:

- Yogerako obutundu mu lugero ebirala obirekere abawuliriza okubijjulirizaamu.
- Buuza ebibuuzo ebireetera abawuliriza okujjuzaamu ebibulamu mu lugero.
- Yogera emboozi etakwatagana oba mu bukyamu olinde abawuliriza okukutereeza engeri gye kirina okuba nga kyoogerwaamu.

Okuddamu olugero luno emirundi essatu gigenderera kuleetera bawuliriza olugero okunwerera mu endowooza zaabwe.

4. Noonyamu eby'omuwendo

Baibuli erina enyinyonnyola nyingi engazi oluusi zetutafuna oba zetutalowoozako. Okunoonya eby'omuwendo gwe mutendera ogw'okuzuula obugagga obuli mu Kigambo kya Katonda n'okumanya ennyinnyonnyola kyeziritegeeza mu lugero. Engeri essatu zetuyinza okulabiramu ekintu kino ziri; okuva mu bantu, okuva eri Katonda ne mu bintu ebiri mu lugero. Okugattibwa kwe byawandiikibwa kulabibwa mu ngeri abantu gyebabiramu, Katonda nga bwabiraba n'ebeera ez'obulamu ezitwetoloodde.

Buli lugero lwa Baibuli lulaga ebirulimu nga; ebyafaayo bya kiki ekyabaawo mu ntandiikwa y'olugero n'ebinnyonnyolera ddala embeera eyaliwo nga ekintu ekyo kibaawo. Okuyiga ebyobuziba bileetera ekitundu eky'olugeero okufuuka ekiramu, naye omusomesa ateekwa okuba omwegendereza obutasoma oba okwogera ekintu kyonna ekitagamba nga ekyawandiikibwa bwekiri.

Engero ze Kigambo kya Katonda zirimu abantu benyini abaakola ensobi n'abantu abaalaga okukkiriza okwewuunyisa. Engero zinnyonnyola engeri abantu gyebakolangamu ebintu, mu kusalawo, mu kuddamu, mu mpisa eyo bwa Katonda oba etali ya bwa Katonda. Okuyita mu bantu abali mu Baibuli baleetera omuyizi w'eKigambo kya Katonda okufuna omukisa okuyiga empisa za Katonda n'obulamu bw'obuweereza.

Omuwendo obusinga obukkulu mu Kigambo kya Katonda ye Mukama okwebikulira. Baibuli lwe lugero oluwanvu olw'okuyaayana kwa Mukama eri enkolagana ye n'omuntu. Okuva ku lubereberye lw'enkolagana ya Katonda ne Adamu ne Kawa, okutuusa ku kujja kwa Yesu ku nsi, Ekigendererwa kya Katonda kirabika. Okuyita mu kuyiga Ekigambo kya Katonda n'enkolagana ye n'omuntu, amagezi ga Katonda n'enjigiriza ya Baibuli birabisibwa.

Twala eby'omuwendo ebyo ekka

Eby'omuwendo byebimala okufunibwa gyetaaga okukozesebwa mu bulamu bwa leero. Ebyaaliwo n'embeera mu biseera ya Baibuli biyinza okuba nga tebifanana na bya bulamu bwa leero, naye waliwo okufaanana mu bintu ebituuka ku bantu leero ne Katonda akolera mu ffe. Bwotunuulira ebyaliwo edda olaba nga bituuka ku bantu mu bulamu bwa leero.

Era olaba ebifo n'embeera yabantu abo mu Baibuli nga byefaananyiriza n'abantu ba leero. Abantu leero bakola ensobi era n'ebalaga n'okukkiriza okunnene. Abantu leero betaaga eby'okulabirako ebikwatikako mu engeri y'okubeerawo n'okuweerezamu Katonda.

Naye obusobozi bw'okubeerawo kulwa Mukama bukolebwa okuva mu mulimu Katonda gwakola mu bulamu bw'omuntu. Okusooka bujja okuyita mu kukkiriza Yesu n'okukyuusibwa kwakola munda y'omuntu. N'ebulyooka bukolera mpolampola mu muntu yenna olw'ono omuntu oyo nakyuusibwa mu bwongo bwe omutima, n'emikono n'omubiri gwonna. Okumanya Katonda kukyuusa empisa z'omuntu era n'enkyuukakyuuka eyo n'eyamba omuntu oyo okusobola okuyamba abalala.

Katonda kakozese amasomo gano okukola kye kimu okuleta enkyuukakyuuka mu mutima gwo n'emmeeme yo ng'ogyeeko enkola zoyinza okukozesa okusobola okuyiga Kigambo kye.

Emikisa gibe gyemuli,
Omusumba Kevin Olson

OLUSOMA IV

Okumanya N'enjigiriza

43. Katonda Kitange

Zaabuli 103

Zabbuli 103
1 Weebaze Mukama, ggwe emmeeme yange; Ne byonna ebiri munda yange,
mwebaze erinnya lye ettukuvu.
2 Weebaze Mukama, ggwe emmeeme yange, So teweerabira birungi bye byonna:
3 Asonyiwa ebikolwa byo byonna ebitali bya butuukirivu; Awonya endwadde zo
zonna;
4 Anunula obulamu bwo buleme okuzikirira; Akussaako engule ey'ekisa
n'okusaasira okulungi:
5 Akkusa akamwa ko ebirungi; Obuvubuka bwo ne budda obuggya ng'empungu.
6 Mukama akola eby'obutuukirivu, Atuukiriza emisango ku lw'abo bonna
abajoogebwa.
7 Yamanyisa Musa amakubo ge, N'ebikolwa bye eri abaana ba Isiraeri.
8 Mukama ajjudde okusaasira n'ekisa, Alwawo okusunguwala, alina okusonyiwa
okungi.
9 Taanenyenga ennaku zonna; So taabenga na busungu mirembe gyonna.
10 Tatukoze ng'ebibi byaffe bwe biri, So tatusasudde ng'ebikolwa byaffe ebitali
bya butuukiriw bwe biri.
11 Kuba eggulu nga bwe liri waggulu okusinga ensi, N'okusaasira kwe bwe kuli
okungi bwe kutyo eri abo abamutya.
12 Ebuvanjuba n'ebugwanjuba bwe biri ewala, Bw'atyo bw'atutadde ewala
ebyonoono byaffe:
13 Nga kitaabwe bw'asaasira abaana be, Ne Mukama bw'asaasira bw'atyo
abamutya.
14 Kubanga amanyi omubiri gwaffe; Ajjukira nga ffe tuli nfuufu.
15 Omuntu, ennaku ze ziri ng'omuddo; Ng'ekimuli eky'omu nsiko, bw'ayera
bw'atyo.
16 Kubanga empewo zikikuntako, ne kiba nga kigenze; N'ekifo kyakyo
tekirikimanya nate.
17 Naye okusaasira kwa Mukama kwava mu mirembe gyonna era kulituuka mu
mirembe gyonna eri abamutya, N'obutuukirivu bwe eri abaana b'abaana;
18 Eri abo abakwata endagaano ye, N'eri abo abajjukira ebiragiro bye okubikola.
19 Mukama yanyweza eatebe ye mu ggulu; N'obwakabaka bwe bufuga byonna.
20 Mumwebaze Mukama, mmwe bamalayika be: Mmwe abazira ab'amaanyi,
abatuukiriza ekigambo kye, Nga muwulira eddoboozi ery'ekigambo kye.
21 Mumwebaze Mukama, mmwe mwenna eggye lye; Abaweereza be, abakola
by'ayagala.
22 Mumwebaze Mukama, mmwe mwenna emirimu gye, Mu bifo byonna
by'afugiramu: Weebaze Mukama, ggwe emmeeme yange.

Ebibuuzo Ebyo Kusoma: Katonda Kitange

Zaabuli 103

Okwanjula:
Katonda bulijjo abade mwesigwa eri abantu be ebanga lyonna. Era obwesigwa bwe bulabikira mu Baibuli okuvira ddala obutondebwa kw'ensi okutukira ddala kukudda kwa Mukama waffe Kristo. Katonda alabika nga ye Taata omwagalwa era afaayo eri buli mwana we yenna. Ye mulamuzi omuguminkiriza atayagala muntu yenna okubula, naye omuntu amugonderere alokoke. Ye Katonda ow'amaanyi atalina kimulema! Okunyonyola kulaga ekifananyi kya Katonda butuwereza. Oyo gwe tuyigako okumanya ebisingako.

Ebigenderewa:

Okumanya
- Okutandika okutegera enkola za Katonda Kitaffe
- Okutegeera obukulu bwa Katonda n'okwagala kwe
- Okuzuula okubikulirwa kwa Katonda Kitaffe gyetuli

Endowooza
- Okwewunya n'okuzibwamu amaanyi n'eKitaffe
- Okukiriza nti Katonda yekka yafuga byona, ate nga yenyigira mu byonna ebitukwatako mu bulamu bwa bulijjo.

Ebikolwa
- Okutendereza Katonda n'okumutya mu bintu byonna.
- Okubuulirako abantu abalala ku Katonda omukulu gwe tuwereza.

Enyiriri ezo kujjukira:
Zaabuli 18:1-3 "Nkwagala ggwe, ai Mukama, amaanyi gange. Mukama lwe lwazi lwange, era kye kigo kyange, era ye andokola; Katonda wange, olwazi lwange olunywevu, oyo gwe ŋŋenda okwesiganga; Engabo yange, n'ejjembe ery'obulokozi bwange, ekigo kyange ekigulumivu. Naakoowoolanga Mukama, asaanira okutenderezebwa: Bwe nnaalokokanga bwe ntyo mu balabe bange."
Malaki 3:6 "Kubanga nze Mukama sijjulukuka"

Ebyawandiikibwa ebyetaagisa okusoma:
Yokaana 1:12, 15:1-10; Abaebulaniya 12:7-11; 1 Yokaana 3:1

Ebibuuzo ebikwatagana no lugeero:

1. Lwaki omuwandisi wa Zaabuli alagira ememe ye okutendereza Mukama mu entandikwa ya Zaabuli? (Zaabuli 103:1-2. Bwolowooza kunkola ya Katonda Kitaffe ekuleteera okubako ekyokuddamu. Nga omuwandisi wa Zaabuli bwalaga enkula ya Mukama, n'ebikolwabye kisinga kukumumanya obumanya nti Mukulu.)

2. Migaso ki Mukama gyawa abantu be? (Zaabuli 103:3-5. Asonyiwa ebibi byabwe byonna, awonya endwadde zabwe zonna, anunula obulamu bwabwe okuva mubuunya, abalaga okwagala n'okusaasira akussa okuyayana kwabwe, ne ebintu ebirungi n'okukomyawo ememe zaabwe.)
3. Katonda yeraga atya? (Zaabuli 103:7. Yeraga eri Musa nalaga ebikolwa bye eri Abantu ba Isiraeri. Era Katonda yeragira mu embala ye, bikolwa bye, ne bye yatonda.)
4. Katonda akolagana atya n'abanatu be okusinzisa ku muwandisi wa Zaabuli? (Zaabuli 103:8, 13. Katonda wakisa n'okusaasira alwawo okusunguwala ajjudde okwagala. Ali nga Taata asaasira abaana be.)
5. Mukama atuyisa atya bwetuba nga twononye? (Zaabuli 103:10. Tatukoze nga ebibi byaffe bwebiri so tatusasula nga obutali butuukirivu bwaffe bwebuli.)
6. Katonda ateeka atya ewaala ebibi byaffe? (Zaabuli 103:12. Nga ebuva njuba bweli ewala, n'ebugwanjuba, bwatyo Katonda bwateeka ewala ebibi byaffe. Kino ky'ekifananyi ekiraga eddembe eriva mu okufa kwa Yesu ku musalaba.)
7. Okwagala kwa Katonda kumala bbanga ki eri abantu be? (Zaabuli 103:17. Kwa mirembe na mirembe.)
8. Namulondo ya Katonda n'obwakabaka bwe buliluda wa? (Zaabuli 103:19. Muggulu.)
9. Obwakabaka bwa Katonda bufuga ki? (Zaabuli 103:19. Bufuga buli kintu eggulu n'ensi.)
1. Katonda ali mu kifo ki okumugerageranya n'ebamalayika mu bifo eby'omuggulu? (Zaabuli 103:20-21. Bamalayika baweereza be abakola okwagala kwe. Yafuga byonna era byonna bimugondera.)

Ebibuuzo ebyo kwogeraganya:

1. Nga omuwandiis wa Zaabuli, tuddamu tutya bwetutegeera obukuulu bwa Katonda? Tuyinza kukiraga tutya? (Zaabuli 103:1-2) [Okuddamu kwaffe eri obukuulu bwa Katonda kwe kumutendereza n'okugulumiza erinlya lye. Tukiragana nga tumutendereza mu nyimba, mu kusaaba, n'emukumugulumiza.]
2. Lwa ki kya mugaaso Katonda okuba Katonda asonyiwa ebibi byaffe? Ki tulaga ki Katonda? (Zaabuli 103:3) [Ebibi byaffe bitwawula ku Katonda omutukuvu. Alina obuyinza okutusonyiwa bwe twenenya n'etukiriza saddaaka ya Yesu gye yawayo kulwaffe. Okusonyiwa ebibi kulaga obuyinza bwa Katonda kwebyo ebyakolebwa, ebikolebwa, n'ebigenda okukolebwa.]
3. Ki tegeeza ki Katonda "Okkusa akamwa ko ebirungi"? (Zaabuli 103:5) [Ki tegeeza Katonda amanyi byetwetaaga n'ebyetwagala. Era asobola

okutugabirira. Katonda oluusi addamu ebyetaago byaffe byetulowooza nti byetwagala ye natuwamu byetusinga okwetaaga.]

4. Kya mugaaso ki gyetuli okumanya nti Katonda yasalawo okutwebikulira n'okwemanyisa gyetuli? (Zaabuli 103:7) [Kilaga nti Katonda eyagala okuba n'enkolagana naffe tusobole okumumanya.]
5. Tuzibwamu tutya amanyi bwetujjukira nti Katonda te Katonda alina okusaasira? (Zaabuli 103:8-13) [Okusaasira ki tegeeza nti Katonda amanyi bwetuwuulira era amanyi obunafu bwaffe. Kikuulu nyo kumanya nti n'ewankubadde, twonoona asigala akyatwagala era asigala nga mwesigwa gyetuli. Twetaaga kwatula bwatuzi ebibi byaffe, n'okwenenya n'okufuna okutukuzibwa.]
6. Buvunanyizibwa ki Katonda bwatwala nga Taata okutuyigiriza okuba abazadde abalungi? (Zaabuli 103:13) [Enkola za Katonda zonna ziva mu kubera Tata. Ebikolwa bye, n'endowooza ye n'amagezi ge biri kulw'abaana be. Abaana baffe nabo betaaga okulabirirwa kwe kumu nga naffe twetufuna okuva ewa Taata waffe muggulu.]
7. Nga Katonda bwatwawula ku bibi byaffe nga ebuvanjuba bweli ewala n'ebugwanjuba, ki kyalaaba buli lwatunulira omukiriza? (Zaabuli 103:12) [Alaba omuntu omutukuvu, eyanazibwa n'omusayi gwa Yesu. Bwetubeera mu ye n'emu kusonyiwa kwe, Atulaba nga abatalina kibi era abatukuvu mu maaso ge.]
8. Tulina obukakafu nti okwagala kwa Katonda kunaba kwekumu enkya nga bwekuli leero? (Zaabuli 103:17) [Bulijjo tubeere bakakafu nti Katonda atwagala, kubanga Baibuli yagamba nti okwagala kwe kwa lubeerera.]

44. Yesu Omwana

Matayo 17:1-13

Matayo 17
1 Ennaku omukaaga bwe zaayitawo Yesu n'atwala Peetero ne Yakobo ne
Yokaana muganda we, n'abalinnyisa ku lusozi oluwanvu bokka: 2 n'afuusibwa
mu maaso gaabwe: amaaso ge ne gamasamasa ng'enjuba, ebyambalo bye ne
bitukula ng'omusana. 3 Laba, Musa ne Eriya ne babalabikira nga boogera naye.

4 Peetero n'addamu n'agamba Yesu nti Mukama wange, kirungi ffe okubeera wano: bw'oyagala, nnaazimba wano ensiisira ssatu; emu yiyo, n'endala ya Musa, n'endala ya Eriya.

5 Bwe yali ng'akyayogera, laba, ekire ekimasamasa ne kibasiikiriza: laba, eddoboozi ne liva mu kire, nga ligamba nti Ono ye Mwana wange gwe njagala, gwe nsanyukira ennyo; mumuwulire.

6 Abayigirizwa bwe baaliwulira, ne bagwa nga beevuunise, ne batya nnyo. 7
Yesu n'ajja n'abakomako n'agamba nti Muyimuke, temutya. 8 Ne bayimusa
amaaso gaabwe, ne batalaba muntu, wabula Yesu yekka.

9 Bwe baali nga bakka ku lusozi, Yesu n'abalagira ng'agamba nti Temubuulirako muntu bye mwolesebbwa, okutuusa Omwana w'omuntu lw'alimala okuzuukira mu bafu.

10 Abayigirizwa be ne bamubuuza, ne bagamba nti Kale kiki ekigambya abawandiisi nti Eriya kimugwanidde okusooka okujja?

11 N'addamu n'agamba nti Eriya ajja ddala, alirongoosa byonna: 12 naye
mbagamba nti Eriya amaze okujja, nabo tebaamumanya, naye baamukola bwe
baayagala. Bw'atyo n'Omwana w'omuntu alibonyaabonyezebwa bo. 13 Awo
abayigirizwa ne bategeera nti yayogera nabo ku Yokaana Omubatiza.

Ebibuuzo Ebyo Kusoma: Yesu Omwana

Matayo 17:1-13

Okwanjula:

Mu buweereza bwa Yesu, abayigirizwa be batandika okutegera ki kyaali. Mubanga ttono Peteero yali amaze okwatula nti Yesu ye Kristo, Omwana wa Katonda omulamu. Yesu yabikulira ebintu eby'obuziba abayigirizwa be, n'amazima nti anatera okufa mu Yerusalemi mu mikono gya bakabona abasinga obukuulu. Mu kisera kino nga okubikulilwa kuno ku bulamu bwe kugenda mu maaso, Yesu yatwala abamu abayigirizwa be abamuli okumpi nnyo, Peetero, Yakobo n'eYokana, ku lusozi gyebali bagenda okwongera okumumanya.

Ebigenderewa:

Okumanya

- Okulaba nti Yesu ye Mwana wa Katonda era Omwana w'Omuntu.
- Okutegera enkolagana ya Yesu n'eKatonda Kitaffe.
- Okumanya okutukiriza ekisuubizo kya Yesu nga Masiya eyasubizibwa.
- Okumanya nti Yesu ye Mukama w'eggulu n'ensi.
- Okuzula nti Yesu ayagala okutwebikulira.

Endowooza

- Okwesiga Yesu nga Mukama era Omulokozi waffe.
- Okumanyira ddala nti Yesu Kristo ye Masiya eyalangiwa era eyali alindiriddwa okumala ebbanga eggwanvu.
- Okufuna ekikusindika okubuulirako abalala Yesu kyaali.

Ebikolwa

- Okuberawo n'obukakafu nti amanyi ga Yesu gali mu ffe.
- Okuwuulira abalala nti Yesu Kristo ye Kabaka era Mukama.

Enyiriri ezo kujjukira:

Abakkolosaayi 2:9-10 "Kubanga mu oyo mwe mutuula okutuulririra kwonna okw'pbwa katonda ng'omubiri bwe guli, era mwatuukiririra mu ye, gwe mutwe ogw'okufuga n'obuyinza bwonna"

Ebyawandiikibwa ebyetaagisa okusoma:

Makko 9:2-13 (Olugero lwe lumu); Lukka 9:28-36 (Olugero lwe lumu: Lulaga nti Yesu yagenda ku lusozi okusaba), Yokaana 5:18; 8:42; 10:30; Abakolosaayi 2:9-10; Abaebulaniya 1:1-2; Okubikulirwa 19:11-16

Ebibuuzo ebikwatagana no lugeero:

1. Lwa ki Yesu yatwala Peteero, Yakobo ne Yokaana ku ntiko y'olusozi wa ggulu? (Matayo 17:1. Yabebikulira ne Katonda Kitaffe nayogera nabo.)
2. Okufuusibwa kwa Yesu kumwogerako ki? (Matayo 17:2. Amaaso ge gayaka nga enjuba; ebyambalo bye ne bitukula nyo nga ekitangaala. Kyongera okulaga nti wade Yesu yali muntu n'omubiri gw'obuntu, era yali Katonda n'omubiri gw'omwoyo.)
3. Okujja kwa Eriya ne Musa Okwoogera ne Yesu kulaga ki? (Matayo 17:3. Obulamu bwa Yesu bwakwataganira ddala n'Endagaano Enkadde. Byaali byawandiikibwa ebyo ebyalagula ku Yesu. Abayigirizwa bayagala bonna babawe ekitibwa, naye Katonda nagamba nti, "Ono Omwana wange, mumuwulire.")
4. Peteero yalowooza ki bweyalaba bino? (Matayo 17:4. Yagamba nti "Kirungi ffe okubeera wano." Era yalowooza nti kirungi okuzimba ensiisira ssatu.)
5. Katonda Kitaffe yayawula atya Yesu kubalala? (Matayo 17:5. Nga Omwana wa Katonda omwagalwa, gwasanyunkira ennyo. Katonda yagamba abayigirizwa okumuwulira.)
6. Okuddamu kw'abayigirizwa eri eddoboozi eryo kwali kutya? (Matayo 17:6. Katonda mutukuvu. Byayogera tewali adddamu. N'obukuulu bweddoboozi lye bwategeeza nti bo baali bantu buntu.)
7. Bukuulu ki obuli mu kigambo Yesu kyeyagamba abayigirizwa be nti "Muyimuke, temutya" (Matayo 17:7. Wadde nga Katonda mutukuvu era ng'atiisa, Yesu yabagamba nti bali tebateekedwa kutya. Yesu yeyali ensonga lwa ki tebaatekwa kutya.)
8. Lwa ki Yesu yagamba abayigirizwa obutabulirako muntu yenna biki byebalaba okutuusa ngazuukidde mu bafu? (Matayo 17:9. Si kye kyaali ekisera ekituufu Yesu okubikulibwa nga Masiya. Oluva nyuma lw'okuzuukira buli kintu kyali kiwedde era kye kyaali ekiseera ekituufu okubikula byonna.)
9. Ekibuuzo kya abayigirizwa ku Eriya kyategeeza ki gyebali? (Matayo 17:3, 10. Kiraga nti Yesu baali bamutegede ko katono.)
10. Abayigirizwa bategeera ki ku Eriya eyasuubizibwa? (Matayo 17:13. Abayigirizwa bakizuula nti Eriya yali alaga Yokaana Omubatiza. Batandiika okuwulira nti ne Yesu yali agenda kubonabona nga Yokaana bwe yali.)

Ebibuuzo ebyo kwogeraganya:

1. Mugaso ki ogw'okubera n'emikwano egikuli okumpi enyo, nga Peteero, Yakobo ne Yokaana? (Matayo 17:1) [Emikwano egyo gikuyamba okumanya n'okugabana ebintu ebyenjawulo. Ekisera eky'okusaaba, okweyabya, okuwulira Ekigambo kya Katonda n'okukula mu kiriza byonna kitundu kya buyigirizwa.]
2. Okunyonyola kwa Yesu mu lugero luno kukyusa kutya okutegera kwaffe kwekyo kyaali? (Matayo 17:2) [Ye Mwana wa Katonda, alina obujjuvu bwa Katonda bwonna mu mubiri gwe. Asanira ettendo lyonna, okusinza n'okugulumiza. Yokaana 5:16-18; 10:27-30; Abakkolosaayi 2:9-10]
3. Tuyinza kuddamu kutya eri ekitiibwa n'obukuulu bwa Kristo? (Matayo 17:4) [Tuwambatira obukuulu bwe, okwagala kwe mu kubeerawo kwe n'okumuwuliriza. Kino kitegeza tulina okuba abetegefu okukola byatulagira.]
4. Kiki kye tuyinza okubuulira abantu kubikwata ku lugero luno? (Matayo 17:5) [Tuyinza okugamba, ye Mwana wa Katonda omwagalwa eyasuubizibwa okuyita mubanabbi. Wadde nga Mwana wa Katonda, eyewunyisa ate omugezi enyo; era Mwana wa Muntu, ajjudde okusaasira era omwetegefu okufa kulwaffe. Yokaana 1:1-4; 14, Abafirippi 2:5-11; 1 Timoseewo 2:5]
5. Kino kyawukana kutya ku madiini amalala era boogera batya ku Yesu? [Abasiraamu balaba Yesu nga nabbi. Abajjulizi ba Yakuwa bamulaba ng'omwana wa Katonda, naye ssi omu ku Busatu bwa Katonda.]
6. Ngeri ki ze tuyinza "okuwuliririzamu Yesu?" (Matayo 17:5) [Tuwulira nga tuyiga Ekigambo kye era n'emukusaba.]
7. Tuddamu tutya bwetulowooza ku butukuvu bwa Katonda? (Matayo 17:6-7) [Okuddamu kwaffe kulina kubba nga tumuwa ekitibwa ssinga Katonda atiisa.]
8. Ki kye tuyiga mu Yesu okugamba abayigirizwa be nti temutya? (Matayo 17:7) [Tuyiga nti Yesu ayagala tubeere mu bulamu obw'obutatya, nga tutegeera nti ali wamu naffe.]
9. Tuyiga ki mu kino Yesu bweyagamba nti agenda kubonabona, affe ate azuukizibwe mu bafu? (Matayo 17:12, 9) [Yali mukakafu ku bigendererwa n'ekyamuleeta. Ekigendererwa tekyali kya kubeera ku lusozi, naye okuka eri abantu, okubaweereza n'okubalokola.]
10. Okweraga kwa Yesu nga Masiya eyalindirirwa edda kubikula ku enteekateeka ya Katonda yaligira byonna okubawo? [Katonda ateekateeka ebintu okubawo era yaleetera byonna okutukirira, era nga bwekiri n'ebulamu bwaffe.]

45. Omwoyo Omutukuvu
Ebikolwa 2:1-8, 11-21

Ebikolwa 2
1 Awo olunaku lwa Pentekoote bwe lwatuuka, bonna baali wamu mu kifo kimu.
2 Amangu ago okuwuuma ne kuba mu ggulu ng'empewo ewuuma n'amaanyi, ne
kujjuza ennyumba yonna mwe baali batudde. 3 Ne kulabika ku bo ennimi
ng'ez'omuliro nga zeeyawuddemu: buli lulimi ne lutuula ku muntu. 4 Bonna ne
bajjula Omwoyo Omutukuvu, ne batanula Okwoogera ennimi endala, nga
Omwoya bwe yabawa okuzoogera.

5 Waaliwo mu Yerusaalemi Abayudaaya nga batudde, abantu abeegendereza,
abaava mu buli ggwanga ly'abantu wansi w'eggulu. 6 Okuwuuma okwo bwe
kwabaawo, ekibiina ne kikuŋŋaana ne kisamaalirira, kubanga baawulira buli
muntu nga boogera mu lulimi lw'ewaabwe, 7 Ne bawuniikirira bonna, ne
brewuunya, nga boogera nti Laba, bano bonna aboogera si Bagaliraayai. 8 Era
kiki ffe buli muntu okuwulira olulimi lw'ewaffe gye twazaalibwa? 9 Abapaazi
n'Abameedi, n'Abeeramiti, n'abali mu Mesopoumiya, mu Buyudaaya ne
Kapadokiya, mu Ponto ne mu Asiya, 10 mu Fulugiya ne mu Panfuliya, mu Misiri
ne mu nsi ez'e Libuwa eziriraanye Kuleene, n'Abaruumi abagenyi. Abayudaaya
n'abakyufu, 11 Abakuleete n'Abawalabu, tuwulira bano nga boogera mu nnimi
zaffe eby'ekitalo ebya Katonda. 12 Bonna ne beewuunya ne babuusabuusa no
bagambagana nti Amakulu gaakyo kiki kino?

13 Naye abalala no babasekerera ne bagamba nti Beumidde omwenge omusu.

14 Naye Peetero bwe yayimirin ne bali ekkumi n'omu, n'ayogeren waggulu
n'abagamba nti Abasajja Abayudaaya n'abatuula mu Yerusaalemi mwenna,
mutegeere kina, mutegere amatu ebigambo byange. 15 Kubanga bano
tebatamidde, nga mmwe bwe mulowooza; kubanga ye ssaawa ey'okusatu
ey'emisana. 16 Naye bino bye byayogerwa nnabbi Yoweeri nti
17 Olulituuka mu nnaku ez'oluvannyuma, bw'ayogera Katonda, Ndifuka ku
omwoyo gwange ku balina omubiri bonna: Batabani tammwe ne bewala bammwe
baliragula, N'abalenzi bammwe balinha okwolesebwa, N'abakadde bammwe
balirowa ebirooto: 18 Weewaawo, ne ku baddu bano n'abazaana bange mu nnaku
ziri Ndibafukira ku Mwoyo gwange, baliragula. 19 Ndireeta eby'ekitalo mu
ggulu waggulu N'obubonero mu nsi wansi, Omusaayi n'omuliro n'okunyooka
kw'omukka. 20 Enjuba erifuuka ekizikiza, N'omwezi okuba omusaayi, Olunaku
lwa Mukama Olukulu olulitenderezebwa nga terunnaba kujja.
21 Olulituuka buli alisaba erinnya lya Mukama alirokoka.

Ebibuuzo Ebyo Kusoma: Omwoyo Omutukuvu

Ebikolwa 2:1-8, 11-21

Okwanjula:

Yesu nga amazze okuzuukira, yabeera k'unsi okumala ennaku makumi anna nga tanalinya muggulu. Mu kiseera kino, yalabikira nga abayigirizwa be emirundi mingi okukakasa nti mulamu n'okubayigiriza bingi ebikwata kubwakabaka bwa Katonda. Yesu yabagamba okulindirira mu Yerusalemi, okutusa Kitaawe lwanasindika Omwoyo Omutukubu, anabakulembeera nga nokubaluŋamya nga mu mazima gonna. Yesu nadaayo muggulu. Byonna ngabitandika abayigirizwa bali mu Yerusalemi nga balindirira Omwoyo Omutukuvu okujja, nga bali mu mazima g'okuzuukira kwa Yesu. Omwoyo Omutukuvu yajjira ku lunaku olwa makumi attaano nga Paska Ewedde, lu lunaku lwebakungulira ko ebibala ebibereberye, oluyitibwa Pentekooti. Omwoyo Omutukuvu bweyabajjula bafuna amanyi mangi agokusasaanya Ekigambo kya Mukama Waffe mu ensi yonna.

Ebigenderewa:

Okumanya

- Okutegeera amanyi g'Omwoyo Omutukuvu mu bulamu bwaffe.
- Okumanya nti abo bonna abakowoola erinlya lya Mukama balilokolebwa.

Endowooza

- Okukiriza nti Omwoyo Omutukuvu asobola okukozesa omuntu yenna owa bulijjo okutuukiriza ebigendererwa bwa Katonda.
- Okwesiga Omwoyo Omutukuvu olw'obulokozi, amanyi, okulumiriza olw'ekibi n'okuzaamu amanyi.
- Okukiriza nti ebikolwa byaffe tebisobola kutulokola, naye okuyita erinlya lya Mukama kwekusobola okutulokola.

Ebikolwa

- Okulangirira Ekigambo kya Katonda n'obuvumu, nga tumanyi nti Omoyo Omutukuvu ajakutukozesa Okwoogera n'abantu.
- Okuleeta obubaka obw'obulokozi eri amawanga gonna agali w'ansi w'eggulu.

Enyiriri ezo kujjukira:

Matayo 10:19-20 "Naye bwe banaabawangayo, temweraliikiranga nti Tunaagamba tutya? nti Tunaayogera ki? kubanga muliweebwa mu kiseera ekyo bye mulyogera. Kubanga si mmwe mwogera, wabula Omwoyo gwa Kitammwe ye ayogerera mu mmwe."

Yokaana 14:26 "Naye Omubeezi, Omwoyo Omutukuvu, Kitange gw'alituma mu linnya lyange, oyo alibayigiriza byonna, alibajjukiza byonna bye nnabagamba."

Yokaana 16:13 "Naye bw'alijja oyo Omwoyo ow'amazima, anaabaluŋŋamyanga mu mazima gonna."
Ebikolwa 1:8 "Naye muliweebwa amaanyi, Omwoyo Omutukuvu bw'alimala okujja ku mmwe, natnmwe munaabanga bajulirwa bange mu Yerusaalemi ne mu Buyudaaya bwonna ne mu Samaliya, n'okutuusa ku nkomerero y'ensi."

Ebyawandiikibwa ebyetaagisa okusoma:
Matayo 10:17-19; Lukka 24:49; Yokaana 14:15-27; 16:5-15; Ebikolwa 1:1-8; 1 Abakolinso 6:19-20; Abagalatiya 5:22-23; Abaefeso 5:18

Ebibuuzo ebikwatagana no lugeero:

1. Kiki ekikulu kye tuyiga ku lunaku lwa Pentekoote? (Ebikolwa 2:1. Byali biro byamakungula agebibala ebibereberye abakiriza bakuŋaanira nga mu kifo kino.)
2. Okujja kw'Omwoyo Omutukuvu bakunyonyola batya? (Ebikolwa 2:2-4. Empewo ey'amanyi ewuuma okuva muggulu yajjuza enyumba yonna. Yajja nga ennimi ez'omuliro, nezituula ku buli omu n'ebajjuzibwa Omwoyo Omutukuvu. Guno gwoka gwe mulundi Baibula banyonyola Omwoyo Omutukuvu ng'akka mu engeri eno.)
3. Okujjuzibwa Omwoyo Omutukuvu ki tegeeza ki era kiki ekibaawo okulaga nti omuntu ajjuzidwa Omwoyo Omutukuvu? (Ebikolwa 2:4. Olugero luno lulaga nti ennimi ez'omuliro zabakkako n'ebatandika Okwoogera munnimi endala nga Omwoyo Omutukuvu bweyabasobozesa. Laba Abaefeso 5:18; 1 Abakolinso 6:19-20; Abarumi 8:9-11; Ebikolwa 4:31; Abagalatiya 5:22-23)
4. Okwoogera munnimi ki tegeeza ki era kyali kya makulu ki mu Yerusalemi ebisera ebyo? (Ebikolwa 2:5. Olugero lunyonyola okwoogera munnimi nga okwoogera munnimi eza mawanga amalala. Mu kiseera kino, Abayudaya abatya Katonda mu buli gwanga baaliwo era buli omu nasobola kutegera obubaka bwa bayigirizwa obukwata obulokozi.)
5. Abayudaya abatya Katonda abali mu Yerusalemi ki ki ekyabewunyisa? (Ebikolwa 2:6. Bawuulira abakiriza nga boogera nabo munnimi zabwe zenyini zebategeera.)
6. Abayudaya balaba ki mu bakiriza? (Ebikolwa 2:7-11. Abakiriza baali Bagalilaya, naye ate nga boogera munnimi eze njawulo nga balangirira ebikuulu bya Katonda.)
7. Lwa ki Abayudaya bali basagisa Abakiriza? (Ebikolwa 2:13. Abayudaya bewunya nyo, nebatabulwa nga tebategeera ki ki kigenda maaso.)
8. Peteero yabaddamu atya? (Ebikolwa 2:14-15. Abasajja bano, tebatamidde, naye Obunabbi bwa Katonda obukwata kunaku ezoluva nyuma bwali butukirizibwa.) Obunabbi bwa Yoweri kunaku ez'oluva

nyuma bwogeera ki ku Omwoyo? (Ebikolwa 2:16-17. Nti Omwoyo wa Katonda alifukibwa ku bantu bonna.)

9. Omulimu gw'Omwoyo Omutukuvu mukyawandikibwa gwe guliwa? (Omwoyo Omutukuvu yabajjula. Nabasobozesa okwogeera munnimi ez'enjawulo. Nawa Peteero ebigambo eby'okwogeera n'okutegeera obunabbi bwa Yoweri. Yokaana 16:7-13 anyonyola omulimu gw'Omwoyo Omutukuvu nga omuwabuzi, omuluŋaamya eri amazima gwona era alumiriza olw'ekibi. Laba Abaebulaniya 3:15 ne 1 Abasessalonika 5:19)
10. Obunabbi bwa Yoweri bwogera ki ku biva ku kufukibwako Omwoyo Omutukuvu ku bantu bonna? (Ebikolwa 2:21. Katonda ajakuyiwa Omwoyo we ku bantu, abantu bajakulagula, obubonero bujjakulabika era na buli anayita erinlya lya Mukama ajakulokolebwa.)

Ebibuuzo ebyo kwogeraganya:

1. Lwa ki olunaku lwa Pentekoote lwa mugaaso gyetuli? (Ebikolwa 2:1) [Yentandikwa ye Kanisa Ey'endagaano Empya. Lwe lunaku Omwoyo Omutukuvu lweyajja okubera muffe.) Ki kye tuyiga mu lugero luno Omwoyo Omutukuvu bweyajja okubera gyetuli ffe abakiriza? (Ebikolwa 2:2-3) [Omwoyo Omutukuvu ajja gyetuli nga ssekinomu? Atujjuza, atuwa ebirabo natubikulira ebintu eby'Omwoyo.]
2. Okweraga kw'Omwoyo Omutukuvu gyetuli kutuyigiriza kutya ku ki kyali? (Ebikolwa 2:2-4) [Ye yalaga Katonda atalabika amanyi ge n'ebyamagero bye. Mu Yokaana 16:7 Yesu yagamba nti ajakuweereza Omwoyo Omutukuvu alirumiriza ensi olw'ekibi.]
3. Tuzibwaamu tutya amanyi Omwoyo Omutukuvu bwajja okubera mu ffe? (Ebikolwa 2:4) [Kitugumya nti tekukyaali mu bulamu obw'ekibi obwayonoonanga naye kati Omwoyo Omutukuvu yafugira mu ffe.]
4. Omwoyo Omutukuvu ayinza kukola ki okuyita mu bulamu bwaffe? (Ebikolwa 2:4) [Omwoyo Omutuku asobola okukozesa obulamu bwaffe ngabwayagala, n'okusukawo, okusobola okwefunira ekitibwa.]
5. Omwoyo Omutukuvu asobola okukozesa ani? (Ebikolwa 2:7) [Asobola okukozesa omuntu yenna omukakamu wadeteyasoma asobole okulangirira amazima ge gonna essanyu n'okwewaayo, ebigwanira Ekigambo Kye. Kino bulijjo kiwa Katonda ekitiibwa, kubanga abo b'akozesa tebasobola kwetwalira ekitiibwa.)
6. Olunaku luno olwa Pentekoote lutuwa kulangirira ki eri ensi etwetoloodde? (Ebikolwa 2:11, 17-21) [Omwoyo Omutukuvu yesobozesa abayigirizwa okulangirira emirimu gya Katonda. Emikulu. Omwoyo Omutukuvu yali atukiriza obunabbi era naffe tusobola okuyita abantu okuwoola erinlya lya Mukama olw'obulokozi.]

7. Tuyinza kuyimirira tutya era tubatutya abakakafu n'etusigala mubugummu gwaffe n'ewankubadde nga tuli wa kati mu kusomozebwa? (Ebikolwa 2:14-15) [Tusobola okuyimirira olw'amazima getumanyi agali mu Kigambo kya Katonda, netuweebwa amanyi n'Omwoyo Omutukuvu n'etusobola okukwata Ekigambo eky'amazmia.]
8. Tulangirira tutya ekisubizo ekyo nti "buli alikowoola erinlya lya Mukama alirokolebwa?" (Ebikolwa 2:21) [Nga tugabana okukiriza kwaffe, ngatukozesa buli mukisa okugabana Yesu Kristo olw'amanyi ag'Omwoyo Omutukuvu, nga byonna tubirekera Katonda].

46. Obuntonde Bw'omuntu
Oluberberye 19:1-26

Olubereberye 19:1-26
1 Ne Bamalayika babiri ne batuuka e Sodomu akawungeezi; ne Lutti yali atudde mu mulyango ogw'e Sodoma: Lutti n'abalaba, n'agolokoka okubasisinkana; n'avuunama amaaso ge 2 n'ayogera nti Laba nno, bakama bange, mwekooloobye, mbegayiridde, mu nnyumba ey'omuddu wammwe, musule okukeesa obudde, munaabe ebigere, mukeere enkya okugolokoka, mwegendere. Ne boogera nti Nedda; naye tunaasula mu luguudo okukeesa obudde.

3 N'abawaliriza nnyo; ne beekooloobya~ ewuwe, ne bayingira mu nyumba ye; n'abafumbira embaga, n'ayokya omugaati ogutazimbulukuswa, ne, balya. 4 Naye nga tebanneebaka,' abasajja ab'omu kibuga, ab'e Sodoma, ne bazingiza ennyumba, abato era n'abakulu, abantu bonna nga bavudde mu bifo byonna: 5 ne bayita Lutti, ne bamugamba nti Abasajja bali ludda wa abayingidde ewuwo ekiro kino? obafulumye gye tuli, tubamanye.

6 Lutti n'afuluma gye bali mu mulyango, n'aggalawo oluggi ennyuma we. 7 N'ayogera nti Mbeegayiridde, baganda bange, temukola bubi obwenkanidde wano. 8 Laba nno, nnina abaana abawala babiri, abatamanyanga musajja; ka mbafulumye labo gye muli, mbeegayiridde, nammwe mubakole nga bwe kiri ekirungi mu maaso gammwe: naye abasajja abo temubakola kigambo; kubanga batuuse wansi w'ekisiikirize eky'akasolya kange.

9 Ne boogera nti Vaawo. Ne boogera nti Olusajja luno lwayingira okuba omugenyi, naye kirugwanira okuba omulamuzi: kaakano tunakukola ggwe bubi okusinga abo. Ne bamunyigiriza nnyo omusajja, ye Lutti, ne basembera okumenya oluggi.

10 Naye abasajja ne bagolola emikono, ne bayingiza Lutti mu nnyumba mwe baali, ne baggalawo oluggi. 11 Ne bazibya amaaso g'abasajja abaali ku luggi, abato era n'abakulu: n'okwekooya ne beekooya nga banoonya oluggi.

12 Abasajja ne bagamba Lutti nti Olina nate wano abalala? mukoddomi wo, n'abaana bo, ab'obulenzi n'ab'obuwala, ae bonna b'olina mu kibuga; bafulumye mu kifo muno: 13 kubanga tunaazikiriza ekifo kino, kubanga okukaaba kwabwe kweyongedde nnyo mu maaso ga Mukama; era Mukama yatutumye okukizikiriza.

14 Lutti n'afuluma n'ayogera ne bakoddomi be, abaawasa abawala be, n'agamba
nti Mugolokoke, muve mu kifo kino; kubanga Mukama anaazikiriza ekibuga.
Naye yalinganga asaaga eri bakoddomi be.

15 Awo bwe bwakya enkya, bamalayika ne bamwanguyiriza Lutti, nga boogera
nti Golokoka, otwale mukazi wo, n'abaana bo abawala bombi abali wano: oleme
okuzikirizibwa mu butali butuukirivu obw'ekibuga.

16 Naye n'alwa; abasajja ne bamukwata ku mukono gwe, ne ku mukono gwa
mukazi we, ne ku mukono gw'abaana be abawala bombi; Mukama ng'atriusaasira:
ne bamuggyamu, ne bamuleeta ebweru w'ekibuga. 17 Awo bwe baamala
okubaggiramu ddala, n'ayogera nti Dduka oleme okufa; totunula nnyuma wo, so
tolwa mu lusenyi lwonna; ddukira ku lusozi, oleme okuzikirizibwa.

18 Lutti n'abagamba nti Nedda, mukama wange, nkwegayiridde: 19 laba nno,
omuddu wo alabye ekisa mu maaso go, era ogulumizizza okusaasira kwo,
kw'ondaze ng'omponya nneme okufa; ne siyinza kuddukira ku lusozi luno, akabi
kaleme okuntuukako ne nfa: 20 laba nno, ekibuga ekyo kwe kumpi
okukiddukiramu, era kye kibuga ekitono: nkwegayiridde, nzirukire omwo, (si
kitono?), n'obulamu bwange buliwona.

21 N'amugamba nti Era nkukkirizza ne mu kigambo ekyo, obutasuula kibuga
ky'oyogeddeko. 22 Yanguwako, oddukire omwo; kubanga siyinza kukola
kigambo, nga tonnatuuka omwo. Erinnya ly'ekibuga kyeryava liyitibwa Zowaali.

23 Enjuba yali ng'emaze okuvaayo ku nsi Lutti bwe yatuuka mu Zowaali. 24
Mukama n'alyoka atonnyesa ku Sodoma ne ku Ggomola omuliro n'ekibiriiti nga
biva mu ggulu; 25 n'asuula ebibuga ebyo, n'olusenyi lwonna, n'abo bonna
abaatuulanga mu bibuga, n'ebyo ebyamera ku ttaka. 26 Naye mukazi we
n'atunula ennyuma we ng'amuvaako ennyuma, n'afuuka empagi ey'omunnyo.

Ebibuuzo Ebyo Kusoma: Obuntonde Bw'omuntu

Oluberebery e 19:1-26

Okwanjula:

Ibulayimu ne muganda we Lutti baatambula okuva mu ensi ya Uli okugenda mu ensi Katonda gyeyabalaga. Ibulayimu nasalawo okutulamu ddungu mu weema Lutti nasalawo okutuula mu nsenyi za Sodoma ne Ggomola, mu kibuga ekimanyidwa nga eky'obwonoonefu. Ekibi kya Sodoma ne Ggomola kyayinga obubi Katonda nasalawo okuzikiriza ebibuga era nabulirako Ibulayimu ku'nteekateeka eyo. Ibulayimu yakwatibwako nyo olw'ab'eŋaanda ze, neyegayirira Katonda okusonyiwa ebibuga ssinga wanasangibwayo abantu abatukuuvu nga kumi. Eky'omukisa omubi tewasangibwayo batukuuvu bamala, Katonda nazikiriza ebibuga ebyo. Ebibugo bino biraga embala ey'ekibi ky'omuntu n'omusango gwa Katonda ku kibi. Yesu yatwegayiririra era natukuuma eri obusungu obugenda okujja.

Ebigenderewa:

Okumanya

- Okumanya nti omuntu mwonoonyi mu birowoozo, mu kwogera n'emubikolwa.
- Okujjukira nti Katonda asalira ekibi omusango.

Endowooza

- Okwenenya bwetubanga tugudde munsobi.
- Okukiriza nti twetaaga ekisa kya Mukama waffe era Omulokozi Yesu Kristo.

Ebikolwa

- Okukifuula empisa ey'okwenenyanga amango n'okunonya okusonyiyibwa olw'ebibi byaffe.
- Okudduka okuva mu bibi byaffe "n'obutatunula mabega" mu kwegomba obulamu obukadde bwetwavamu. Naye tutunulire nga Katonda n'okusaasira kwe.

Memory Verse:

Abarumi 3:10 "Nga bwe kyawandiikibwa nti Tewali mutuukirivu n'omu;'"

Ebyawandiikibwa ebyetaagisa okusoma:

Oluberebery e 6:5; Zaabuli 40:1-2; 51:1-13; Isaaya 64:6-7; Abarumi 3:9-24; Abaefeso 2:1-3; Abakkolosaayi 3:5-10; 2 Peteero 2:4-9

Ebibuuzo ebikwatagana no lugeero:

1. Kye kye tulaba ku Lutti bamalayika bwebatuuka mu Sodoma? (Oluberebery e 19:1-3. Yali atudde mu mulyango gw'ekibuga.

Nagolokoka okubasisinkana navunama kutaaka. Yeyaniriza abamalayika nabawaliriza babeere naye.)

2. Lwa ki abasajja b'omukibuga betoloola enyumba ya Lutti nga natera ok'webaka? (Olubereberye 19:4-5. Bayagala okusuula n'abasajja ababiri, oba bamalayika, abayingira ewa Lutti.)
3. Lutti yabaddamu atya olw'ekigambo ekyo ekibi kyebamusaba? (Olubereberye 19:6-8. Yebagamba "Mbeegayiridde, baganda bange, temukola bubi obwenkanidde wano". Lutti nayimirawo, Lutti nayimirirawo nabegayirira nti batwalemu bawalabe mu kifo ky'abamalayika. Kubanga bali wansi wakasoliya k'enyumba ye.)
4. Abasajja bagamba batya Lutti nga gani okubawa bamalayika? (Olubereberye 19:9. Basigala bamuwaliriza, abawe bamalayika nebageezako n'okumenya olujji lwe bayingire babagyemu.)
5. Abasajja (Bamalayika) baddamu batya? (Olubereberye 19:10-15. Bebakuuma Luti mu kifo kya Lutti okubakuuma. Balamula abasajja ba Sodoma nga babaziba amaaso. Bafaayo nyo eri Lutti n'abenyumba ye nga babalabula okuva mu kibuga, kubanga okuzikiririra kwakyo kwali kujja, nti era bali bajja kuzikirizibwa mu kibugga ssinga tebakifuluma.)
6. Bakoddomi ba Lutti bakitwala batya nga Lutti abalabula kubigenda okubawo kibuga? (Olubereberye 19:14. Balowooza nti asaaga. Obutonde bw'omuntu gulijjo bujjemera amakubo ga Katonda.)
7. Okugana kwa Lutti kwe'kyo bamalayika kyebamulabula ki tulaga ki? (Olubereberye 19:16. Obutonde bw'omuntu bulijjo bwesisigiriza okugoberera Katonda. Okuva mu kibuga kyaali kitegeeza kuleka ebintu byonna bye yalina, eby'obugaga n'ensolo. N'omuwendo gwaali munene.)
8. Lwa ki bamalayika bakwata emikono gya Lutti, mukyala we, n'ebawala be ababiri okubajja mu kibuga? (Olubereberye 19:16. Katonda yabasaasira nabalaga ki ki ekyo kukola basobole okulokoka. Katonda yennyini yeyabalokola okuva mu kuzikirira.)
9. Ekiragiro kya bamalayika okugamba Lutti nti, "Dduka oleme okufa; totunula nnyuma wo", ki tuyigiriza ki? (Olubereberye 19:17. Kilaaga okusaasira kwa Katonda okulokola amaka ga Lutti n'okuteekawo awokuwonera. Kilaga nti ekibi kyali kya kubonerezebwa era nga tewali banga lya'kukiddamu.)
10. Lwa ki Katonda yasalira Sodoma ne Ggomola omusango? (Olubereberye 19:13. "Kubanga okukaaba kw'abantu kweyongera nnyo mu maaso ga Mukama")
11. Okutunula kwa mukyala wa Lutti emabega kutuyigiriza ki? (Olubereberye 19:26. Waliwo ebiva mu bujjeemu. Obutonde bw'omuntu bwagala nyo okuda mu kibi. Yajjema nga tunula emabega nafuuka

empagi y'omunyo.)

Ebibuuzo ebyo kwogeraganya:

1. Empisa ki ezali mu kibuga Lutti n'emakage mwebaali? (Olubereberye 19:4-7) [Kyali kibugga ekibi ng'abantu bagala obukaba n'obwenzi n'ebakyamizibwa.]
2. Baani abalina obubi mu mitima gyabwe? (Olubereberye 19:4) [Buli Muntu. Abantu bonna oba mukulu, oba muto.]
3. Ffe nga Abakristayo abali mu nsi ejjudde obubi, tuyinza okukola tutya eri ekibi ekitwetoloodde? (Olubereberye 19:7) [Tutekeddwa okuyimirira okuziyiza ebikolwa oby'obubi ebitwoolekedde mu bulamu bwaffe obwa bulijjo. Era tufube okubera mubutuukirivu, mu makubo agasanyusa Mukama.]
4. Ekibi kya Lutti kye kiri wa era tuyiga ki mu ngeri gye tuyinza okuddamu ssinga ekibi kitwolekedde? (Olubereberye 19:8) [Lutti yasalawo aweyo bawalabe ababiri mu kifo ky'ekibi ky'obuli bwe bisiyaga. Kye tuyiga mu kino obutafananako nga Lutti, ekibi bwekitulumba tetutekwa kukyenyigiramu. Mu kifo kyo kukola ekibi ekilala, tubuulire nga abantu ekitufu n'okwesiga nga Katonda olw'obukuumi. Lutti yali amanyiride ekibi kubanga yabera nga wakati mukyo.]
5. Bwetutunulira abasajja bano mu kibina mu lugero luno, mpisa ki zetulaba abantu bano zebalina? (Olubereberye 19:9) [Tulaba abantu balina okwegomba okw'obubi. Baali bampaka, abataagala kuwuliriza, abaloopa abalala, abeyagaliza bokka.]
6. Tuyiga ki mu lugero luno ebiva mu kibi? (Olubereberye 19:11, 24-26) [Tulaba nti waliwo ekibonerezo olw'ekibi. Tulaba okuwabizibwa kw'abantu kwabaletera okuziba amaaso, obubi bw'ebibuga Sodoma ne Ggomola byazikirizibwa Katonda, ne mukyala wa Lutti nafuuka empaji y'omunyu kubanga yatunula emabega natagonda.]
7. Katonda yatulaga atya okusaasira wa kati mu mbera zaffe ezo kwonoona? (Olubereberye 19:12-16) [Mukama atulabula ku musango ogugenda okujja era atuluŋamya mu kifo ekituufu n'ewankubadde tuwalira oba tugaana okulabula kwe. So nga ye yentandikwa y'obulokozi bwaffe.]
8. Naffe tweyisa nga Lutti, n'ewankubadde nga Katonda atulabula era nga tuluŋamya eri amakubo amatuufu? (Olubereberye 19:16, 18-23) [Oluusi tugana ne tuwa Katonda eky'okukola. Tutekedwa kwesiga kwagala kwa Kitaffe nakwanguwa kumugondera.]

47. Amanyi ge Kigambo kya Katonda
Ebikolwa 8:26-40

Ebikolwa 8
26 Naye malayika wa Mukama n'agamba Firipo ng'ayogera nti Golokoka, ogende
obukiika obwa ddyo okutuuka mu kkubo eriserengeta okuva mu Yerusaalemi
okutuuka e Ggaaza: ekkubo eryo lya ddungu. 27 N'agolokoka n'agenda: kale,
laba, omuntu Omuwesiyopya, omulaawe omukungu wa Kandake kabaka omukazi
ow'Abaesiyopya, eyali omuwanika w'ebintu bye byonna, yali azze e Yerusaalemi
okusinza, 28 yali addayo n'atuula mu ggaali lye, n'asoma nnabi Isaaya. 29
Omwoyo n'agamba Firipo nti Sembera, weegatte n'eggaali eryo.

30 N'addukana Firipo n'amuwulira ng'asoma nnabbi Isaaya, n'agamba nti
Obitegmdde by'osoma?
31 N'agamba nti Nnyinza ntya, wabula nga waliwo anandagirira? Ne yeegayirira
Firipo alinnye atuule naye.

32 Mu kifo awaawandiikibwa we yali asoma we wagamba nti Yatwalibwa
okuttibwa ng'endiga, Era ng'omwana gw'endiga mu maaso g'omusazi w'ebyoya
bwe gusirika, Bwekityoteyayasamya kamwa ke:
33 Mu kwetoowaza kwe omusango gwe gwaggibwawo: Ekika kye ani
alikinnyonnyola? Kubanga obulamu bwe buggibwa mu nsi.

34 Omulaawe n'addamu Firipo n'agamba nti Nkwegayiridde, nnabbi yayogera ku
ani ebigambo bino? Bibye yekka oba bya muntu mulala? 35 Firipo n'ayasama
akamwa ke n'asookera ku kyawandiikibwa kino n'amubuulira Yesu.

36 Awo bwel baali batambula mu kkubo ne batuuka awali amazzi; omulaawe
n'agamba nti Laba, amazzi; kiki ekindobera okubatizibwa?
37 [Firipo n'agamba nti Oba ng'okkirizza n'omutima gwo gwonna, kirungi.
N'addamu n'agamba nti Nzikkirizza Yesu Kristo nga ye Mwana wa Katonda.]
38 N'alagira eggaali okuyimirira: ne bakka bombi mu mazzi. Firipo n'omulaawe;
n'amubatiza.
39 Bwe baava mu mazzi, Omwoyo gwa Mukama n'atwala Firipo, omulaawe
n'atamulaba nate: kubanga yagenda ng'asanyuka.
40 Naye Firipo yalabikira mu Azoto: bwe yayita n'abuulira mu bibuga byonna
okutuuka e Kayisaliya.

Ebibuuzo Ebyo Kusoma: Amanyi ge Kigambo kya Katonda

Ebikolwa 8:26-40

Okwanjula:
Okuyigganyizibwa okunnene kwa balukawo mu Kanisa mu Yerusalemi, abayigirizwa bonna n'ebasasaanira mu Yuda ne Samaliiya okujako abatume ekkumi n'ababiri. Filipo, omu kubakadde omusanvu eyalondebwa abatume (Ebikolwa 6:5), yatumibwa okubuulira ku Kristo eri abantu b'eSamaliiya. Nga akyaali eyo Mukama namugamba okugenda ku kubo erigenda e Yerusalemi e Gaza, ekibuga ekyali kye sude kilometa 95 mu maserengeta ga Yerusalemi. Amanyi ga Katonda galabibwa nga kyusa omuntu Omuwesiyopya, omulaawe mu mboozi enyimpi. Ekigambo ekyamukyuusa g'emawulire "amalungi aga Yesu"

Ebigenderewa:

Okumanya

- Okutegera nti Katonda asobola Okwoogera eri buli mutima gw'amuntu okuyita mu Kigambo.
- Okutegera nti Ekigambo kya Katonda kisobola okuleta okulimirizibwa mu mitima gy'abantu abakiwuulira.

Endowooza

- Okukiriiza nti Ekigambo kya Katonda ky'amanyi era kisobola okulungamya abantu be.
- Okwesiga okulungamizibwa Omwoyo gwa Katonda.

Ebikolwa

- Okunonya okutesa kwabo abategera eby'awandikibwa bwetubatunonya okwawula n'okutegera kye bitegeeza.
- Okugondera okulungamizibwa kw'Omwoyo Omutukuvu.

Enyiriri ezo kujjukira:
Isaaya 55:10-11 "Kuba enkuba nga bw'ekka n'omuzira okuva mu ggulu, ne bitaddayo, naye ne bifukirira ettaka, ne birimeza ne biribaza, ne biwa omusizi ensigo n'omuli ebyokulya; bwe kityo me kinaabanga ekigambo kyange ekiva mu kamwa kange: tekiridda gye ndi nga kyereere, naye kirikola kyo kye njagala, era kiriraba omuisa mu ekyo kye nnakitumirira."
Matayo 4:4 "Naye n'addamu n'agamba nti Kyawandiikibwa nti Omuntu tabanga mulamu na mmere yokka, wabula na buli kigambo ekiva mu kamwa ka Katonda.'"
Abaebulaniya 4:12 "Kubanga ekigambo kya Katonda kiramu, era kikozi, era kisala okusinga buli kitala kyonna eky'obwogi obubiri, era kiyitamu n'okwawula ne kyawula obulamu n'omwoyo, ennyingo n'obusomyo, era kyangu okwawula okulowooza n'okufumiitiriza okw'omu mutima."

Ebyawandiikibwa ebyetaagisa okusoma:
Zaabuli 19:7-11; 119:9-16; Isaaya 55:6-13; Matayo 4:4; Abarumi 1:16; Abaebulaniya 4:12
Ebibuuzo ebikwatagana no lugeero:

1. Lwa ki malayika ya Mukama yayogera ne Firipo n'amutuma kuweereza buno? (Ebikolwa 8:26. Filipo yawebwa obuwereza buno n'omwaganya okubuulira Omuwesiyopya ku bukuulu bwa Katonda n'obulukozi mu Yesu.)
2. Firipo yayanukula atya eri omwaganya guno? (Ebikolwa 8:27. Yagondera ekigambo kya Mukama, okuyita mu malayika, awatali kubuuza. Yasisinkan Omuwesiyopya, natandika okunumya naye Ekigambo kya Katonda era nayigiriza Omuwesiyopya ebikwata ku Yesu okuyita mu Kigambo ekyo.)
3. Ki ki kye tulaba ku kifo Omuwesiyopya kye yalina? (Ebikolwa 8:27. Yali mukungu owo mugaaso ngali mu kifo eky'ekitiibwa. Yali musaaja nga agwanira okwesigisa obubaka buno obw'omuwendo era omuntu asobola okuleta abalala bangi.)
4. Ki kye tulaba ku Omuwesiyopya bwe yagenda okusinza eye Yerusalemi n'okuda ekka ngasoma Ekitabo kya Isaaya? (Ebikolwa 8:27-30. Yali anonya Mukama era ngayagala amumanye okusinga ko. Amaaso ge gabikulwa okutegeera n'okwanukula Ekigambo.)
5. Okutuuka kwa Firipo mu kisera ekituufu n'okusoma mu Isaaya kitulaga ki? (Ebikolwa 8:30. Kino kye kyali ekisera Omwoyo kye yategeka Omuwesiyopya okuwuulira n'kwanukula Ekigambo. Kyali kitundu ku Enteekateeka ya Katonda.)
6. Omuwesiyopya yali ategeera atya Ekitabo kya Isaaya? (Ebikolwa 8:30-31. Wade teyategeera Isaaya gweyaliayogera ko, yayagala Firipo akimunyonyole.)
7. Firipo yaddamu atya ekibuuzo ky'omulawe? (Ebikolwa 8:35. "Firipo n'ayasama akamwa ke n'asookera ku kyawandiikibwa kino" omulawe kye yaliyasoma n'atandika okunyonyola amawulire amalungi agakwata ku Yesu Kristo.)
8. Okuyayana ko Omuwesiyopya ku kubatizibwa kwogera ki ku Mawuulire Amalungi agakwata ku kola kwa Yesu mu bulamu bwe? (Ebikolwa 8:38-39. Yaasa Ekigambo ku Mutima nakiteeka mu bulamu bwe. Yaddamu mu kukiriza eri Ekigambo kye yawuulira era n'agenda mu kubolye nga musaaja akyusidwa.)
9. Lwa ki Omwoyo Omutukuvu yatwala mu kitundu Azoto? (Ebikolwa 8:40. Abantu bali bangi abetaga okuwulira Ekigambo kya Katonda era n'omulimu gwe negugwa. Yatambula ngabuulira enjjili mu bibuga ebyetolode paka lweyatuuka e Kayisaliya.)

Ebibuuzo ebyo kwogeraganya:

1. Tufuna tutya okuluŋamizibwa kw'obulamu bwaffe? (Ebikolwa 8:26) [Mukama analuŋamya obulamu bwaffe okuyita mu Kigambo era kulw'Omwoyo We.]
2. Twanukule tutya Mukama watugamba okubako kye tukola? (Ebikolwa 8:27, 29-30) [Twanukule mu buvumu nti wade tetulaba kifananyi kiramba, Mukama akola emabega wekikolwa. Alina okuyita okw'obwa Katonda eri ffe okugabana Ekigambo Kye.]
3. Tukwatanyise tutya n'Ekigambo kya Katonda? (Ebikolwa 8:30-31) [Twetaaga okutwala obudde nga tusoma Baibuli era nga tunonya okujitegera, olw'ono tunabeera tufunye eby'okulwanyisa tubuulire abalala amawulira amalungi aga Yesu. Laba Abarumi 1:16]
4. Tukole ki bwetutategeera ekitundu mu Kigambo kya Katonda nga tukisoma? (Ebikolwa 8:31) [Tuyitenga abatwetolode abamanyi amakuulu ge Kigambo bakitunyonyole nga.]
5. Ki ki kye Tuyiga ku Firipo ekinatuyamba Okwoogera n'abantu abatwetolode ku Enjjili ya Yesu Kristo? (Ebikolwa 8:35) [Firipo yatandika n'ekintu omulawe kye yali alowooza era okuva wo yayanjula Enjjili ya Yesu.]
6. Mu ngeri ki Ekigambo kya Katonda gye kikola mu bulamu bwaffe? (Ebikolwa 8:35-38) [Ekigambo kya Katonda u kyetulumiriza ekibi mu bulamu bwaffe era kitusongera ku Kristo nga ye kubbo eby'okusonyibwa. Kituyigiriza okubera wo nga Abakristayo. Kino kituleeta eri okwenenya n'okukula mu bukuulu nga abakiriza. Laba Abaebulaniya 4:12]
7. Lwa ki omulawe yayayana okubatizibwa? (Ebikolwa 8:36) [Yali ayigirizidwa Ekigambo kya Katonda n'amawuulira amalungi agakwata ku Yesu. Yayagala obulamu obujja mu Kristo.]
8. Ekigambo kya Katonda ki kyusa kitya obulamu bwaffe? (Ebikolwa 8:39) [Ekigambo kya Katonda kikyusa emitima gyaffe. Enkyukakyuka eno etuleetera esanyu era etuyigiriza engeri y'okuberamu nga Katonda bwayagala tubere.]
9. Okujjulira kwaffe eri abantu abalala kukoma? (Ebikolwa 8:40) [Okujjulira kwaffe kuneyongera paka kunkomerero y'obulamu bwaffe. Omwoyo anatuleera abantu abetaaga Mukama.]
10. Ani yetaaga okuwuulira obubaka bw'Enjjili? (Ebikolwa 8:40) [Abantu bona okuva mu mawanga gonna oba n'emunimi zonna betaaga okuwuulira Enjjili. Betaaga okujja eri okukiriza okulokola mu Yesu Kristo okuyita mu maanyi g'Enjjili.]
11. Kiki kye tuyiga mu embozi eno ku kubikwata ku Katonda? Ku Firipo? Ku omulawe? Ne ku Kigambo kya Katonda?

48. Ekigambo nga eteeka

Lukka 18:18-27 & Okuva 20:1-17

Lukka 18
18 N'omuntu omukulu omu n'amubuuza ng'agamba nti Omuyigiriza omulungi,
nkole ki okusikira obulamu obutaggwaawo?

19 Yesu n'amugamba nti Ompitira ki omulungi? tewali mulungi wabula omu, ye
Katonda. 20 Amateeka ogamanyi nti Toyendanga, Tottanga, Tobbanga,
Towaayirizanga, Ossangamu ekitiibwa kitaawo ne nnyoko.

21 N'agamba nti Ebyo byonna nnabikwatanga okuva mu buto bwange.

22 Yesu bwe yawulira n'amugamba nti Okyaweebuuseeko kimu; tunda by'oli
nabyo byonna, obigabire abaavu, kale oliba n'obugagga mu ggulu: olyoke ojje
ongoberere.

23 Naye bwe yawulira ebyo n'anakuwala nnyo; kubanga yali mugagga nnyo. 24
Awo Yesu bwe yamulaba n'agamba nti Nga kizibu abalina obugagga okuyingira
mu bwakabaka bwa Katonda! 25 Kubanga kyangu eŋŋamira okuyita mu nnyindo
y'empiso, okusinga omugagga okuyingira mu bwakabaka bwa Katonda.

26 Abaawulira ne bagamba nti Kale ani ayinza okulokoka?
27 Naye n'agamba nti Ebitayinzika eri abantu biyinzika eri Katonda.

Okuva 20
1 Katonda n'ayogera ebigambo bino byonna, ng'ayogera nti
2 Nze Mukama Katonda wo, eyakuggya mu nsi ey'e Misiri, mu nnyumba
ey'obuddu.
3 Tobanga na bakatonda balala we ndi.
4 Teweekoleranga ekifaananyi ekyole, newakubadde ekifaananyi eky'ekintu
kyonna kyonna, ekiri waggulu mu ggulu, newakubadde ekiri wansi ku ttaka,
newakubadde ekiri mu mazzi agali wansi w'ettaka:
5 tobivuunamiranga ebyo, so tobiweerezanga: kubanga nze Mukama Katonda wo
ndi Katonda wa buggya, abiwalana ku baana ebibi bya bajjajja baabwe okutuusa
ku mirembe egy'oku bannakasatwe ne ku bannakana, egy'abantu abankyawa;
6 era addiramu abantu nga nkumi na nkumi abanjagala, abakwata amateeka
gange:
7 Tolayiriranga bwereere erinnya lya Mukama Katonda wo: kubanga mu maaso
ga Mukama omusango gulimusinga omuntu alayirira obwereere erinnya lye.
8 Jjukira olunaku olwa ssabbiiti, okulutukuzanga. 9 Ennaku omukaaga okolanga
emirimu gyo gyonna: 10 naye olunaku olw'omusanvu ye ssabbiiti eri Mukama

Katonda wo: olunaku olwo tolukolerangamu mirimu gyonna gyonna; so naawe
wekka, newakubadde omwana wo omulenzi, newakubadde muwala wo,
newakubadde omuddu wo, newakubadde omuzaana wo, newakubadde ebisolo
byo, newakubadde munnaggwanga ali omumwo: 11 kubanga mu nnaku
omukaaga Mukama mwe yakolera eggulu n'ensi, ennyanja, n'ebintu byonna
ebirimu, n'awummulira ku lunaku olw'omusanvu: Mukama kyeyava aluwa
omukisa olunaku olwa ssabbiiti, n'alutukuza.
12 Kitaawo ne nnyoko obassangamu ekitiibwa: enaku zo zibe nnyingi ku nsi
gy'akuwadde Mukama Katonda wo.
13 Tottanga.
14 Toyendanga.
15 Tobbanga.
16 Towaayirizanga muntu munno:
17 Teweegombanga ennyumba ya muntu munno, teweegombanga mukazi wa
muntu munno, newakubadde omuddu we, newakubadde omuzaana we,
newakubadde ente ye, newakubadde endogoyi ye, newakubadde buli kintu ekya
muntu munno.

”

Ebibuuzo Ebyo Kusoma: Ekigambo nga eteeka

Lukka 18:18-27 & Okuva 20:1-17

Okwanjula:

Omuntu yeyongerayongera nga anonya engeri y'okutuuka ku ddala elyo bulungi kubanga Eteeka lya Katonda liwandikidwa ku mutima gye. Eteeka lya Katonda lino erikwataganye n'embala yaffe lyongera okuleeta obwetavu muffe okutuuka mubutuukirivu mu manyi gaffe. Bangi bageezako okukola ebirungi bingi mu manyi gabwe. Naye, Katonda atuwade Eteeka lye etuukirivu okutulaaga ebibi byaffe nga endabilwamu, nga ekituziyiza okugenda eri ekibi, era nga ekirungamya lituvuga okutuzaayo mu kwetaaga Yesu. "Kubanga omuntu yenna bw'aba akwaya amateeka gonna, nate n'asobya mu limu, nga'azzizza omusango gwa gonna." (Yakobo 2:10) Eteeka lya Katonda lisangibwa mu Mateeka Ekumi, nga ge mateeka mu bumpi agawebwa Musa okulungamya abantu ba Katonda. Eteeka kye kiraga embala ya Katonda n'okusubira kwe okw'okutuukirira. Ekigambo kya Katonda kitulumiriza n'amateeka gano.

Ebigenderewa:

Okumanya
- Okulaba wetukendera mu Teeka lya Katonda Etukuuvu.
- Okuteegera nti Ekigambo kya Katonda kirambulukufu ku engeri abagoberezi ba Katonda yabalina okubera mu.
- Okuteegera nti Eteeka lyetaaga okutuukirizibwa nga Yesu yekka yakisobola kulwaffe.

Endowooza
- Okwetowazanga mu maaso ga Mukama n'emuteeka lye.
- Okukiriza nti tetulina manyi okugondera Eteeka mu manyi gaffe, naye Yesu yakyimala kulwaffe.

Ebikolwa
- Okugondera Amateeka lya Katonda, nga tumanyi nti tuli aboonoonyi abasonyiyibwa abakula mu kutuukirizibwa kwa Katonda.
- Okuberawo olw'okukiriza, okutukuzibwa eri omusango okuyita mu musayi gwa Yesu n'okubera mu manyi Katonda gatuwa.

Enyiriri ezo kujjukira:

Abarumi 7:7-8 "Kale tunaayogera tutya? Amateeka kye kibi? Kitalo. Naye ssanditegedde kibi, wabula mu mateeka: kubanga ssaadimanye kwegomba, singa amateeka tegaayogera nti Teweegombanga:
8 naye ekibi bwe kyalaba we kiyima, ne kikolanga mu nze olw'amateeka okwegomba kwonna: kubanga awataba mateeka ekibi nga kifudde."
Yakobo 2:10-11 "Kubanga omuntu yenna bw'aba akwata amateeka gonna, naye n'asobya mu limu, ng'azzizza omusango gwa gonna. Kubanga oyo eyayogera nti

Toyendanga, ate yayogera nti Tottanga. Kale bw'otoyenda naye n'otta, ng'ofuuse mwonoonyi w'amateeka."

Ebyawandiikibwa ebyetaagisa okusoma:
Ekyamateeka 5:6-21; Matayo 5:17-30; Abarumi 2:14-15; 7:7-8; Abaebulaniya 10:1-10; Yakobo 2:10-11

Ebibuuzo ebikwatagana no lugeero:

1. Lwa ki omukulu yayita Yesu omusomesa omulungi? (Lukka 18:18. Yalaba nga Yesu yasobola okusomesa n'okunyonyola eteeka. Yeteekawo alabibwe Yesu nga omuntu omulungi.)
2. Ekibuuzo ky'omukulu ono kyoleeka ki ku ye? (Lukka 18:18. Ekigambo kye nti, "Nina**kukola** ki", kilaga nti ageezako okwefunira okuubo eri mutwala mu ggulu olw'ebikolwa ebirungi.)
3. Okwanukula kwa Yesu kulaga kutya omutindo omulala ogunyonyola ekirungi? (Lukka 18:19. Yesu yagamba, "Lwa ki ompita mulungi? Yeli n'omu mulungi---okujja ko Katonda." Eki kiteegeza nti Yesu bwabera omulungi, lwa kubanga ye Katonda. Teli muntu mulungi. Katonda gwetuyinza okugeera geeranyizibwako.)
4. Omufuuzi ono ki kye yakiriza mu bulimba ku bikwata ku mateeka ataano aga Katonda Yesu geyayogera? (Lukka 18:21. Yakiriza nti yali agakumye bulungi ebisera by'obulamu bwe byonna. Laba Yakobo 2:8-11; 1 Yokaana 1:8; Abagalatiya 2:15-16)
5. Okuwuulira kw'amateeka ataano kyaleetera omufuzi okutegera ekibi kye? (Lukka 18:20-21. Neda, kyalaga nti yali mutukurivu mu maaso ge ye.)
6. Butategeragana ki Yesu bweyasonga ko eri omufuzi omuggaga? (Lukka 18:22. Yesu yamugamba nti abulwako ekintu kimu. Mu kugamba omufuzi "Tunda byonna byolina obiwe abavu ongoberere", Yesu yali akyigyayo nti omufuzi ono yalinayo "kakatonda akalala" akali katute ekifo kya Mukama. Mu Lukka 10:27 Yesu yagamba "Yagala mulilwanawo nga bweyeyagala gwe." Laba era Abarumi 3:20)
7. Lwa ki omufuzi ono omuggaga yanakuwala Yesu bweyamugamba okutunda ebibye byona? (Lukka 18:23. Yali musaaja eyalina obugaga obungi n'obuggaga bwe kunsi eno bwategeeza kinene nyo okusinga ku bulamo obutaagwawo bweyagamba nti yali ayagala kubusikira. Yesu yali abikudde kakatonda kenyinyi ak'obulamu bw'omusaaja ono.)
8. Okuddamu kwa Yesu eri ekibuzo ky'ekibina ekikwatako ani ayinza okulokolebwa? (Lukka 18:27. Tekiyinzika muntu kwelokola, naye kiyinzika Katonda okulokola omuntu. Eyo yensonga lwa ki Yesu yajja era lwa mufuzi omuggaga nti Yesu yafa.)

9. Lwa ki kizibu abaggaga okuyingira mubwakabaka obw'omuggulu? (Lukka 18:24. Kizibu kulwebikemo ebyo kusinza bakatonda b'asente oba bakatonda b'ebikolwa ebirungi. Omuggaga yalowooza nti asobola okukola ebirungi ebimala kululwe era nga teyetegese kuwayo bintu bye ebyakasera akatono.)
10. Kigendererwa ki eky'Amateeka Ekumi? (Okuva 20:1. Biragiro bya Katonda eri omuntu. Amateeka geganyonyola ekibi, goleka ngeri ki gyekiri ekirungi nti Yesu ajja okusasulira ekibi, era gawa okuluŋaamya kw'obulamu.)
11. Amateeka asatu gayigiriza ki kubikwata ku nkolagana naffe ne Katonda? (Okuva 20:3-11. Ganyonyola Katonda yaani era kyekitegeeza okumusinza ye yekka.)
12. Omuteko ogw'okubiri ogw'Amateeka omusanvu gutuyigiriza ki kubikwata ku nkolagana yaffe n'abantu abalala? (Okuva 20:12-17. Ganyonyola engeri gyetukolaganamu n'abantu abalala. Okumenya omuteko ogw'okubiri ogw'Amateeka kimenya enkolagana yaffe n'abantu abalala n'okuyita mwekyo tumenya enkolagana yaffe ne Katonda.)
13. Ani gwekikwatako bwetugondera Eteeka lya Katonda? (Okuva 20:3-17. Okugondera Eteeka lya Katonda kikwata ku Bantu munkolagana yabwe ne Katonda n'enkolagana yabwe n'ebana bwe. Okumenya amateeka kumenya enkolagana ezo.)
14. Ki tegeeza ki okugoberera amateeka gano? (Ki tegeeza nti Katonda mutukuvu naabo beyatonda mu kifananyi kye. Ki tegeeza nti ayagala enkolagana era kinyonyola gye kikolamu.)
15. Ani yetaaga okuwuulira Eteeka? Ani yetaaga okuwuulira Enjiri? (Abo abayina obutukirivu obw'abwe betaaga Eteeka, abo abemenyese betaaga Njiri.)

Ebibuuzo ebyo kwogeraganya:

1. Mu engeri ki mu bulamu bwaffe gyetunonyamu ebitiibwa oba okutwala akabonero mu maaso gabo abatwetolode abalowooza nti "tulabika bulungi" (Lukka 18:18) [Okutwala akabonero akokusukuluma mu kintu, nga tutunulira okufuna okuyimusibwa okunene, ne bilala.]
2. Ki ki kye tulina okutegera ku "kubera abalungi" (Lukka 18:19) [Tewali mulungi---okujjako Katonda yekka. Tetusobola kwefunira kkubo lyetuyingiriza mu bwakabaka obw'omuggulu okuyita mu bikolwa byaffe ebirungi.]
3. Kiki kye tulina okutegeera ku kibuuzo ekya "Nyinza kukola ki?" mu bulamu bwaffe? (Lukka 18:27) [Mu manyi gaffe tekiyinzika kukola kintu kyonna kirungi kubanga n'ebisinga obulungi mu bikolwa byaffe bigatidwamu ebigendererwa eby'okweyagariza. Okubera mu manyi

ag'Omwoyo Omutukuvu, tusobola okubera abatukuvu era abasanyusa Mukama, kubanga ye mulamu era okuyita mu ffe.]

4. Bulijjo twonoona tutya mu Mateeka bwetulumbibwa? (Lukka 18:20-21) [Oluusi tugeezako okw'elungiya, nga tugamba nti tukuma eteeka mu manyi gaffe.]
5. Ne bwe tulowooza nti tukuma Eteeka lyonna era nga tuli mu bulamu obulungi kusinzira ku mutindo gwa Katonda, ekigambo kya Yesu nti "tu kyalina ekintu kimu kye tutalina" kyelaga kitya nti kitufu? (Lukka 18:22) [Tuli boonoonyi mu buzaliranwa si ssonga kibi kikyetukoze oba ebirungi bwetulemedwa okukola, tukyali boonoonyi mu mitima gyaffe.]
6. Endowooza yaffe ebere etya bwetubera nga tulumirizibwa ekibi? (Lukka 18:22) [Twenenye, era tugondere Yesu. Tetuyinza okukola kino mu manyi gaffe, naye Yatuyamba.]
7. Twanukule tutya Yesu bwatuyita okumugoberera? (Lukka 18:23) [Tumugondere mangu era mu ssanyu.]
8. Bwekuba nti okugoberera n'okukwata Amateeka tekitulokola, kati tunalokoka tutya? (Lukka 18:27) [Eri omuntu kino tekisoboka, naye eri Katonda byonna bisoboka. Matayo 19:26]
9. Mu engeri ki nti Katonda yemutandisi w'eteeka nti kikwataku engeri gye twanukula eri eteeka? (Okuva 20:1) [Okumanya nti Eteeka okuva eri Katonda lituleetera okwagala okugonda. Eteeka si bigambo bya bulijjo eby'ogerwa abantu, naye lya Katonda ayinza ebintu byona.]
10. Lwa ki Katonda yatuwa Amateeka Ekumi? (Okuva 20:1. Mukama yagatuwa olw'obulungi bwaffe, ssi lwa kubonerezebwa. Amateeka Ekumi gatuyigiriza okwagala kwa Katonda, gatuvuga nga gatutwala eri Yesu era gatulaga engeri gyetuberamu.)
11. Lwa ki twandigondedde Eteeka lya Katonda? (Okuva 20:3-17. Ekisooka, kubanga biragiro bya Katonda era atugamba okubikola. Ekyokubiri, kubanga nsibuko ya bulamu bulungi. Ffe abasooka okubonabona olw'obujemu.)
12. Tugoberera tutya ebiragiro bino? (Tubigoberera mu kutya n'emukwagala Katonda n'emukwanukula eri buli kiragiro.)
13. Okumye Amateeka Ekumi? Oba nedda, olina kukola ki?

49. Ekigambo nga Engiri
Yokaana 3:1-21

Yokaana 3

1 Awo waaliwo omuntu ow'omu Bafalisaayo, erinnya lye Nikoodemo,
mwami mu Bayudaaya: 2 oyo n'ajja gy'ali ekiro, n'amugamba nti Labbi, tumanyi
nti oli muyigiriza eyava eri Katonda: kubanga tewali muntu ayinza okukola
obubonero buno bw'okola ggwe, wabula Katonda ng'ali naye. 3 Yesu n'addamu
n'amugamba nti Ddala ddala nkugamba nti Omuntu bw'atazaalibwa mulundi gwa
kubiri tayinza kulaba bwakabaka bwa Katonda. 4 Nikoodemo n'amugamba nti
Omuntu ayinza atya okuzaalibwa bw'aba nga mukadde? ayinza okuyingira mu
lubuto lwa nnyina omulundi ogw'okubiri, n'azaalibwa?

5 Yesu n'addamu nti Ddala ddala nkugamba nti omuntu bw'atazaalibwa
mazzi na Mwoyo, tayinza kuyingira mu bwakabaka bwa Katonda. 6 Ekizaalibwa
omubiri kiba mubiri; n'ekizaalibwa Omwoyo kiba mwoyo. 7 Teweewuunya
kubanga nkugambye nti Kibagwanira okuzaalibwa omulundi ogw'okubiri. 8
Empewo ekuntira gy'eyagala, n'owulira okuwuuma kw'ayo, naye tomanyi gy'eva,
newakubadde gy'egenda: bw'atyo bw'abeera buli muntu yenna azaalibwa
Omwoyo.

9 Nikoodemo n'addamu n'amugamba nti Ebyo biyinza bitya okubaawo?
10 Yesu n'addamu n'amugamba nti Ggwe omuyigiriza wa Isiraeri, n'ototegeera
ebyo? 11 Ddala ddala nkugamba nti Twogera kye tumanyi, tutegeeza kye
twalaba; so temukkiriza kutegeeza kwaffe. 12 Bwe mbabuulidde eby'ensi, ne
mutakkiriza, mulikkiriza mutya bwe nnaababuulira eby'omu ggulu? 13 Tewali
muntu eyali alinnye mu ggulu, wabula eyava mu ggulu, ye Mwana w'omuntu ali
mu ggulu. 14 Nga Musa bwe yawanika omusota mu ddungu, bwe kityo
n'Omwana w'omuntu kimugwanira okuwanikibwa: 15 buli muntu yenna
amukkiriza abeere n'obulamu obutaggwaawo mu ye.

16 Kubanga Katonda bwe yayagala, ensi bw'ati, n'okuwaayo n'awaayo
Omwana we eyazaalibwa omu yekka buli muntu yenna amukkiriza
aleme.okubula, naye abeere n'obulamu obutaggwaawo. 17 Kubanga Katonda.
teyatuma Mwana we mu nsi, okusalira ensi omusango; naye ensi erokokere ku ye.
18 Amukkiriza tegumusinga: atamukkiriza gumaze okumusinga, kubanga
takkirizza linnya lya Mwana eyazaalibwa omu yekka owa Katonda. 19 Guno
gwe musango kubanga omusana guzze mu nsi, abantu ne baagala enzikiza
okukira omusana; kubanga ebikolwa byabwe byali bibi. 20 Kubanga buli muntu
yenna akola ebitasaana akyawa omusana, so tajja eri omusana, ebikolwa bye
bireme okunenyezebwa. 21 Naye akola amazima ajja eri omusana ebikolwa bye
birabike nga byakolerwa mu Katonda.

Ebibuuzo Ebyo Kusoma: Ekigambo nga Engiri

Yokaana 3:1-21

Okwanjula:

Abafalisaayo bebasaaja abasoma Eteeka lya Katonda. Bamanya obusiba bwonna obwandikibwa Mateeka era batwaala obudde bungi nga bakwata n'okukebera Amateeka. Bali bakkakafu nti bali bagoberezi besimbu abeteeka lya Katonda, era balowooza nti basobola okuligondera mu butuufu. Naye, bagoberera nyo okugondera obuziba bw'Eteeka nebasubwa Amawuulire amalungu, nga Enjjiri ya Yesu. Omufalisaayo erinlya lye Nicodemu yajja okukyalira Yesu mu kiro ekimu. Yesu namunyonyola nti Katonda yayagala ensi n'okuwayo nawayo Omwana we omu yekka nti buli amukiriza aleme okubula naye abere n'obulamu obutagwaawo. Kino kiraabo lwa kubanga tebasobola kukuuma Teeka, kale Yesu yalitukuumira.

Ebigenderewa:

<u>Okumanya</u>

- Okuteegera nti Katonda yatukolera ekubo tufune obulamu obutagwaawo mu kukiriza Omwana we.
- Okuteegera nti tetuyinza kukolerera obulokozi, era nga kye kintu kye tutayinza kukola.

<u>Endowooza</u>

- Okwesiga Yesu Kristo, nga Omwana wa Karonda, atuukiriza ddala Eteeka.
- Okusanyukira mu suubi lye tulina mu Yesu.

<u>Ebikolwa</u>

- Okwagala Mukama n'abantu abalala nga twanukula okwagala kwetwawebwa.
- Okuberawo olw'okukiriza Enjiri eyasubizibwa Yesu Kristo era ssi kugeezako kulokolebwa nga tugondera Mateeka.

Memory Verse:

2 Abakolinso 5:21 "Ataamanya kibi, yamufuula ekibi ku lwaffe; ffe tulyoke tufuuke obutuukirivu bwa Katonda mu ye."

Ebyawandiikibwa ebyetaagisa okusoma:

Okubala 21:4-9; Isaaya 61:1; Abarumi 5:8-9; 1 Abakolinso 5:9-11; 15:1-6; 2 Abakolinso 5:17-21; Abaefeso 2:1-10; Abakkolosaayi 1:13-14, 2:13-14; Abaebulaniya 10:1-10.

Ebibuuzo ebikwatagana no lugeero:

1. Kya kuyiga ki ku Nikoodemo, omukuba kachiko kabafuzi Abayudaya, okujja eri Yesu? (Yokana 3:2, Nikoodemo yajja eri Yesu mu kiro era yajja yekka. Yali anonya ensisinkano eya ssekinomu ne Yesu, ekyalaga okuyayana kwe mu Yesu. Kyandibade kwoleka bukakamu obunene eri omukku kitundu kya kakyiko akafuzi aka Bayudaya okunonya okuwuulira okuva mu musaaja owa ensi nga mu Galilaaya?)
2. Nikoodemo ki kye yategeera ku Yesu? (Yokaana 3:2. Nikoodemo yategeera nti Yesu n'enjigiriza ye byava wa Katonda. Yategera ebyamagero bya Yesu n'obubonero nga ekikakasa era nategeera nti Yesu yalina eky'okuddamu eri Ebibuuzo byatategera.)
3. Mu engeri ki Yesu gyeyaluŋayamu embozi eyebyamagero n'obubonero kubwakabaka bwa Katonda? (Yokaana 3:3. Yesu yaluŋaamya Nikoodemo okuyita amagero n'obubonero atandike okulaba obwakabaka bwa Katonda.)
4. Lwa ki Nikoodemo yayanukula n'ekibuuzo ekyokuzalibwa omulundi ogw'okubiri? (Yokaana 3:4. Yali atunulira ebintu mu enddaba ey'obuntu okusinga mu ya Katonda. Mu kifo kyo kutunulira obwakabaka obw'omuggulu, Nikoodemo yali alowooza ku kuzalibwa omulundi ogw'okubiri engeri gye kiyinzika.)
5. Yesu yaluŋaamya Nikoodemo eri obwakabaka bwa Katonda? (Yokaana 3:5-6. Mu kifo ky'Okwoogera ku kuzalibwa omulundi ogw'okubiri, yayogera kukuyingira obwakabaka bwa Katonda. Yesu yamanya nti ensonga yenyini ya kwagala kwa Nikoodemo okuyingira obulamu obutagwaawo eri ssi bintu bya kunsi eno.)
6. Ki ki ekirimu kibuuzo kya Nikoodemo nti, "Kisoboka kitya?" (Yokaana 3:9. Okuva mu Bafalisaayo, Nikoodemo ayagala okutegera kyalina okukola okufuna obwakabaka bwa Katonda. Yesu amusongera ku mulimu gwa Katonda okusinga ogw'omuntu.)
7. Lwa ki Yesu yayogera ku Musa bweyawanika omusota nga kwataganya ku engeri Omwana N'omuntu gyalina okuwanikibwa era n'engeri yo kufuna obulamu obutagwaawo? (Yokaana 3:14-16. Musa mu Mateeka yeyayogerwa nga ko enyo Abafalisaayo era bategeera nti abantu bwebatunulira omuti bawonanga. Ekyo kye kimu ne Yesu. Kyali nga lwa kukiriza nti balokolebwa, ssi lwa bikolwa. Laba Okubala 21:4-9)
8. Lwa ki Katonda yatuma Omwana we Yekka? (Yokaana 3:16-17. Katonda yatuma Omwana we gweyayagala kubanga yayagala ensi era yayagala abalokole, sso si kubasalira musango.)
9. Abantu abamu basingisidwa batya, wadde nga Katonda abagala? (Yokaana 3:18-19. Tebakiririza mu linya lya Omwana wa Katonda yekka.)
10. Ki ki abantu bano kyebasalawo okwagala mu kifo ky'Omwana wa Katonda yekka? (Yokaana 3:19. Basalawo okwagala ekizikiza.)

11. Lwa ki omusajja abeerawo olw'amazima ajja mu kitangala? (Yokaana 3:21. Ajja mu kitangala abantu balabe kyakoze, kyakoze okuyita mu maanyi ga Katonda sso si maanyi ge.)

Ebibuuzo ebyo kwogeraganya:

1. Tuyinza tutya okulaba obwakabaka bwa Katonda? (Yokaana 3:3-6) [Tulina okuzalibwa omulundi ogw'okubiri olw'Omwoyo gwa Katonda]
2. Okuzalibwa kw'omwoyo okw'okubiri kufanana kutya? (Yokaana 3:5-6) [Okukyuka kw'obulamu; okuzaalibwa kw'Omwoyo wa Katonda mu ffe; nga tuleeka ebyedda era nga tutwala obutonde bwa Katonda ebupya mu ffe.]
3. Abantu banukula batya bwebawuulira enjili ey'okuzalibwa nate n'okuzibwa obujja olw'Omwoyo wa Katonda? (Yokaana 3:4) [Oluusi abantu banukula n'okubuusabuusa, n'obutakakasa, oba obutakiriza. Mu mubiri gwaffe, tekisoboka kutegera Enjiri. Lwa kisa kya Katonda kyoka n'okuyambibwako Omwoyo gwe nti tusobola okuteegera n'okukiriza.]
4. Ddi lwe tuyinza okwanukula okuyita kwa Yesu okw'okuzalibwa nate? (Yokaana 3:6) [Bwetulaba obwetaavu bwaffe obw'obulokozi, kulw'ekibi kyaffe. Bwetunyigirizibwa nga era tumenyedwa eteeka tujja ewa Yesu mu kukiriza ekirabo kye eky'obwelere.]
5. Twanukula tutya bwetutegera nti engeri yokka eyo kufuna obulamu obutagwaawo ku kukiriza linya lya Mwana wa Katonda? (Yokaana 3:14-16) [Tusobola okugabana amawulire ganamalungi n'abantu abatwetolode, olw'ono tutandike okutambulira mu kitangala mu kifo kye kizikiza.]
6. Bwe tutegera nti Katonda yasaalawo okutuma Omwana we Yekka kulwaffe, ki kye tuyiga ku mugaaso gwaffe gyaali? (Yokaana 3:16) [Katonda yalaga nti atwagala nyo, nga bweyawaayo kyonna ekisinga omugaaso mu bye twetaaga.]
7. Ki ki Katonda kye yetagisa omuntu? (Yokaana 3:17) [Katonda tayagala kusalira ensi musango, naye okubalokola.]
8. Okwagala kwa Katonda ery'omuntu ku kwata kutya kukwanukula abantu abatambulira mu kizikiza? (Yokaana 3:17-21) [Tusobola okubaleta mu kitangala kya Mazima ga Katonda, kubanga tumanyi nti Katonda abagala nyo.]
9. Endowooza yaffe eberetya bwetufuna etendo kulw'ekyo kyetukoze? (Yokaana 3:21) [Twetaaga okutegera nti tekikoledwa mu manyi gaffe, naye kikoledwa okuyita mu manyi ga Katonda mu ffe, kale no ekitiibwa kyonna kigende eri Ye.]

50. Obulokozi
Ebikolwa 16:23-34

Ebikolwa 16
23 Bwe baabakuba emiggo emingi ne babasindikira mu kkomera, ne balagira
omukuumi okubakuuma ennyo: 24 oyo bwe yalagirwa bw'atyo n'abasindiikiriza
mu kkomera ery'omunda, n'akomerera ebigere byabwe mu nvuba.

25 Naye ekiro mu ttumbi Pawulo ne Siira ne basaba ne bayimbira Katonda,
abasibe ne babawulira; 26 amangu ago ne wabaawo ekikankano kinene
n'emisingi gy'ekkomera ne gikankana: amangu ago enzigi zonna ne zigguka;
n'ebyali bibasibye bonna ne bisumulukuka. 27 Omukuumi w'ekkomera
n'azuukuka, bwe yalaba enzigi z'ekkomera nga zigguse n'asowola ekitala kye
n'agenda okwetta, kubanga ng'alowooza nti abasibe babombye. 28 Naye Pawulo
n'ayogerera waggulu n'eddoboozi ddene ng'agamba nti Teweekola kabi: kubanga
fenna tuli wano.

29 N'asaba ettabaaza n'addukana n'ayingira, n'avuunamira Pawulo ne Siira,
ng'akankana, 30 n'abafulumya ebweru n'agamba nti Bassebo, kiŋŋwanidde
kukola ntya okulokolebwa?

31 Ne bagamba nti Kkiriza Mukama waffe Yesu, onoolokoka ggwe n'ennyumba
yo. 32 Ne bamubuulira ekigambo kya Mukama waffe ne bonna abaali mu
nnyumba ye. 33 Nabatwala mu kiseera ekyo ekiro n'abanaaza emiggo;
n'abatizibwa ye n'ennyumba ye yonna amangu ago. 34 N'abalintayisa mu
nnyumba ye, n'abaleetera emmeeza, n'asanyuka nnyo n'ennyumba ye yonna
ng'akkirizza Katonda.

Ebibuuzo Ebyo Kusoma: Obulokozi

Ebikolwa 16:23-34

Okwanjula:
Ku legendo lwabwe olwo buwereza, Pawulo ne Siira batuuka mu bibuga bingi nga babuulira Amawuulira amalungi aga Yesu Kristo olw'obulokozi eri abo bonna abanamukiriza. Wadenga bangi bakiriza, abalala banyiga bunyizi n'etababulwa kuba obubaka bwa Kristo bwali bwa Bayudaaya n'Abawanga. Lumu, nga bali mu Firippi, Pawulo yalagira omuzimu okuva ku muwala. Pawulo ne Siira n'ebakubibwa nyo olw'ekyo n'ebasuulibwa mu kkomeya. N'ewankubadde, Pawulo ne Siira basuulibwa mu kkomeya nayo bafunirayo omwaganya okubuulira n'okumanyisa obubaka bwa Yesu Kristo.

Ebigenderewa:

Okumanya
- Okumanya nti waliwo ekubbo limu mwe tulina okulokokera, kwekukiririza mu Mwana wa Katonda: Yesu Kristo.
- Okutegeera nti obulokozi bwa buli omu, omukkulu n'omuto.

Endowooza
- Okufuna emirembe n'esanyu mu Yesu Kristo nga tufudde embeera.
- N'okwewonya engeri Katonda gyakozesamu embeera.

Ebikolwa
- Okuyita mu kwenenya n'okukiriza olilokolebwa.
- Okulaba emikisa gy'okugabana Yesu n'abantu abalala betusisinkana.
- Okuleeta amaka gaffe eri Mukama.

Enyiriri ezo kujjukira:
2 Timoseewo 1:8-9 "Kale, tokwatirwanga nsonyi kutegeeza kwa Mukama waffe, newakubadde nze omusibe we: naye obonyaabonyezebwanga wamu n'enjiri ng'amaanyi ga Katonda bwe gali; eyatulokola n'atuyita okuyita okutukuvu, si ng'ebikolwa byaffe bwe biri, wabula okumalirira kwe ye n'ekisa bwe biri, kye twaweerwa mu Kristo Yesu emirembe n'emirembe nga teginnabaawo."

Ebyawandiikibwa ebyetaagisa okusoma:
Ebikolwa 4:12; Abaruumi 10:8-13; Abaefeso 2:1-10; 2 Timoseewo 1:8-9

Ebibuuzo ebikwatagana no lugeero:

1. Lwa ki Pawulo ne Siira bakubibwa n'ebasuuliwa mu kkomera? (Ebikolwa 16:23. Bali babuulira abantu engeri gye bayinza okulokoka era n'ebagoba omuzimu ogwaali ku muwala ogwabuulira nga ebigenda okujja.)

2. Ki kye tuyiga mu bukambwe bwebayisaamu Pawulo ne Siira? (Ebikolwa 16:23-24. Tebakola kintu kyonna ekibi ekyaali kyetagisa okubakambuwuulira wadde ekyaali kitisa omuntu yenna n'okutuuka okubawa obukuumi.)
3. Pawulo ne Siira balowooza batya kwebyo ebyabakolebwa? (Ebikolwa 16:25. Baddamu n'ekisa wadde nga bo babakambuwalira. Besiga Katonda, n'ebasaaba nga bayimbira Katonda enyimba nga tebafuddeyo ku ngeri gyebabayisaamu. Kino kiraaga obwesiga n'okukiriza bwebalina mu Katonda n'obukuulu bw'obubaka.)
4. Kikuulu ki ekiri mu kiseera Pawulo ne Siira kyebamala mu kkomera? (Ebikolwa 15:25-26. Nga bamaze okukubibwa nyo bayimba n'ebasaaba eri Katonda n'abasibe abalala n'ebabawuulira. Waaliwo ekikankano, ekinene nyo enzijji n'eziggulwa n'enjjegere zonna ezabasibe n'ezisumulukuka naye nebasigala nga bakyaali mu kkomero!)
5. Lwa ki omukuumi wa kkomera yali ayagala okweta bweyasisimuka olw'ekikankano? (Ebikolwa 16:27. Yalowooza nti abasibe bonna batolose nga yali avunanyizibwa kulwabwe.)
6. Lwa ki Pawulo yamugamba nti, "Teweekola kabi: kubanga fenna tuli wano!"? (Ebikolwa 16:28. Yasasiira omukuumi wa kkomera, wadde nga yabayisa bubi.)
7. Lwa ki omukuumi wa kkomera yajja eri Pawulo ne Siira ngakankana nababuuza nti ayinza kukola atya okulokoka? (Ebikolwa 16:29-30. Yasisinkana maaso ku maaso namanyi agaali gasinga emiggo, n'enjjegere ze kkomera lyenyini. Yakizuula nti ye na maka ge gonna gaali getaaga ekyo Pawulo ne Siira kye baalina.)
8. Enjogera eno nti "Kkiriza Mukama waffe Yesu, onoolokoka ggwe" etegeeza ki? (Ebikolwa 16:31. #1. Ki tegeeza okulokoka okuva mu busungu bwa Katonda (Laba Abarumi 5:9); #2. Okuva mu kufa (Laba Abarumi 5:20-21); #3. No kuva mu buddu bwe kibi (Laba Abarumi 6:14, 17-18).
9. Pawulo ne Siira bakolera ki omukuumi wekomera era ye omukuumi wekomera yabakolera ki? (Ebikolwa 16:32-33. Pawulo ne Siira bayogera Ekigambo kya Katonda gyaali nebabatiza nenyumba ye yonna. Omukuumi w'ekkomera nanaaza ebiwundu byabwe, nabayingiza mu nyumba ye nabawa eky'okulya.)
10. Ki ki ekyasanyusa eno omukuumi we kkomera? (Ebikolwa 16:34. Yajjula ensanyu eno kubanga yali akkiriza Katonda---ne nyumba ye yonna.)

Ebibuuzo ebyo kwogeraganya:

1. Lwa ki okugobera Kristo mu bulamu bwaffe bwona kibera kizibu bulijjo ngera oluusi kiruma? (Ebikolwa 16:23-24) [Bwetugoberera Kristo,

ebisera ebimu tusekererwa, tuyigganyizibwa, tulumwa n'etuboonaboona.]

2. Bulijjo tukukola tutya nga tusisinkanyi obulumi, okuboonaboona n'obuzibu? (Ebikolwa 16:25) [Oluusi tuddamu n'busungu, n'obukambwe n'okusasula obubi, oba tusobola okulaaga okukiriza mu Katonda ki ki kye kuli eri ensi etutunulidde. Tusobola okukyukira Katonda mu kusaaba olw'okuba tumanyi nti afuga mu byonna ne tusobola okumutendereza n'okumuwa ekitiibwa mu buli embeera.]
3. Tuyinza kujjulira tutya Yesu Kristo okufananako nga Pawulo ne Siira wonna wetuli? (Ebikolwa 16:25) [Mu embeera zonna, tusobola okulaga abantu abatwetoolode Yesu okuyita mu bigambo n'ebikolwa byaffe. Bino byombi kitundu kubujjulizi bwaffe.]
4. Obulamu bw'abantu abatogobera Yesu nga Mukama era Omulokozi wabwe bufanana butya? (Ebikolwa 16:27) [Balina okutya. Obulamu bubakalubirira era balaba nga kirungu okufa okusinga okuba omulamu.]
5. Ki ki kye tuyinza okuwa abantu abawedemu, esuubi, nga batabudwa mu ndowooza zabwe? (Ebikolwa 16:28) [Tusobola okubatukirira mu kwagala, n'etubalabula ku kabi kebalimu netugabana nabo kusuubi erisukkuluma ku kugezesebwa. Abarumi 3:20-24]
6. Bukulu ki obuli mu kweteekateeka okugabana obubaka obwo bulokozi eri abantu abaabula mu mwoyo? (Ebikolwa 16:29-30) [Ebiseera ebimu, abantu bano bajja eri Omukristayo mu kutya n'okukankana nga babuuza bayinza kulokoka batya. Tuteekedwa okubera abetegefu okubayamba okukabirira Katonda abalokole.]
7. Omukristayo ateekedwa kulagirira wa atanakiriza gyayinza okugenda alokolebwe? (Ebikolwa 16:31) [Tutekedwa okubalagirira bakkirize mu Mukama waffe Yesu Kriso n'okuyita erinya lye olwo bulokozi. Abarumi 10:8-13; Abaefeso 2:1-10]
8. Ki ki ekirala ekyetagisa okuleetera obulokozi eri atali mu kkiriza, nga bwekinyonyolwa mu lugero luno? (Ebikolwa 16:32-33) [Okwoogera Ekigambo kya Katonda kwabawa obulamu obugya. Okubatizibwa kwabwe mu kukkiriza okupya kwali kwambagira. Tito 3:3-7]
9. Ki ki kye tuyiga mu lugero luno ku ani alina okulokoka? (Ebikolwa 16:34) [Tuyiga nti obulokozi bwa bonna abakiriza. Busobola okuba obw'abato oba abakulu, ssekinomu oba famile. Bwa bantu bonna. 1 Timoseewo 2:3-4; Makko 16:15-16]
10. Obulokozi obwokukiriza mu Yesu Kristo buleetera ki omuntu abufunye? (Ebikolwa 16:34) [Obulokozi mu Yesu Kristo buleeta asanyu lingi nyo eri omuntu akyusidwa mu bulamu bwe.]

51. Okubatiza

Ebikolwa 2:22-41

Ebikolwa 2 22 Abasajja Abaisiraeri, muwulire bigambo bino. Yesu
Omunazaaleesi, omuntu eyabalagibwa Katonda mu bigambo eby'amaanyi
n'eby'anagero n'obubonero, Katonda bye yamukozanga wakati mu mmwe, nga
mmwe bwe mumanyi; 23 oyo bwe yaweebwayo nga Katonda bwe yasooka
okuteesa n'okumanya, mwanutwala ne mumukomerera n'emiuno gy'abantu ababi,
ne mumutta. 24 Naye oyo Katonda yamuzuukiza, we yasumulula okulumwa
kw'okufa: kubanga tekwayinza kumunyweza. 25 Kubanga Dawudi mwogerako
nti

Nnalaba Mukama ennaku zonna mu maaso gange,
Kubanga ali ku mukono gwange ogwa ddyo,
nneme okusagaasagana.
26 Omutima gwange kyegwava gwesiima,
olulimi lwange ne lusanyuka;
Era n'omubiri gwange gunaabeeranga mu ssuubi:
27 Kubanga tolindeka bulamu bwange mu,
Magombe, So toliwaayo Mutukuvu wo kuvunda.
28 Wanjigiriza amakubo g'obulamu;
Olinjijuza essanyu n'amaaso go.

29 Abasajja ab'oluganda, nnyinza kwogerera n'obuvumu mu maaso gammwe
ebya jjajjaffe omukulu Dawudi nti yafa n'aziikibwa, n'amalaalo ge gali waffe ne
kaakano. 30 Kale, bwe yali nnabi, bwe yamanya nga Katonda yamulayirira
ekirayiro, nti mu bazzukulu b'omu ntumbwe ze alituuzaako omuntu ku ntebe ye;
31 bwe yalaba lubereberye, n'ayogera ku kuzuukira kwa Kristo nga teyalekebwa
mu Magombe so nga n'omubiri gwe tegwavunda. 32 Yesu oyo Katonda
yamuzuukiza, fenna ffe bajulirwa. 33 Awo bwe yalinnyisibwa ku mukono ogwa
ddyo ogwa Katonda, n'aweebwa okusuubiza kw'Omwoyo Omutukuvu eri
Kitaawe, afuse kino kye mulabye kaakano kye muwulidde. 34 Kubanga Dawudi
teyalinnya mu ggulu, naye yayogera yennyini nti Mukama yagamba Mukama
wange nti Tuula ku mukono gwange ogwa ddyo, 35 Okutuusa lwe nditeeka
abalabe bo okuba entebe y'ebigere byo.

36 Kale mazima bamanye ennyumba yonna eya Isiraeri nti Katonda
yamufuula Mukama era Kristo, Yesu oyo gwe mwakomerera. 37 Awo bwe
baawulira ebyo emitima gyabwe ne gibaluma, ne bagamba Peetero n'abatume
abalala nti Abasajja ab'oluganda, tunaakola tutya? 38 Peetero n'abagamba nti
Mwenenye, mubatizibwe buli muntu mu mmwe okuyingira mu linnya lya Yesu
Kristo okuggibwako ebibi byamalwe, munaaweebwa ekirabo gwe Mwoyo
Omutukuvu. 39 Kubanga okusuubizibwa kwammwe era kwa baana bammwe
n'abo bonna labali ewala, bonna abaliyitibwa Mukama Katonda waffe. 40 Era
n'abategeeza mu bigambo ebirala bingi n'ababuulirira ng'agamba nti

Mulokolebwe mu mirembe gino egyakyama. 41 Awo abakkiriza ekigambo kye ne babatizibwa: ne bongerwako ku hlnaku luli abantu ng'enkumi ssatu.

Ebibuuzo Ebyo Kusoma: Okubatiza
Ebikolwa 2:22-41

Okwanjula:
Yesu ngamazze kuzuukira mu bafu era nga amaze ennaku 40 n'abayigirizwa be, yatwalibwa muggulu n'ekisubizo ng'agenda okubawereza Omwoyo Omutukuvu. Nga bamaze ebbanga mu Yerusalemi balindirira, Omwoyo Omutukuvu n'abakkako nga enimii z'omuliro n'ebogera n'obuvumu Amawulira Amalungi aga Yesu. Omwoyo Omutukuvu yakulembera nga abayigirizwa mungeri empya, ssi kubera bubeezi nabo naye ngaali mu bo. Mu kiseera kino, abantu bangi abakuŋaana nga okuva mu mawanga age njawulo. Peteero yayimirira mu maaso ge kibiina nabanyonyola ki ki Yesu yaani, n'engeri gye bayinza okulokoka mu.

Ebigenderewa:

Okumanya
- Okuteegera ekisuubizo n'obugabirizi obw'okubatizibwa.
- Okumanya nti twasembezebwa mu bulamu obugya mu kubatizibwa.

Endowooza
- Okwaniriza n'esanyu Omwoyo Omutukuvu mu bulamu bwaffe.
- Okulumirizibwa olw'ebibi byaffe.

Ebikolwa
- Okubuulira Amawulira amalungi aga Yesu Kristo eri abantu abatwetoolodde, okubayigiriza n'okubabatiza.
- Okugondera Yesu Kristo n'omutima gwaffe gonna n'okuberawo nga amanyi g'Omwoyo Omutukuvu gakolera muffe.

Enyiriri ezo kujjukira:
Abagalatiya 3:26-27 "Kubanga mmwe mwenna muli baana ba Katonda olw'okukkiriza, mu Kristo Yesu. Kubanga mwenna abaabatizibwa okuyingira mu Kristo, mwayambala Kristo."
1 Peteero 3:21 "Era kaakano ge gaabalokola mmwe mu kifaananyi eky'amazima, kwe kubatizibwa, si kuggyawo mpitambi za mubiri, wabula okuddamu okw'omwoyo omulungi eri Katonda, olw'okuzuukira kwa Yesu Kristo,

Ebyawandiikibwa ebyetaagisa okusoma:
Ezeekyeri 36:24-26 (Laba kyebategeeza kukumansira); Matayo 18:1-4; Makko 16:16; Abarumi 6:3-4; Abagalatiya 3:26-27; Abakkolosaayi 2:11-12; Tito 3:4-7; 1 Peteero 3:21

Ebibuuzo ebikwatagana no lugeero:
1. Peteero yali ayogera ki ku Yesu? (Ebikolwa 2:22-24. Peteero yali alaga nti batta Yesu era basingibwa mu musango olw'okufa kwe kubanga

bebamukomerera ku musalaba. Naye era, Katonda yamuzuukiza okuva mu bafu, kubanga kyaali kizibu okufa okukumira Yesu mu entaana.)

2. Lwaki kyetagisa abantu bano okumanya enkwatagana yabwe n'okufa kwa Yesu? (Ebikolwa 2:23. Kyaali kikuulu nyo bo okumanya ebibi byabwe n'omusango basobole okumanya omugaso n'obwetaavu obw'okufuna obulamu obugya.)
3. Lwa ki Peteero yabajuliza Kabaka Dawudi mu Zaabuli 16? (Ebikolwa 2:25-28. Dawudi yalagula ku Mukama we n'asuubiza obulamu obusinga ku magombe. Wadde Dawudi yafa n'alekebwa mu magombe, Omutukuuvu eyasuubizibwa alizuukizibwa eri obulamu. Ajakuba kubo lya bulamu era talirekebwa magombe.)
4. Peetero ayinza atya Okwoogera n'obuvumu bwatyo kukuzuukira kwa Kristo, nti teyalekebwa mu magombe era omubiri gwe tegwalaba kuvunda nti Katonda yazuukiza Yesu mu bulamu? (Ebikolwa 2:31-32. Okukomererwa n'okuzuukira byatwala ennaku 50 era abantu bano bali bajulirwa bebyo byonna.)
5. Kikulu ki ekiri mu kugamba nti abantu bano Abayisiraeri bakomerera Yesu, naye Katonda namufuula Mukama era Kristo? (Ebikolwa 2:36. Kyalaga ekibi ky'abantu nga baali betaaga ekisonyiwo.)
6. Kiki ekyaliwo nga Peteero awayo obubaka bwe? (Ebikolwa 2:37. Abantu balumirizibwa ebibi byabwe ne bagala okweyongera okumanya ebisangawo.)
7. Bukakafu ki obulaga omulimu gw'Omwoyo Omutukuvu mu bulamu bwabwe? (Ebikolwa 2:37. Emitima gyabwe gyabaluma n'ebabuuza ki ki ekyokukola.)
8. Lwaki Peteero yabagamba okwenenya n'okubatizibwa? (Ebikolwa 2:38. Basobole okusonyiyibwa ebibi byabwe era bafune ekirabo eky'Omwoyo Omutukuvu. Laba Ebikolwa 22:16)
9. Abantu bano Peteero yabagamba nti balina kubatizibwa batya? (Ebikolwa 2:38. Nga babatizibwa mulinya lya Yesu Kristo. Laba Matayo 28:19-20; Makko 16:16)
10. Bantu ki Peteero beyagamba nti beba nnanyini kisuubizo kino? (Ebikolwa 2:39. Yabagamba nti kyaali kya buli omu, ng'ogaseeko abaana abato nabo abali ewala eno, kubanga kyaali kisuubizo kya buli muntu Katonda gwayita. Laba Ebikolwa 16:33; Matayo 18:1-6; 19:13-15; Abakkolosaayi 2:11-12 okufananako nga okukomola)
11. Kiki ekyava mu bubaka bwa Peteero? (Ebikolwa 2:40-41. Abantu enkumi ssatu bakkiriza ekigambo kye. Ne babatizibwa, nebegatta omuwendo gwabo abalokoka.)

Ebibuuzo ebyo kwogeraganya:

1. Ani yatta Yesu? Kyaali kibiina Peteero kye yasoomoza, baali bali abamukomerera ku musalaba, oba ffe tuvunanyizibwa kubanga yafirira ebibi byaffe?
2. Lwaki kirungi okulaba ebibi byaffe? (Ebikolwa 2:22-24) [Buli muntu ateekedwa okulaba ebibi nga tanaba kunoonya bwetaavu bwa Mulokozi.]
3. Okuzuukira kwa Yesu kutukolera njawulo ki? (Ebikolwa 2:24, 31-32) [Okuzuukira kwa Yesu kwe kutuukiriza obunabbi, era bwebukakafu obw'amaanyi ga Katonda n'esuubi eryo mu maaso. Mu bulamu... tufa, naye mu kubatizibwa... tulinyisibwa mu bulamu obugya mu Kristo.]
4. Tuba tutya abakakafu nti obubaka bwetubuulira butuufu? (Ebikolwa 2:32) [Waali wo abajulirwa bangi mu biseera ya Baibuli nti Yesu Kristo yazuukizibwa mu buwaffu, era kati mulamu.]
5. Tumanyi nga Katonda yasobola okuzuukiza Yesu okuva mu bafu namufuula Mukama era Kristo. Kino kitubuulira ki ku manyi ge agatulokola? (Ebikolwa 2:32, 36) [Katonda asobola okutufuula ebitonde ebijja mu Kristo. Atuyita babe era natuwa obulamu obutaggwaawo.]
6. Tuyinza kulagirira tutya abantu abali wansi wo kulumirizibwa olw'ebibi bwabwe? (Ebikolwa 2:38) [Tutekedwa okubagamba benenye ebibi byabwe, bagattibwe ne Kristo babatizibwe.]
7. Ani gwetuyinza okugaana okwenenya n'okugattiwa ne Kristo? (Ebikolwa 2:38) [Tewali n'omu, ekirabo kya buli omu, omukulu n'omuto ne bonna Katonda baliyita.]
8. Kiki ekituuka ku bantu bwetubabatiza mulinya lya Yesu Kristo? (Ebikolwa 2:38) [Bagittibwa ne Yesu mu kufa kwe, n'ebazuukira wamu naye mu bulamu. Bafuna ekisonyiwo ky'ebibi ne kirabo eky'Omwoyo Omutukuvu. Laba 1 Peteero 3:21; Abagalatiya 3:26-27; Abarumi 6:3-4]
9. Abantu tubabatiza tutya? [Baibuli ekozesa engeri nyingi ne muzzo ge amazzi. Bwe bali batambula nebatuuka awali amazzi, Ebikolwa 8:36-38; amazzi amangi, Yokaana 3:23; Okumansira n'amazzi, Ezeekyeri 36:25, n'amaazi agobuliwo, Ebikolwa 16:33.]
10. Omulembe gwaffe gwonoonese gutya era tuyinza kugulokokera mu tutya? (Ebikolwa 2:39) [Omulembe gwaffe, okufananako no gwa Peteero, gukoze kye kimu ku Yesu ngo olwasooka. Tuteekwa kwenenya n'okubatizibwa mulinya lya Yesu Kristo olw'okusonyiyibwa.]

52. Ekiro kya Mukama Waffe
1 Abakolinso 11:20-30

1 Abakkolinso 11
20 Kale bwe mukuŋŋaanira awamu, tekiyinzika kulya mmere ya Mukama waffe:
21 kubanga mu kulya kwammwe buli muntu asooka munne okutoola emmere ye
yekka; n'omulala alumwa enjala, n'omulala atamiira. 22 Kiki ekyo? temulina
nnyumba za kuliirangamu n'okunywerangamu? oba munyooma ekkanisa ya
Katonda, ne muswaza abatalina nnyumba? Nnaabagamba ntya? nnaabatendereza
olw'ekyo? Ssibatendereza.

23 Kubanga nze nnaweebwa eri Mukama waffe era ekyo kye nnabawa mmwe,
nga Mukama waffe Yesu mu kiro kiri kye yaliirwamu olukwe yatoola omugaati;
24 ne yeebaza, n'agumenyamu, n'ayogera nti Guno gwe mubiri gwange oguli ku
lwammwe: mukolenga bwe mutyo olw'okunjijukiranga nze.25 Era n'ekikompe
bw'atyo bwe baamala okulya, ng'ayogera nti Ekikompe kino ye ndagaano empya
mu musaayi gwange: mukolenga bwe mutyo buli lwe munaanywangako,
olw'okunjijukiranga nze.26 Kubanga buli lwe munaalyanga ku mugaati guno ne
lwe munaanywanga ku kikompe, munaayolesanga okufa kwa Mukama waffe
okutuusa lw'alijja.

27 Kyanaavanga azza omusango ogw'omubiri n'omusaayi gwa Mukama waffe
buli anaalyanga ku mugaati aba anaanywanga ku kikompe kya Mukama waffe
nga tasaanidde. 28 Naye omuntu yeekeberenga yekka alyoke alyenga ku mugaati
bw'atyo, era anywenga ne ku kikompe. 29 Kubanga alya era anywa, alya era
anywa musango gwe ye, bw'atayawula mubiri. 30 Mu mmwe kyemuvudde
mubeeramu abangi abanafu n'abalwadde, era bangiko abeebaka:

Ebibuuzo Ebyo Kusoma: Ekiro kya Mukama Waffe

1 Abakolinso 11:20-30

Okwanjula:

Ekiro Yesu yalibwaamu olukwe, Mukama waffe Yesu yateekawo enkola eye Kiro kya Mukama waffe, Okusembero Okutukufu, ne kyeggulo kino kifananako embaga Ey'okuyitako mu Misiri omusayi gwendiga lwegwasiigiwa ku mifubeeto gyenzijji okulokola ebibereberye okuva ku malayika eyali atta. Abakiriza bwe bassembera, Yesu yenyini aberawo era okuyita mu kulya omubiri n'omusayi gwe balokolebwa okuva mu kufa okw'ekibi. Yesu yagamba abayigirizwa be okukikolanga kino olw'okumujjukiranga. Ekiragiro kino tekyaali kya bayigiriza booka, nolw'okutukuza kw'omwoyo eri abakiriza aba leero. Ekiragiro kino kya njawulo ku kiragiro ky'okubatiza era tulagirwa okusooka okwekebera nga tetunaba kusembera. Kisobole okutuleetera okuzuula ekibi mu bulamu bwaffe era tunywere ddala ku muwendo ogwasasulwa olw'okusonyibwa kwaffe, newankubadde nga tetusanira. Omusayi Yesu gweyayiwa gwe gutufuula abakkirizibwa eri Katonda.

Ebigenderewa:

<u>Okumanya</u>

- Okutegera ekiragiro ky'Ekiro kya Mukama waffe n'ekye kikola mu bulamu bwa bakkiriza.
- Okujjukira mu ngeri yemu eyekyeggulo kya Mukama Waffe ne saddaaka eyaweebwayo ku lunaku lwo Kuyitako mu Misiri okulokola ebibereberye.

<u>Endowooza</u>

- Okukiriza nti Yesu Kristo yenyini aberawamu naffe, nga tulya ku mugati era n'okunwa nvinyo (wine).
- Okutuzzaamu amaanyi, okutuzza obugya n'okutukoomyawo nga tukujjukira omuwendo gweyasasula olw'ebibi lweyafa ku musalaba.

<u>Ebikolwa</u>

- Okujjaguza Ekiro kya Mukama waffe nabakkiriza abalala olw'okujjukira Kristo kye yatukolera.

Enyiriri ezo kujjukira:

1 Abakolinso 11:23-25 "Kubanga nze nnaweebwa eri Mukama waffe era ekyo kye nnabawa mmwe, nga Mukama waffe Yesu mu kiro kiri kye yaliirwamu olukwe yatoola omugaati; ne yeebaza, n'agumenyamu, n'ayogera nti 'Guno gwe mubiri gwange oguli ku lwammwe: mukolenga bwe mutyo olw'okunjijukiranga nze. Era Ekikompe kino ye ndagaano empya mu musaayi gwange: mukolenga bwe mutyo buli lwe munaanywangako, olw'o kunjijukiranga nze.'"

1 Abakolinso 10:16 "Ekikompe eky'omukisa, kye tusabira omukisa, si kwe kusseekimu omusaayi gwa Kristo? Omugaati gwe tumenyaamenya si kwe kusseekimu omubiri gwa Kristo?"

Ebyawandiikibwa ebyetaagisa okusoma:
Matayo 26:26-29; Makko 14:12-26; Lukka 22:19-23; Yokaana 6:53-58; 1 Abakolinso 10:14-17

Ebibuuzo ebikwatagana no lugeero:

1. Kiki ekyakwata ku Pawulo enyo Abakiriza mu Kolinso bwebalya Ekiro kya Mukama waffe? (1 Abakolinso 11:21. Baali tebasamu kitiibwa Ekiro kino nga Mukama bweyalagira. Baali balyabuli nga emere enddala yonna nga tebalowooza kubalala.)
2. Di Mukama Yesu lweyasaawo Ekiro kino? (Abakolinso 11:23. Ekiro ekyo kyeyalibwamu olukwe, ye yali embaga ye ey'okuyitako ekiro ekyo nga tanaba kukomererwa.)
3. Bi ki Yesu byeyakozesa ku kiro kya Mukama Waffe? (1 Abakolinso 11:23, 25. Omugaati ne Envinyo [N'ekikopo].)
4. Lwa ki Yesu yagamba "Nti guno gwe mubiri gwange" bweyamenya omugaati? (1 Abakolinso 11:24. Omugaati tegwali omugaati bugaati, naye gwegwaali omubiri gwe olw'Ekigambo.)
5. Lwa ki Yesu yagamba nti, "Ekikompe kino ye ndagaano empya mu musaayi gwange" bweyanwa kw'ekikompe? (1 Abakolinso 11:25. Endagaano Enkadde ey'omusayi gwebisolo byali etuukirizibwa mu kutuukirira kwa saddaaka ya Yesu omulundi gumu. Laba Abaebulaniya 9:18-28)
6. Ki kye yali ategeeza bweyagamba nti, "Mukolenga bwe mutyo olw'okunjijukiranga nze" (1 Abakolinso 11:24-25. Tulagirwa okujjukira saddaaka eyakolebwa n'omuwendo ogwasasula olw'ebibi byaffe.)
7. Bani Kristo beyagamba nti bebalina okufuna omubiri gwe n'omusayi gwe? (1 Abakolinso 11:24-25. "Ye ggwe", kyasokera kubayigirizwa abali naye, nekituuka n'ekubakiriza bona abanamukiriza. Matayo 26:27-28.)
8. Okutuusa Kristo lwalidda, abakiriza balangirira ki bwebaba nga balya ku mugaati era nga banywa ku kikompe? (1 Abakolinso 11:26. Bajjukira Yesu kye yakola n'okusonyiyibwa okwaffe.)
9. Bubi ki obuli mu bakiriza okusembera ku Meeza ya Mukama waffe? (1 Abakolinso 11:27. Kibi nyo okusembera ku Meeza ya Mukama waffe nga tosanide. Basobola okwonoona olwobu tawa ekitiibwa omubiri n'omusayi lwa Mukama. Basobola okulya n'okunywa omusango ku bulamu bwabwe. Abakolinso 10:21)

10. Ki tegeeza ki obutassaamu ekitiibwa omubiri gwa Kristo? (1 Abakolinso 11:29. Kwe kumala galya omugaati n'okunywa ekikompe mu engeri ya bulijjo, nga tetufuddeyo ku nkwatagana yaffe Naye. 1 Abakolinso 10:15-16)
11. Omuntu ateekedwa kukola atya nga tanalya ku mugaati n'okunywa ku kikompe? (1 Abakolinso 11:28. Atekedwa okwekebera n'obusaba okusonyibwa ebibi bye. Zaabuli 139:23-24)
12. Embaga yo Kuyitako yefananyiriza etya n'Ekiro kya Mukama waffe? (1 Abakolinso 11:26-29. Mu Kuyitako saddaaka yeyalokola ebibereberye okuva ku malayika ow'okufa, era n'Emukiro kya Mukama waffe, saddaaka ya Yesu yetulokola mu kibi ky'okufa. Laba 1 Peteero 2:24)

Ebibuuzo ebyo kwogeraganya:

1. Tussaamu tutya ekitiibwa bwe tusembera ku Mezza ya Mukama waffe? (1 Abakolinso 11:21 [Tusobola okusembera ku Meeza ya Mukama waffe n'okusamu ekitiibwa okutukuvu olw'ekirabo ekyatuweebwa, n'esaddaaka eyakolebwa n'omuwendo ogwasasulwa olw'ebibi byaffe.]
2. Lwa ki Yesu yalondawo ekisera ekyo kye yakoleramu ekiro kye ate mu kiro kye kimu kye baamuliiramu olukwe? (1 Abakolinso 11:23) [Okukisomesako mu kiro kye kimu kye bamuliiramu olukwe, Yesu yali alaga ekisa kyo kusonyiwa gye kikoma. Nga kisobola okutuuka n'ekwabo abali batamwagala.]
3. Mugaaso ki ffe abakiriza gwetufuna mumugaati n'envinyo (wine)? (1 Abakolinso 11:23-25) [Waliwo ebintu ebikwatikako ebitujjukiza nti Yesu yafirira obyonoono byaffe. Emeeza ya Mukama waffe okugatta abakiriza n'emere n'okunywa ki tegeeza okugattibwa kwaffe ne Kristo yenyini.]
4. Lwa ki ffe abagoberezi ba Kristo tukiriza nti omugaati n'envinyo byebikakasiza ddala omubiri n'omusayi gwa Yesu? (1 Abakolinso 11:23-25) [Ffe nga abagoberezi tukiriza kubanga Kristo yenyini yeyakyogera mu lwaatu: "Guno gwe mubiri gwange" era "Guno gwe musayi gwange". Ffe Kristo tumutwala nga Ekigambo kye bwekiri.]
5. Mirundi emeka gyetutekedwa okusembera ku Mezza ya Mukama waffe olw'okujjukira Yesu? (1 Abakolinso 11:23-25) [Ssi mulundi gumu gokka, naye tuteekedwa okukikola emirundi mingi kisobole okutuyamba okujjukira Yesu kyeyatukolera.]
6. Lwa ki abakiriza abakulu bateekeddwa okuyigiriza abakiriza abato ebikwata ku Kiro kya Mukama waffe kiki kye kiri? (1 Abakolinso 11:27) [Kya mugaaso nyo okuyigiriza abakiriza abato, kubanga okusembera ku Meeza ya Mukama waffe nga tosanide kibi era kireeta omusango.]

7. Ki tegeeza ki omuntu okwekebera yekka? (1 Abakolinso 11:28) [Omukiriza bweyekebera yekka nga tanasembera ku Meeza, ategera nga mwonoonyi nga yetaagira ddala okusonyibwa okuyita mubiri n'omusayi gwa Yesu olw'okuzibwa, obugya n'okukomyawo obumu bwe ne Kristo.]
8. Ani ateekedwa okwenyigira mu kusembera ku Meeza ya Mukama waffe? (1 Abakolinso 11:23-29) [Okusembera ku Meeza ya Mukama waffe kwa buli mukiriza eyekebedde obulungi. Ekikolwa kino kisanirabo abasobola okutegera ddala ebibi byabwe era abasobola okwekeberera ddala mu mazima.]
9. Kiki ekitekedwa okugabibwa mu kusembera ku Meeza ya Mukama waffe? (1 Abakolinso 11:23-25; Laba Matayo 26:26-29) [Nga Kristo bweyakiteekawo ng'akozesa omugaati n'ekikopo eky'ekibala ky'omuzabibu, nabakiriza bwebatyo bateekedwa okukozesa bye bimu.]
10. Abantu bakozesa ki ennaku zino?

Ebisuubizo by'okusonyiyibwa:

Isaaya 1:18	Isaaya 53:5	1 Yokaana 1:8-9
Zaabuli 103:11-12	Abaefeso 1:7	Zaabuli 32:1-2
Zaabuli 130:3-4	Abarumi 8:1	

53. Ebintu Ebitagwaawo n'Okudda kwa Mukama Waffe Yesu

Ebikolwa 1:3-12 & Matayo 24:27-44

Ebikolwa 1
3 Bwe yamala okubonyaabonyezebwa ne yeeraga mu bo nga mulamu, mu
bubonero bungi, ng'abalabikira ebbanga ly'ennaku amakumi ana, ng'ayogera
eby'obwakabaka bwa Katonda. 4 Awo bwe yakuŋŋaana nabo n'abalagira baleme
okuva mu Yerusaalemi, naye balindirire okusuubiza kwa Kitaawe kwe baawulira
gy'ali: 5 kubanga Yokaana yabatiza n'amazzi; naye mmwe mulibatizibwa
n'Omwoyo Omutukuvu mu nnaku si nnyingi.

6 Awo bwe baakuŋŋaana ne bamubuuza nga bagamba nti Mukama waffe, mu
biro bino mw'onookomezaawo obwakabaka eri Isiraeri?
7 N'abagamba nti Si kwammwe okumanya entuuko newakubadde ebiro, Kitaffe
bye yateeka mu buyinza bwe ye. 8 Naye muliweebwa amaanyi, Omwoyo
Omutukuvu bw'alimala okujja ku mmwe, natnmwe munaabanga bajulirwa bange
mu Yerusaalemi ne mu Buyudaaya bwonna ne mu Samaliya, n'okutuusa ku
nkomerero y'ensi.
9 Bwe yamala Okwoogera ebyo, nga batunuulira, n'asitulibwa, ekire ne
kimutoola okumuggya mu maaso gaabwe.
10 Bwe baali beekaliriza amaaso mu ggulu bw'agenda, laba, abantu babiri ne
bayimirira kumpi nabo nga bambadde engoye ezitukula; 11 abaayogera nti
Abantu b'e Ggaliraaya kiki ekibayimiriza nga mutunuulira mu ggulu? Oyo Yesu
abaggiddwako okutwalibwa mu ggulu alijja bw'atyo nga bwe mumulabye
ng'agenda mu ggulu.
12 Ne bakomawo e Yerusaalemi okuva ku lusozi oluyitibwa olwa Zeyituuni, oluli
okumpi ne Yerusaalemi ng'olugendo olw'oku ssabbiiti.

Matayo 24
27 Kubanga ng'okumyansa bwe kuva ebuvanjuba, ne kulabikira ebugwanjuba;
bwe kutyo bwe kuliba okujja kw'Omwana w'omuntu. 28 Awaba omulambo
wonna, awo ensega we zikuŋŋaanira.

29 Naye amangu ago, oluvannyuma lw'ekibonyoobonyo eky'omu nnaku ezo
enjuba erifuuka ekizikiza, n'omwezi tegulyolesa musana gwagwo,
n'emrsiunyeenye zirigwa okuva mu ggulu, n'amaanyi ag'omu ggulu
my"eenyezebwa:

30 awo lwe kalirabika akabonero ak'Omwana w'omuntu mu ggulu: n'ebika
byonna eby'ensi lwe birikuba ebiwoobe, biriraba Omwana w'omuntu ng'ajja ku
bire eby'eggulu n'amaanyi n'ekitiibwa ekinene. 31 Era alituma bamalayika be

n'eddoboozi ddene ery'ekkondeere, nabo balikuŋŋaanya abalonde be mu mpewo ennya, okuva ku nkomerero y'eggulu n'okutuusa ku nkomerero yaalyo.

32 Era muyigire ku mutiini olugero lwagwo: ettabi lyagwo bwe ligejja, amalagala ne gatojjera, mutegeera ng'omwaka guli kumpi; 33 bwe mutyo nammwe, bwe mulaba ebigambo ebyo byonna, mutegeere nti ali kumpi, ku luggi. 34 Mazima mbagamba, nti Emirembe gino tegiriggwaawo, okutuusa ebyo hvnnna lwe birikolebwa. 35 Eggulu n'ensi biriggwaawo, naye ebigambo byange, tebiriggweerawo ddala.

36 Naye eby'olunaku luli n ekiseera tewali abimanyi, newakubadde bamalayika ab'omu ggulu, newakubadde Omwana, wabula Kitange yekka. 37 Naye ng'ennaku za Nuuwa bwe zaali, bwe kutyo bwe kuliba okujja kw'Omwana w'omuntu. 38 Kuba nga bwe baali ku nnaku ezo ezaasooka amataba nga balya nga banywa, nga bawasa nga bawayiza, okutuuka ku lunaku Nuuwa lwe yayingira mu lyato, 39 ne batamanya okutuusa amataba lwe gajja, ne gabatwala bonna; bwe kutyo bwe kuliba okujja kw'Omwana w'omuntu. 40 Mu biro ebyo abasajja babiri baliba mu kyalo; omu alitwalibwa, n'omulala alirekebwa: 41 abakazi babiri baliba nga basa ku lubengo; omu alitwalibwa, n'omulala alirekebwa.

42 Kale mutunule; kubanga temumanyi lunaku bwe luli Mukama wammwe lw'ajjirako. 43 Naye kino mukitegeere nti Alina enju ye singa yamanya ekisisimuka bwe kiri omubbi ky'anajjiramu, yanditunudde, teyandirese nnyumba ye kusimibwa. 44 Mukale nammwe mweteeketeeke: kubanga mu kiseera kye mutalowoolezaamu Omwana w'omuntu ky'ajjiramu.

Ebibuuzo Ebyo Kusoma: Ebintu Ebitagwaawo n'Okudda kwa Mukama Waffe Yesu

Ebikolwa 1:3-12 & Matayo 24:27-44

Okwanjula:
Yesu yabeera ku ensi okumala emyaka 33. Okuva lweyazuukira okuva mubafu, yamala ennaku 40 enddala. Mu kisera kino, abantu abassukka 500 bamulaba. Yasuubiza abayigirizwa be akomawo, naye teyababawa kiseera kyenyini kanaddiramu. Yesu yasuubiza nti bwanadayo eri Kitaawe ajakubatumira Omwoyo Omutukuvu abaluŋamye ababuudebuude, abayambe, okumugoberera. Yabagamba obutagwamu maanyi olw'okuba yalyagenda. Awo natwalibwa eri Kitaawe mu ggulu. Bamalayika bamu aba Katonda baliwo, n'ebasuubiza abayigirizwa nti Yesu ajakukomawo mu engeri yemu gyebamulabyemu ng'agenda. Naffe tusobola okuberawo n'esuubi eryo nga tumanyi nti Yesu ajakukomawo.

Ebigenderewa:

Okumanya
- Okumanya nti Yesu mulamu era alina obuyinza mu ggulu n'ekunsi.
- Okumanya nti Kitaffe yateekawo ebiro n'ennaku Yesu mwanaddira.
- Okujjukira nti ennaku zaffe ku nsi zagerebwa nga era Yesu akomawo atutwale mu ggulu.

Endowooza
- Okuba n'esuubi, nti Mukama waffe era Omulokozi Yesu akomawo okutwala abagoberezi be babere naye.
- Okusuubira nga nti Mukama waffe akomawo ekiseera kyonna.

Ebikolwa
- Okubeera abajjulizi mu maanyi ag'Omwoyo Omutukuvu mu nsi yonna okutuusa Yesu lwalidda.
- Okubeera ng'atwetegese, nga tulindirira n'okulabirira enyumba ya Kitaffe.

Enyiriri ezo kujjukira:
Matayo 24:27 "Kubanga ng'okumyansa bwe kuva ebuvanjuba, ne kulabikira ebugwanjuba; bwe kutyo bwe kuliba okujja kw'Omwana w'omuntu."
Yokaana 14:3 "Era oba nga ŋŋenda okubateekerateekera ekifo, ndikomawo nate ne mbatwala gye ndi; nze gye ndi, nammwe mubeere eyo."

Ebyawandiikibwa ebyetaagisa okusoma:
Lukka 21:12-19; Yokaana 6:39-40; 14:1-42; 1 Abasessalonika 5:1-11; 2 Timoseewo 4:8; Okubikulirwa 19:11-16

Ebibuuzo ebikwatagana no lugeero:

1. Yesu yagenderera ki okubera ku nsi okumala ennaku 40 okuva lweyazuukira? (Ebikolwa 1:3. Yeraga eri abayigirizwa be, nabawa essuubi lingi nti mulamu era nababuulira ebikwata ku Bwakabaka bwa Katonda.)
2. Kikulu ki ekiri mu kirabo Tata kyeyassuubiza abayigirizwa nga Yesu amaze okuddayo mu ggulu? (Ebikolwa 1:4-5. Kyaali kirabo kya Omwoyo Omutukuvu, era ekirabo eky'Amaanyi ekyabasobozesa okubera abajulirwa okutuusa kunkomerero z'ensi.)
3. Kiki kye tuyinza okuyiga mu bisera byo kujja ku bwakabaka eri Isiraeri? (Ebikolwa 1:7. Tekyaali kyabayigirizwa okumanyi ekisera Tata teyateekawo olw'obuyinza bwe. Okudda kwa Yesu kwaleetera abayigirizwa okulindiriranga n'okubeera abetegefu bulijjo.)
4. Buvunaanyizibwa ki Yesu bweyalekera abayigirizwa be bweyali addayo ewa Kitaawe? (Ebikolwa 1:8. Yabesiza okubera abajulirwa be n'okusasaana Ekigambo kye eri Abantu bonna.)
5. Okugenda kwa Yesu Kwalina njawulo ki? (Ebikolwa 1:9-11. Yasitulibwa nga bonna balaba okutuusa ekire lwekyamukweka nebataddamu ku mulaba. Bamalayika bajja n'ebogera n'abayigirizwa engeri Yesu gyagenzemu mu ggulu, nti era bwatyo bwalidda okuva mu ggulu.)
6. Matayo anyonyola atya "okudda kwa Kristo"? (Matayo 24:27. Kija kuba kyalwatu buli muntu ajakumulaba. Kuliba nga okumyansa okuva ebuvanjuba okutuuka ebugwanjuba.)
7. Okujja kwa Yesu Kristo okuva mu ggulu kulifaanana kutya? (Matayo 24:30. Alijjira kubire by'eggulu n'amaanyi mangi n'ekitiibwa kingi n'mawanga gonna galimulaba era balikaaba.)
8. Kiki ekiribaawo Yesu bwalirabika? (Matayo 24:31. Alituma bamalayika be okukuŋaanya abalonde be bonna okuva munkomerero zonna ez'ensi. Okuzuukira mu bafu, Yokaana 6:39-40; okukkwakulibwa, 1 Abasessalonika 4:13-18; omusango, Yokaana 5:28-29)
9. Ki ki ekimanyidwa ku lunaku Yesu Kristo lwalidirako ku nsi? (Matayo 24:36. Tewali n'omu amaanyi olunaku esaawa, wadde bamalayika n'ewankubadde Omwana, wabula Kitaffe yekka. Ki manyidwa nti ekiseera kili kumpi; naye ate kiryewunyisa. Kiriba tekisuubirwa.)
10. Embera y'abantu oy'Omwoyo eriba etya Kristo wanaddira? (Matayo 24:38-39. Balibeera mu bulamu obwa bulijjo nga tebamanyi ki kigenda mu maaso.)
11. Ffe tweteekatekeera tutya okudda kwa Mukama waffe? (Matayo 24:42-44. Tulina okuba abegendereza n'okwetegeka buli saawa kubanga tetumanyi lunaku wade ssawa Kristo wanadira.)

Ebibuuzo ebyo kwogeraganya:

1. Amazima g'okuzuukira kwa Yesu galina essuubi lyegatuwa leero? (Ebikolwa 1:3) [Okuzuukira kwa Yesu ku kyalina ebibuuzo okutuusa n'eleero. Obujjulizi n'obukakafu obwabo abalaba Yesu ngazuukira buwa abakiriza obuggumu nti okukiriza kwabwe kuyimiriddeku bituufu.]
2. Okuddayo kwa Mukama waffe mu ggulu kulina makulu ki mu bulamu bwa bakiriza leero? (Ebikolwa 1:4-5) [Okugenda kya Yesu mu ggulu kwatuleetera Omwoyo Omutukuvu eyasuubizibwa ali mu bulamu bwabakiriza ka kati era abalungamya eri Yesu. Abarumi 8:34 agamba nti era atwegayiririra.]
3. Ki kye tujjukira ekikwata ku bisera bya Katonda mu bulamu bwaffe? (Ebikolwa 1:7; Matayo 24:36) [Ebisera bya Katonda tebibeera nga ffe bwetusuubira oba nga bwetwagala. Ye Katonda omukulu era ye yekka amanyi ebinaabawo. Ffe tulina kumwesiga bwesizi.]
4. Tulina kuba nga tukola ki nga bwetulindirira okudda kwa Kristo? (Ebikolwa 1:8) [Tulina kubeera nga tutegeeza ensi yonna nti mulamu era nga akomawo nate.]
5. Tumanyi nti Yesu yagenda mu ggulu nasuubiza okukomawo okututwala eyo gyaali. Kino kyogeera ki ku kuberayo kwaffe okujja? (Ebikolwa 1:11) [Nga abagoberezi ba Kristo, tujakubeera nga naye mirembe gyonna mu ggulu.]
6. Emyaka giri 2000 okuva Yesu lweyagenda mu ggulu. Tumanyi tutya oba anadda eri ddi? (Matayo 24:30-33) [Tumanyi nti Yesu ajakudda kubanga yasuubiza okudda era n'obubonero obw'okudda kwe buli banga omuti omuzayituni nga guttojjera.]
7. Tutekedwa okweraliikirira nti oba tunaaba n'akabonero akatulabula ku kujja kwa Mukama waffe tuleme okumusubwa? (Matayo 24:27) [Neda. Tetwetaaga kweraliikirira kubanga agenda kulabibwa wonawona, nga okumyansa bwekuva ebuvanjuba n'ekulabikira ebugwanjuba.]
8. Tumaanyi tutya nga Kristo alituwekuŋaanyiza era ani gwalikuŋaanya? (Matayo 24:31) [Aja kutuma bamalayika be okukuŋaanya abalonde be, abalondebwa Katonda yenyini. Bwetuba nga tugondera amazima, okulondebwa kwaffe kukakafu, era tuba n'obuvumu nti tujja kuba ne Kristo bwaliba akuŋaanya ababe.]
9. Tuyinza kweteekateekera tutya okudda kwa Mukama waffe Yesu Kristo? Tuyinza kulindirira kutya okudda kwe? (Matayo 24:42-44; Laba 1 Abasessalonika 5:1-11) [Okudda kwa Mukama kuli banga omubbi ekiro, esaawa gyetutalowoolezamu gyali jiramu. Twetegekera okudda kwe nga tumutunulira tumwesiga, nga era tubeerawo ku lulwe, 2 Peetero 3:10-13]
10. Enkomerero y'ensi erifanana etya? [(1) Egenda kubera ya katyabaga – Matayo 24:6-8 (2) Okuyiganyizibwa kwa Bakristayo – Matayo 24:9-14, Lukka 21:12-19 (3) Bannabbi Abobulimba – Matayo 24:23-26 (4)

Okudda kwa Kristo – Matayo 24:27, 29-32; Lukka 17:26-30; 1 Abasessalonika 4:16-18; 5:1-11.]

54. Omusango
Lukka 16:19-31

Lukka 16
19 Awo waaliwo omuntu omugagga eyayambalanga olugoye olw'effulungu ne
bafuta ennungi, ng'asanyukanga bulijjo mu kwesiima: 20 era waaliwo n'omwavu
erinnya lye Laazaalo eyagalamizibwanga ku mulyango gwe, eyali
awummusewummuse amabwa, 21 nga yeegomba okukkuta ebyagwanga okuva
ku mmeeza y'omugagga; era embwa nazo zajjanga ne zimukombereranga
amabwa ge.

22 Awo olwatuuka omwavu n'afa, n'asitulibwa bamalayika nassibwa mu kifuba
kya Ibulayimu. N'omugagga n'afa, n'aziikibwa. 23 N'ayimusiza amaaso ge mu
Magombe ng'ali mu kulumizibwa, n'alengera Ibulayimu wala, ne Laazaalo ng'ali
mu kifuba kye. 24 N'ayogerera waggulu n'agamba nti Kitange Ibulayimu,
nsaasira, otume Laazaalo, annyike ensonda y'olunwe lwe mu mazzi,
ampozeewoze olulimi lwange; kubanga nnumwa mu muliro guno.

25 Naye Ibulayimu n'amugamba nti Mwana wange, jjukira nga waweebwanga
ebirungi byo mu bulamu bwo, era ne Laazaalo bw'atyo ebibi; naye kaakano ye
asanyusibwa, ggwe olumwa. 26 Era ku ebyo byonna, wakati waffe nammwe
waliwo olukonko oluwanvu olwateekebwawo, abaagala okuva eno ohujja gye
muli balemenga okuyinza, era balemenga okuva eyo okuyitawo okujja gye tuli.

27 N'agamba nti Kale, nkwegayiridde, kitange, omutume mu nnyumba ya
kitange;

28 kubanga nnina ab'oluganda bataano; abategeeze baleme okujja nabo mu kifo
kino ekirimu okulumwa.

29 Naye Ibulayimu n'agamba nti Balina Musa ne bannabbi; babawulirenga abo.

30 N'agamba nti Nedda, kitange Ibulayimu; naye omu ku bafu bw'aligenda gye
bali balyenenya.

31 N'amugamba nti Nga bwe batawulira Musa ne bannabbi, era newakubadde
omu ku bafu bw'alizuukira, talibakkirizisa.

Ebibuuzo Ebyo Kusoma: Omusango

Lukka 16:19-31

Okwanjula:

Yesu yayogerera nga nyo mu ngero nyingi eri aba Isiraeri okusobola okubayigiriza ebintu eby'Omwoyo. Bulijjo yayigiriza nga ku ggulu n'egeyeena n'omusango ogugenda okujja. Lino essomo lya mugaso nyo era buli kinoomu kuffe bwagenda okufa mu mubiri, era tulizuukira n'etubera abalamu mu mwoyo emirembe n'emirembe. Byetusalawo okukola kunsi byebiraga wa wetugenda okubeera obulamu bwaffe bwona obw'olubeerera.

Ebigenderewa:

Okumanya

- Okuzuula nti emeeme zaffe zaluberera era olunaku olw'omusano lujja.
- Okujjukizibwa nti buli muntu ajakubera mulamu emirembe n'emirembe oba muggulu oba mu geyeena.

Endowooza

- Okukiriza nti eggulu gyeriri n'egeyeena gyeri.
- Okufangayo enyo ku bulamu bwaffe obwoluberera gye buliba.

Ebikolwa

- Okulowooza n'obwegendereza ku kukiriza kwaffe mu Yesu n'obulamu obwo mu maaso obw'omukiriza noyo atali mukiriza.
- Okulabulanga abantu abatuli okumpi ababula.

Memory Verse:

Okubikulirwa 3:20 "Laba, nnyimiridde ku luggi, nneeyanjula: omuntu yenna bw'awulira eddoboozi lyange, n'aggulawo oluggi, nnaayingira gy'ali era nnaaliira wamu naye, naye nange."

Ebyawandiikibwa ebyetaagisa okusoma:

Matayo 13:24-30, 36-43; 22:2-14; 2 Abakolinso 5:10; Abaebulaniya 9:27. Okubikulirwa 20:12-15; 21:1-8

Ebibuuzo ebikwatagana no lugeero:

1. Obulamu bw'omusajja omugaga ne Lazaalo bulaga butya obulamu bwabwe obw'omwoyo? (Lukka 16:19-21. Ebyo obugagga gw'omusajja omugagga bulaga nti yalina bingi mu mubiri naye nga tafa ku mwavu era asabiriza eyali ku mulyango gwe. Okulemererwa kw'omugaga okulabirira Lazaalo kulaga nti teyafaayo kumbalirira gye yalina okuwayo eri Katonda olw'ebyo bye yali amuwadde ku nsi.)
2. Awo bombi omuggaga ne Lazaalo nga bafudde, ki kyebasanga mu bulamu obutagwaawo? (Lukka 16:22-25. Omusajja omuggaga eyefaako

yekka yagenda mu kifo ekyokulumwa ekya geyeena eyaka n'omuliro. Lazaalo yali mu kifuba kya Ibulayimu nga abudaabudibwa.)

3. Ebintu omusajja omuggaga byeyasaba Ibulayimu biraga ki? (Lukka 16:24-30. Byali biraga obulumi obungi bwe yalimu. Yali asaaba okusasirwa kubanga yali afuna ekyo ekyamugwanira. Nga mukiseera ekyo ye musabiriza ng'asaaba Ibulayimu obuyambi.)
4. Ki kye ekilala kyetulaba mu mboozi omusajja omuggaga ne Ibulayimu? (Lukka 16:24-31. Omusajja omuggaga yejjusa obulamu bwe yali alimu. Nasaba ssinga awebwayo okuwumulamu wakiri akatono. Era yakomekereza nga faayo kulw'abalala, nga baganda be, era yali atwala Lazaalo okuba wa nsi we ngalowooza nti akyamulinako obuyinza. Yakkiriza nti teyawuuliriza Musa ne Bannabi. Yegeezako kugamba nti ssinga omu ku bafu agenda nabalabula kyandikoze nyo. Yakiraba nti ye n'ebaganda be betaaga okwenenya.)
5. Ye Lazaalo ali atya n'emberaye? (Lukka 16:23. Lazaalo yali mu kifo eky'emirembe ngali kumpi ne Ibulayimu nga ali wala n'okuboonaboona.)
6. Ibulayimu anyonyola atya ku bikwata ku kusomoka okuva wali n'okugenda mu geyeenna? (Lukka 16:26. Ibulayimu yagamba nti waliwo olukonko lunnene (ate luwanvu nyo) omuntu yenna lwatasobola kusomoka.)
7. Ibulayimu Okwoogera nti "Nga bwe batawulira Musa ne bannabbi, era newakubadde omu ku bafu bw'alizuukira, talibakkirizisa." Kitegeeza ki? (Lukka 16:29, 31. Kiraga obukakanyavu bwe mitima gyabwe bwebwaali. Kiraga nti baali tebawuliriza kintu kyonna Katonda kyeyagamba nga oba okukola.(
8. Kiki kye tuyiga mu kino Yesu okugera olugero luno okulufula olutuufu mu bulamu? (Lukka 16:31. Yesu yenyini azuukira okuva mu bafu naye era abantu bayongera obutamukiriza.)

Ebibuuzo ebyo kwogeraganya:

1. Okubeera n'ebintu ebingi nga ebyobugagga, obulamu obulungi biyinza okutufunira "ekifo ekirungi" mu bulamu obugenda okujja? (Lukka 16:19-23) [Nedda, osobola okubeera n'ebyobyonna naye noba mufu mu mwoyo. Ekibuuzo gyetuli ngeri ki gyetubeeramu mu bulamu buno n'ebannaffe, eri Musa n'ebannabi, n'okwenenya ne eri oyo Ezuukira okuva mu bafu.]
2. Kiki ekituuka ku muntu ngatanaba kutuuka ku musango n'obulamu obugenda okujja? (Lukka 16:22) [Okufa mu mubiri kutukulembera okututwala mu bulamu obw'omwoyo obwe mirembe n'emirembe.]
3. Lwaki tewandyagade kubeera mu bulamu obwo lubeerera ng'oli mu geyeena? (Lukka 16:23-24) [Okubonabona n'obulumi obuli mumuliro

bulaga obubi bwe kifo ekyo, n'ekisingawo obubi kwekwawukana ya Katonda.]

4. Mu lugero luno, omusajja omugagga yatunula nalaba Ibulayimu n'amuyita. Ani gwetulina okutunuulira n'okuyita kati nga tukyasobola? (Lukka 16:23. Nga tukyali balamu ku nsi kuno tukyasobola okuyita Katonda olwo kusasirwa. Ajakuwuulira okusaba kwaffe n'okutugumya mu bulumi. Ajakutuyigiriza Ekigambo kye atuddiremu bwetwenenya.]
5. Ki kye tuyiga mu kitundu kino ekikwata ku ggulu? (Lukka 16:23) [Eggulu kye kifo abakiriza kyebagenda okubeera mu nga basanyuka ate abatakiriza kye kifo kyebanaberamu mu bulumi.]
6. Ki ki kye tuyiga ku muntu okusobola okudda emabega oba okugenda mu maaso wa kati we ggulu ne geyeena? (Lukka 16:26) [Newankubadde omuntu yaaliyagadde okuva awamu okudda awalala, tekyandisobose kubanga waliwo olukonko lunnene nnyo omuntu yenna lwatasobola kubuuka.]
7. Omuntu asalawo ddi ku kifo kyanabeeramu obulamu bwe bonna obwoluberera mu ggulu oba geyeena? (Lukka 16:27-31) [Tusalilawo wano nga tukyaali ku nsi.]
8. Ffe abakyaali ku nsi, kulabula ki kwe tuteekeddwa okuwuulira okukwata ku biki ebidirira nga tumaze okufa? (Lukka 16:29, 31) [Musa ne Bannabi, nabo ababuulira Ekigambo kya Katonda.]
9. Buvunayizibwa ki bwe tulina okugabana Enjiri eri abatakiriza? (Lukka 16:29, 31) [Tukeddwa okugabana Enjiri eno n'abantu abalala mu bwangu, bakyaalina omukisa ogwo'kulokoka nga tebanaba kufa.]
10. "Omusango" kye ki? [Okubikulirwa 20:11-15 anyonyola entebe enene enjeru esalirwako omusango; Okubikulirwa 14:14-20 anyonyola okukuŋaana kw'abantu

Kulwababi: Abarumi 2:5-11 ayogera ku kiruyi kya Katonda Okubikulirwa 16:1-11 anyonyola ku bibya by'obusungu bwa Katonda;
Kulwabatukirivu:
Abarumi 5:8-9 anyonyola engeri gyetwalokole bwamu mu kuva mu kiruyi kya Katonda Okubikulirwa 21:1-8 anyonyola ku maka gaffe ago mu ggulu, 1 Peteero 1:3-5 ayogera ku busika bwaffe abakiriza.

55. Bamalayika

Ebikolwa 12:1-19

Ebikolwa 12
1 Mu biro ebyo kabaka Kerode n'agolola emikono okukola obubi abamu ab'omu
kkanisa. 2 N'atta n'ekitala Yakobo muganda wa Yokaana. 3 Awo bwe yalaba
nga Abayudaaya bakisiimye, ne yeeyongera okukwata ne Peetero. Ze nnaku
ez'emigaati egitazimbulukuswa. 4 Bwe yamala okumukwata, n'amussa mu
kkomera, n'amuwaayo eri basserikale kkumi na mukaaga okumukuuma
kinnabana, ng'ayagala okumutwala mu maaso g'abantu Okuyitako nga kuwedde.

5 Awo Peetero n'akuumirwa mu kkomera: naye ab'ekkanisa ne banyiikiranga
okumusabira eri Katonda.

6 Ku lunaku Kerode lwe yali ayagala okumutwalayo, mu kiro ekyo Peetero yali
nga yeebase wakati w'abaserikale babiri, ng'asibiddwa n'enjegere bbiri, abakuumi
bash ku luggi nga bakuuma ekkomera. 7 Laba, malayika wa Mukama n'ayimirira
w'ali, okutangaala ne kujjula ekisenge, n'akuba Peetero mu mbiriizi n'amuzuukusa
ng'agamba nti Yimuka mangu. Enjeigere ne ziva ku mikono ne zigwa.

8 Malayika n'amugamba nti Weesibe, oyambale engatto zo. N'akola lbw'atyo.
N'amugamba nti Yambala ekyambalo kyo, ongoberere. 9 N'afuluma,
n'amugoberera; so teyamanya nga bya mazima malayika by'akoze, naye
yalowooza nti alabye kwolesebwa. 10 Bwe baayita ku bakuumi abaasookerwako
n'ab'okubiri ne batuuka ku luggi olw'ekyuma oluyitibwako okutuuka mu kibuga:
ne lubaggukirawo lwokka: ne bafuluma ne bayita mu kkubo limu; amangu ago
malayika n'amuleka. Peetero bwe yeddamu n'agamba nti Kaakano ntegedde
mazima nga Mukama waffe atumye malayika n'anziya mu mukono gwa Kerode
ne mu kusuubira kwonna okw'eggwanga ly'Abayudaaya.

11 Peetero bwe yeddamu n'agamba nti Kaakano ntegedde mazima nga Mukama
waffe atumye malayika n'anziya mu mukono gwa Kerode ne mu kusuubira
kwonna okw'eggwanga ly'Abayudaaya.

12 Bwe yalowooza n'ajja mu nnyumba ya Malyamu eyali nnyina Yokaana
erinnya lye ery'okubiri Makko, mwe baali bakuŋŋaanidde abangi nga basaba. 13
Peetero bwe yakonkona ku luggi olw'omu mulyango omuzaana n'ajja okuyitaba,
erinnya lye Looda. 14 Bwe yategeera eddoboozi lya Peetero n'ataggulawo luggi
olw'essanyu, naye n'ayingira mbiro n'agamba nti Peetero ayimiridde ebweru ku
luggi.

15 Ne bamugamha nti Olaluse. Naye n'akaliriza nti Weewaawo. Ne bagamba nti Ye malayika we.

16 Naye Peetero ne yeeyongera okukonkona: awo bwe baggulawo ne bamulaba ne basamaalirira.
17 Naye bwe yabawenya n'omukono okusirika, n'ababuulira Mukama waffe bw'amuggye mu kkomera. N'agamba nti Mubuulire ebyo Yakobo n'ab'oluganda. N'avaayo n'agenda mu kifo awalala.

18 Awo bwe bwakya enkya, basserikale ne beegugumula nnyo nti Peetero nno abadde ki? 19 Kerode bwe yamunoonya n'atamulaba n'abuuliriza abakuumi n'alagira okubatta. N'ava mu Buyudaaya okugenda e Kayisaliya n'atuula eyo.

Ebibuuzo Ebyo Kusoma: Bamalayika

Ebikolwa 12:1-19

Okwanjula:

Nga Katonda bweyatonda abantu, yatonda ebiramu ebilala nga bamalayika. Bamalayika myoyo emiramu egiweereza Katonda. Batondebwa ne kigendererwa eky'okutendereza Katonda omuyinza w'ebintu byonna n'okukola okwagala kwe. Bamalayika biramu ebirina obulamu obutagwaawo era ebirina eddembe okusalawo okugoberera Katonda. Eky'omukisa omubi, ekimu eky'okusatu eky'aBamalayika basalawo okujeemera Katonda n'ebagoberera Setaani. Olw'ekyo bafiirwa ebifo byabwe ebyo mu ggulu n'ebasulibwa eno ku nsi. Kati abo Bamalayika abaagwa bayitibwa mizimu. Mu kifo ky'okutendereza Katonda omuyinza w'ebintu byonna nga bwebakola nga mu ggulu, bamala amanyi gabwe gonna nga bakema abantu okugwa mu kibi nga bawereza Setaani. Okuva emizimu egyo lwegyajeemera Katonda, yagisuubiza okuzikirizibwa ku nkomerero. Wano tulaba nga gikyali wa nsi we w'obufuzi bwa Katonda omukulu nga girindirira olunaaku lw'omusango.

Ebigenderewa:

Okumanya

- Okutegera nti Bamalayika gyemyoyo egiwereza egyatondebwa Katonda.
- Okumanya nti girina ekifo mu bulamu bwaffe nga emyoyo eguwereza.
- Okumanyi nti waliyo ensi y'emyoyo n'emizimu egikola lutalo okulumba ememe.

Endowooza

- Okuba n'obugumu mu maanyi ga Katonda n'eKigambo kye okwolekera emizimu nabamasaza abalwana naffe.
- Okuddamu amaanyi nti emyoyo gya Bamalayika ba Katonda gitukuuma.

Ebikolwa

- Okuba abavumu nga baana ba Katonda, nga tumanyi nti tuwereza Katonda omukulu era Omufuzi wa byonna. Okugumira kwoyo afugga ebintu byonna obutatya ebyo ebiramu byetutasobola kulaba.

Enyiriri ezo kujjukira:

Abaefeso 6:10-13 "Eky'enkomerero, mubenga n'amaanyi mu Mukama waffe ne mu buyinza obw'amaanyi ge. Mwambalenga ebyokulwanyisa byonna ebya Katonda, mulyoke muyinzenga okuyimirira eri enkwe za Setaani. Kubanga tetumeggana na musaayi na mubiri, wabula n'abaamasaza, n'ab'obuyinza, n'abafuga ensi ab'omu kizikiza kino, n'emyoyo egy'obubi mu bifo ebya waggulu. Kale mutwalenga ebyokulwanyisa byonna ebya Katonda, mulyoke muyinzenga okuguma ku lunaku olubi, era bwe mulimala okukolla byonna, musobole okuyimirira.."

Ebyawandiikibwa ebyetaagisa okusoma:
Isaaya 14:11-15; Ezeekyeri 28:11-19; Makko 5:1-15; Abaefeso 6:10-18; Abaebulaniya 1:5-14; Okubikulirwa 12:7-9; 22:8-9

Ebibuuzo ebikwatagana no lugeero:

1. Ki ki ekilabika ekyaliwo ekikwata mu kubiseera Peteero beyakwatirwamu? (Ebikolwa 12:1-4. Kerode yakwata nga abamu ku bomu kanisa nga abayigganya. Yakobo nattibwa ne Peteero naye n'akwatibwa. Abayudaaya bebasendasenda Kerode nga bagala okukola obubi e'kkanisa.)
2. Peteero yakuumibwa atya n'amaanyi g'abantu nga maze okukwatibwa? (Ebikolwa 12:4, 6-10. Yali mu kkomera, nga kuumibwa abakuumi 16, bana bana mu mpalo. Yatekebwa ku enjegere babiri babiri n'abbakumi abalala n'ebakuuma ekkomera. Waliwo n'abakuumi abalala ebibinja ebiri beyayitako n'oluggi olw'ekyuuma.)
3. Kiki ekyabawo Kerode bweyayagala okuteeka Peteero mu lujjudde awozesebwe? (Ebikolwa 12:3-5. Embaga eye migaati egitazimbulukuswa n'oKuyitako byali bijaguzibwa. Abayudaaya baali bagala okuzikiriza ekkanisa ey'asooka, n'ekkanisa yali essabira ddala n'amaanyi nga basabira Peteero.)
4. Ekibinja ekitono ekyabasabi kyayinza kitya okuba n'esuubi ery'okuta omuntu eyaali akuumibwa ennyo mu kkomera? (Ebikolwa 12:5, 12. Baali basaba eri Katonda; amanyi g'okusaba.)
5. Kiki eky'omwoyo ekyaliwo mu biseera Peteero mweyakwatibwa? (Ebikolwa 12:7. Amaanyi g'obubi, nga Kerode, na Abayudaaya n'abasirikale; baali balwanyisa amaanyi g'obulungi, nga kusaba kw'ekkanisa, Mukama n'ebamalayika be.)
6. Nyonyola Malayika ne ki kye yaleetera okubawo. (Ebikolwa 12:7-10. Malayika wa Mukama yalabika n'ekitangala n'ekimulisa mu kkomera. Malayika n'akutula enjegere ezaali mukono gya Peteero n'ezigwa; n'aziba amaaso g'abakuumi obutalaba Peteero ngafuluma ngamugoberera; naggulawo olujji olw'ekyuma nga talukuteko.)
7. Peteero yalowooza ki nga agoberera Malayika okufuluma? (Ebikolwa 12:9. Yalowooza nti yali alabye okwolesebwa. Teyamanya nti malayika kye yali akola kyaali kitufu ddala.)
8. Kiki ekyaliwo oluvanyuma lwa Peteero n'emalayika okutambula ko akabanga? (Ebikolwa 12:10. Malayika yaleka Peteero, awo Peteero nalyoka adda mu kutegeera n'amanya nti Katonda amutasiza okuva mu mukono gwa Kerode n'egya Abayudaya.)
9. Peteero ani gwagamba nti ye yatuma Malayika ye okumununula? (Ebikolwa 12:11. Yagamba nti yali Mukama ye yakola kino.)

10. Kiki ekyabaawo enkera walwo? (Ebikolwa 12:18-19. Waaliwo okutabuka kungi mu basirikale, nga bageezako okunoonyereza kiki ekyatuuka ku Peteero. Kerode teyasobola kumuzuula; nalagira abakuumi battibwe.)

Ebibuuzo ebyo kwogeraganya:

1. Kiki ekiyinza okutuuka ku bakiriza ssinga ekkanisa enyikira okubasabira eri Katonda? (Ebikolwa 12:5, 12) [Abakristayo bwebeweerayo ddala okusaaba, Katonda addamu okusinzira kukwagala kwe eri abo abamwagala.
2. Biki oby'omubiri ebiyinza okuziyiza omulimu gwa Mukama n'ogwamalayika abawereza okubaako kyegukola mu bulamo bwaffe? (Ebikolwa 12:6-7) [Mukama n'ebamalayika be abawereza myoyo. Tebaziyizibwa oba tebalemesebwa n'abintu byamubiri.]
3. Bwangu ki Mukama bwakozesa okutusindikira Bamalayika okutuyamba mu bwetaavu? (Ebikolwa 12:7) [Bamalayika basobola okulabikirawo mangu ago nga tebasuubirwa, basobole okuleeta obuyambi bwa bakiriza mu kaseera ako.]
4. Maanyi ki Bamalayika ge balina ku nsi oy'omubiri? (Ebikolwa 12:7-10) [Basobola okuziba amaaso basobola okuyita mubisenge oba okuyita awatayitika.]
5. Ntalo ki ze tusanga nga zamwoyo ate era nga zisangibwa n'emunsi ey'omubiri? [Waliwo ebintu bingi ebitusiba n'ebitukuumira mu buwambe: nga embeera, abantu, omubiri n'ebiremesa.]
6. Kiki ekitera okubawo Katonda bwasalawo okukolera mu bulamu bwaffe? (Ebikolwa 12:9) [Bulijjo twewuunya bwewuunya ne tulowooza nti kikoledwa Katonda yekka ssi lwabikolwa byaffe oba okwagala kwaffe.]
7. Lwa ki Katonda atatumira abamalayika? (Ebikolwa 12:11) [Okutununula n'okutuleetera obubaka obuva gyaali]
8. Lwaki abakkiriza bewunya bwebafuna kyebaali basalira? (Ebikolwa 12:16) [Abakiriza babuusabuusa.]
9. Abatakiriza balowooza ki ku bintu Bamalayika bye bakola? (Ebikolwa 12:18-19) [Tebasobola biki ebibadewo.]

Ebyawandikibwa ku Bamalayika:

Olubereberye 19:13; Zaabuli 148:2-5; Matayo 1:20; Abakkolosaayi 1:16, 2:18; Abaebulaniya 1:3-4, 6, 14; Okubikulirwa 22:8

Ebyawandikibwa ku Mizimu: Matayo 25:41; Makko 9:20; Lukka 10:17; Abaefeso 6:12; Abafiripi 2:8-11; 1 Timoseewo 4:1; Yakobo 2:19; 2 Peteero 2:4; Yuda 1:6

56. Setaani

Yobu 1:1-22

Yobu 1
1 Waaliwo omusajja mu nsi Uzzi, erinnya lye Yobu; era omusajja oyo yatuukirira
era nga wa mazima, era ng'atya Katonda ne yeewalanga obubi. 2 N'azaalirwa
abaana ab'obulenzi musanvu n'ab'obuwala basatu. 3 Era ebintu bye byali endiga
kasanvu n'eŋŋamira enkumi ssatu n'emigogo gy'ente ebikumi bitaano n'endogoyi
enkazi ebikumi bitaano n'abaddu bangi nnyo nnyini; omusajja oyo n'aba mukulu
okusinga abaana bonna ab'ebuvanjuba.

4 Batabani be ne bagendanga ne bafumba embaga mu nnyumlia ya buli muntu ku
lunaku lwe; ne batumanga ne bayitanga bannyinaabwe abasatu okulya n'okunywa
nabo. 5 Awo olwatuuka ennaku z'embaga yaabwe bwe zaayitawo, Yobu
n'atumanga n'abatukuzanga n'agolokokanga enkya mu makya, n'awangayo
ebiweebwayo ebyokebwa ng'omuwendo gwabwe bonsabwe gwali: kubanga Yobu
yayogera nti Mpozzi batabani bange boonoonye, ne beegaana Katonda mu mitima
gyabwe. Bw'atyo Yobu bwe yakolanga olutata.

6 Awo olunaku lwali lumu abaana ba Katonda ne bajja okukiika mu maaso ga
Mukama, ne Setaani naye n'ajjira mu bo.
7 Mukama n'agamba Setaani nti Ova wa? Awo, Setaani n'addamu Mukama
n'ayogera nti Nva kuddiŋŋana mu nsi n'okutambulatambula omwo eruuyi
n'eruuyi.

8 Mukama n'agamba Setaani nti Olowoozezza ku muddu wange Yobu? kubanga
tewali amufaanana mu nsi, omusajja eyatuukirira era ow'amazima, atya Katonda
ne yeewala obubi:

9 Awo Setaani n'addamu Mukama n'ayogera nti Yobu atiira bwereere Katonda?
10 Tomukomedde lukomera okumwetooloola ye n'ennyumba ye ne byonna
by'alina, enjuyi zonna? owadde omukisa omulimu gw'engalo ze, n'ebintu bye
byaze mu nsi: 11 Naye kaakano golola omukono gwo okome ku byonna by'alina,
kale alikwegasnira mu maaso go.

12 Mukama n'agamba Setaani nti Laba, byonna by'alina biri mu mukono gwo;
kyokka ku ye yenayini togolola mukono gwo, Awo Setaani n'ava awali Mukama.

13 Awo olunaku lwali lumu batabani be ne bawala be bwe, baali nga baliira: era
nga banywera omwenge mu nnyumba ya muganda waabwe omukulu, 14
omubaka n'ajja, eri Yobu n'ayogera nti Ente zibadde nga zirima, n'endogoyi nga
ziziriraanye nga zirya; 15 Abaseba ne bazigwako ne bazitwala; weewaawo, basse

abaddu n'obwogi bw'ekitala; nange nzekka nze mponyeewo omuntu omu okukubuulira.

16 Yali ng'akyayogera, omulala n'ajja naye n'ayogera nti omuliro gwa Katonda gugudde nga guva mu ggulu, era gwokezza endiga n'abaddu ne gubazikiriza; nange nzekka nze mponyeewo omuntu omu okukubuulira.
17 Yali ng'akyayogera, omulala n'ajja naye n'ayogera nti Abakaludaaya beefudde ebibiina bisatu, ne bagwa ku ŋŋamira, era bazitutte, weewaawo, era basse abaddu n'obwogi bw'ekitala; nange nzekka nze mponyeewo omuntu omu okukubuulira:

18 Yali ng'akyayogera, omulala n'ajja naye n'ayogera nti Batabani bo ne bawala, bo baali nga baliira era nga banywera omwenge mu nnyumba ya muganda
waabwe omukulu: 19 kale, laba, embuyaga nnyingi ne zijja nga ziva mu ddungu,
ne zikuba ensonda ennya ez'ennyumba, n'egwa ku balenzi, era bafudde; nange nzekka nze mponyeewo omuntu omu okukubuulira:

20 Awo Yobu n'agolokoka n'ayuza omunagiro gwe n'amwa omutwe n'awunama ku ttaka n'asinza;
21 n'ayogera nti

Nava mu lubuto lwa mmange nga ndi mwereere,
era ndiddayo nga ndi mwereere:
Mukama ye yawa, era Mukama ye aggyawo;
erinnya lya Mukama lyebazibwe.

22 Mu ebyo byonna Yobu teyayonoonanga, so teyavuma Katonda busirusiru.

Ebibuuzo Ebyo Kusoma: Setaani

Yobu 1:1-22

Okwanjula:

Setaani talina ssanyu lyasanyukira abo abanoonya Katonda okujjako okubaloopa obuloopi. Ye mulimba era Kitaawe w'obulimba. Mumalirivu okulimba n'okuzikiriza abo abagoberera Mukama. Yobu kye ky'okulabirako omusajja Setaani gweyageezako okuzikiriza. Yobu yali omusajja omutukirivu eyayagala ennyo Katonda n'agondera Amateeka ge, naye Setaani namuloopa nti okuba omutukirivu kyaali lwa kubanga Katonda yali amutadeeko obukumi n'okumuwa omukisa. Katonda nawa Setaani olukusa okujjako Yobu ebintu bye byonna byeyalina alabe oba nga Yobu anegaana Katonda. Yobu yali musajja mugagga ennyo, naye mu lunaku lumo Setaani yali amaze okwonoona ebintu bye byona, bye yalina n'atta n'abaana be bonna.

Ebigenderewa:

Okumanya

- Okumanya enteekateeka za Setaani gyetuli.
- Okumanya ekko lya Setaani n'obugondera Katonda.

Endowooza

- Okukiriza nti Setaani mwoyo omulamu ogwa ddala era amanyi agasindika okukola obubi n'okukema mu buli bulamu bwa mukiriza.
- Okwesiga obukuumi wa Katonda eri Setaani n'obulimba bwe.

Ebikolwa

- Okuziyiza Setaani mu mirimu gye gyonna n'engeri ze zonna.
- Okutunulira Yesu olw'obulanguzi bwaffe ku Setaani.

Enyiriri ezo kujjukira:

1 Peteero 5:8-9 "Kale mbuulirira abakadde abal mu mmwe nze mukadde munnammwe era omutegeeza w'ebibonoobono bya Kristo, era agabanira awamu ekitiibwa ekigenda okubikkulibwa: oyo mumuziyizenga nga nuli banywevu mu kukkiriza kwanmwe, nga mumanyi ng'ebibonooiono ebyo bituukirira eri baganda vammwe abali mu nsi."

Ebyawandiikibwa ebyetaagisa okusoma:

Isaaya 14:12-15; Ezeekyeri 28:12-17; Yokaana 10:10; Abaefeso 6:10-18; 1 Peteero 5:8-9; Okubikulirwa 12:7-12

Ebibuuzo ebikwatagana no lugeero:

1. Lwaki Yobu atenderezebwa olw'empisa ze? (Yobu 1:1, 5. Olw'okutya kwe Katonda n'okuziyiza nga obubi ye yali entandikwa yokufuuka

omukulu. saddaaka ze yawangayo eri Katonda zalaga nti Katonda gwawa omukisa ogusooka.)

2. Kiki ekyafuula Yobu okuba omusajja asingayo obukulu mu Buvanjuba bwonna? (Yobu 1:2-3. Yobu yalina abantu bangi n'ebisibo bingi, naye okukiriza n'ekitiibwa Yobu byeyalina eri Katonda byebyamufuula omukuulu ow'amaanyi.)
3. Yobu okuwangayo saddaaka olw'abaana be kiraga ki? (Yobu 1:4-5. Kiraga nti Katonda yeyatwala nga ekifo ekisooka mu bulamu bwe. Yamanya nti ekibi eky'omutima kisobola okubaawukanya ne Katonda.)
4. Emboozi wa kati wa Katonda ne Setaani eraga ki? (Yobu 1:7-12. Setaani ateekeddwa okulabikako mu maaso ga Katonda. Ateekeddwa okubaako byaddamu eri Katonda. Asobola kutuuka awo wokka waweredwa olukusa okutuuka. Ekifo kye wabeera y'ensi.)
5. Lwaki Katonda yabuuza Setaani nti "Olabyeeko kumuddu wange Yobu?" (Yobu 1:8. Katonda yamanya nga Yobu musajja wa kukiriza nga n'obutukirivu bwe bwa muntu atya Katonda.)
6. Njawulo ki eri wakati w'obutukirivu obuva mu mikisa, obugagga, obukuumi, n'obutukirivu obuva mukukiriza n'okutya Katonda? (Yobu 1:9-11. Obutukirivu obuva mu mikisa, obugagga oba obukuumi bwefaako bwokka. Naye obutukirivu obuva mu kukiriza n'okutya Katonda bwesigamye ku Katonda yekka.)
7. Ebigambo Setaani byeyagamba Katonda bitulaga ki? (Yobu 1:11. Biraga ebintu bibiri eri Katonda. Ekisooka "bwetukole birungi tujja kuweebwa Katonda omukisa". Ekyokubiri tukiriza bukiriza netwesiga Katonda bwatuwa ebintu ebirungi atuwa omukisa n'obukuumi.)
8. Lwaki Katonda yawa Setaani obuyinza ku bintu bya Yobu byonna? (Yobu 1:12. Katonda yawa obuyinza Setaani ku bintu bwa Yobu byonna okulaga nti obutukirivu bwa kukiriza kwokka mu Katonda so ssi bwa bintu buntu oba ebikolwa byaffe.)
9. Setaani biki byeyajja ku Yobu? (Yobu 1:13-19. Yamujjako endogoyi, entte, endiga, abaddu, eŋŋamira n'abaana be.)
10. Yobu yakola atya olwo bulumi bweyayitamu olw'okuviibwako ebintu bye byonna? (Yobu 1:20. Yobu yayuza ebyambalo bye n'amwako enviri zo ku mutwe gwe. Nagwa wansi ku ttaka n'asinza Katonda.)
11. Yobu yatendereza atya Katonda oluvanyuma olw'okufiirwa ebintu byonna bye yalina? (Yobu 1:21. Yamanya nti teyajja na kintu mu nsi era talidaayo n'ekintu. Buli kintu kya Katonda era ssi byaffe okubyesigaliza oba okubyekuumira.)
12. Endowooza ya Yobu n'okuddamu kye byaali bitya? (Yobu 1:22. Yobu teyayonoona ngasalira Katonda omusango.)

Ebibuuzo ebyo kwogeraganya:

1. Omuntu bwatunulira obulamu bwo obw'ekikristaayo, ayinza kukunyonyola atya? Oyinza obutabaako kya kunenyezebwa? Oli mwesimbu? Otya Katonda? Oleka obubi? (Yobu 1:1) [Ggwe oddamu otya?]
2. Ffe nga Abakristaayo tuddamu tutya eri ekibi? (Yobu 1:4-5) [Nebwekaba kabi katono nnyo tuteekedwa okutereza n'okwekeberanga bulijjo.]
3. Kiki kye tuyiga ku bukakafu nti Setaani alabikako mu maaso ga Katonda ate n'ava mu kuberawo kwe? (Yobu 1:6, 12) [Setaani ali munsi ya mwoyo, asobola okugenda mu ggulu. Akolera munsi gye tutalaba n'amaaso gaffe era gyetutayinza kufumintirizaako.]
4. Ki kye tuyiga ku wa Setaani gyakolera emirimu gye? (Yobu 1:7) [Atambulatambula munsi, ng'addiŋana eno eri.]
5. Kiki kye tuyiga ku Setaani okumanya ebiffa ku Yobu bweyamwogerako eri Katonda? (Yobu 1:9-10) [Setaani amanyi ekifo kyaffe kye tulimu, mu mubiri n'enkolagana gyetulina ne Katonda.]
6. Ngeri ki abantu gyebatunuliramu Katonda nga ensibuko y'emikisa, obugagga n'obukuumi leero? (Yobu 1:9-11) [Waliwo enjigiriza nyingi nnyo ezikwata ku bugagga, eby'obulamu, n'okukukulakulana leero. Enjigiriza ezo zigeezako okufuga Katonda nga Setaani bweyali.]
7. Nga Abakristaayo, teteekedwa kutya Setaani? Lwaki oba Lwaki Nedda? (Yobu 1:9-10) [Nedda, tulina kutya Katonda. Setaani alina eby'okudddamu eri Katonda nti asobola kukola ebyo byokka byamuganyiza okukola. Mukama asobola okutukuuma eri Setaani n'okutuwa emikisa mu engeri nyingi.]
8. Setaani kiki kyayagaliza abakiriza? (Yobu 1:11) [Setaani atuloopa eri Katonda yagala tuleke Katonda tumukolimire, era tukyuuke okumuvako.]
9. Tuyinza kutunuulira tutya Katonda mu kukiriza bwetubanga tuli wa kati mu kugezesebwa mukw'amaanyi? [Setaani ssi yalina ebisembaayo mu bulamu bwaffe. Mukama akyaali ku namulondo afuga mu bulamu bwaffe. Tetwajja n'akintu munsi era tetuliddayo n'akintu, okuva kuntandikwa okutuusa kunkomerero, Katonda yatenderezebwa.]
10. Maanyi ki getumanyi Setaani g'alina? (Yobu 1:12) [Setaani amaanyi g'alina geego gokka Katonda gamuwa.]
11. Tuteekedwa kweyisa tutya nga bakristaayo ssinga Setaani atulumba? (Yobu 1:21) [Tulina kukyukira Katonda olw'obukuumi bwaffe n'obuyambi. Oba Mukama atuwadde oba ajjeewo, tutekeddwa kutendereza linya lye.]
12. Kiki ekikulu omukiriza kyatekedwa okujjukira ku Katonda mu busobozi bwa Katonda okukola obubi (Yobu 1:22) [Katonda ssi yaleetera okukola

obubi naye oluusi akiriza obubi bubeewo olw'okwagala kwe n'ebigendererwa bye.]

OLUSOMA V

Embala N'okukulakulana

57. Obutayagala nga nyo Ssente

Ebigenge bye Naamani

2 Bassekabaka 5:1-27

1 Awo Naamani omukulu w'eggye lya kabaka w'e Busuuli yali musajja mukulu eri mukama we era wa kitiibwa, kubanga ku bw'oyo Mukama yali awadde Obusuuli okuwangula: era yali musajja wa maanyi muzira, naye yali mugenge. 2 Awo Abasuuti baali batabadde bibiina, ne banyaga ne baggya mu nsi ya Isiraeri omuwala omuto; awo n'aweerezanga muka Naamani. 3 Awo n'agamba mugole we nti Singa mukama wange ali ne nnabbi ali mu Samaliya! kale yandiwonye ebigenge bye: 4 Awo ne waba ayingira n'abuulira mukama we nti Bw'ati bw'ati bw'ayogedde omuwala ow'omu nsi ya Isiraeri. 5 Awo kabaka We Busuuli n'ayogera nti Kale nno naaweereza kabaka wa Isiraeri ebbaluwa. N'ageada n'atwala talanta kkumi eza ffeeza n'ebitundu kakaaga ebya zaabu n'emiteeko gy'ebyambalo kkumi. 6 N'aleetera kabaka wa Isiraeri ebbaluwa ng'ayogera nti Kale nno ebbaluwa eno bw'eriba ng'etuuse gy'oli, laba, nkutumidde.Naamani omuddu wange omuwonye ebigenge bye.

7 Awo olwatuuka kabaka wa Isiraeri bwe yasoma ebbaluwa, n'ayuza ebyambalo bye n'ayogera nti Nze Katonda nzite era nnamye, omusajja ono n'okutuma n'aumira okuwonya omuntu ebigenge bye? naye mulowooze, mbeegayiridde, mutegeere bw'anoonya ky'anannanga okuyomba nange. 8 Awo olwatuuka Erisa omusajja wa Katonda bwe yawulira nga kabaka wa Isiraeri ayuzizza ebyambalo bye n'atumira kabaka ng'ayogera nti Lwaki okuyuza ebyambalo byo? ajje nno gye ndi, kale anaamanya nga mu Isiraeri mulimu nnabbi.

9 Awo Naamani n'ajja n'embalaasi ze n'amagaali ge, n'ayimirira ku luggi lw'ennyumba ya Erisa. 10 Erisa n'amutumira omubaka ng'ayogera nti Genda onaabe mu Yoludaani emirundi musanvu, kale omubiri gwo gulidda gy'oli, naawe oliba mulongoofu. 11 Naye Naamani n'asunguwala, ne yeddirayo n'ayogera nti Laba, mbadde ŋŋamba nti taaleme kufuluma gye ndi n'ayimirira n'asaba erinnya lya Mukama Katonda we n'ayisayisa engalo awali ekifo, n'awonya omugenge. 12 Abana ne Falufali emigga egy'e Ddamasiko tegisinga bulungi mazzi gonna aga Isiraeri? siyinza kunaaba omwo ne mba mulongoofu? Awo n'akyuka n'agenda ng'aliko ekiruyi.

13 Awo labaddu be ne basembera ne boogera naye nti Kitange, nnabbi singa akulagidde okukola ekigambo ekikulu, tewandikikoze? kale toosinge nnyo I bw'akugambye nti Naaba obe mulongoofu? 14 Awo n'aserengeta ne yennyika. mu Yoludaani emirundi musanvu ng'ekigambo bwe kyali eky'omusajja wa Katonda: omubiri gwe ne. gudda nate ng'omubiri gw'omwana omuto, n'aba mulo ngoofu. 15 Awo n'addayo eri omusajja wa Katonda, ye n'ekibiina kye kyonna, n'ajja n'ayimirira mu maaso ge: n'ayogera nti Laba nno ntegedde nga tewali Katonda

mu nsi zonna wabula mu Isiraeri: kale nno, nkwegayiridde, toola ekirabo ku muddu wo.
16 Naye n'ayogera nti Nga Mukama bw'ali omulamu gwe nnyimiririra mu maaso ge, siitoole kyonna. N'amutayirira okukitoola; naye n'agaana.

17 Awo Naamani n'ayogera nti Oba tootoole, naye nkwegayiridde omuddu wo aweebwe ettaka eryetikkibwa n'ennyumbu bbiri; kubanga omuddu wo takyawaayo okuva leero ebiweebwayo ebyokebwa newakubadde ssaddaaka eri bakatonda abalala wabula eri Mukama.
18 Mukama asoayiwe omuddu wo mu kigambo kino; mukama wange bw'anaayingiranga mu kigwa kya Limmoai okusinzizaayo ne yeesigama ku mukono gwange ne nkutama mu kigwa kya Limmoni, bwe nnaakutamanga mu kigwa kya Limmoni, Mukama asonyiwenga omuddu wo mu kigambo ekyo.

19 N'amugamba nti Genda mirembe. Awo ne baawukana n'atambulako akabanga.
20 Naye Gekazi omuddu wa Erisa omusajja wa Katonda n'ayogera nti Laba, mukama wange asonyiye Naamani ono Omusuuli okutoola mu mikono gye ekyo kye yaleeta: nga Mukama bw'ali omulamu, nadduka ne mmugoberera mbeereko kye nnaamuggyako.

21 Awo Gekazi n'agoberera Naamani. A'wo Naamani bwe yalaba amugoberera, n'ava ku ggaali okumusisinkana, n'ayogera nti Mirembe?
22 N'ayogera nti Mirembe. Mukama wange antumye ng'ayogera nti Laba, kaakano kyebajje bajje gye ndi nga bava mu nsi y'ensozi eya Efulayimu abalenzi babiri ab'oku baana ba bannabbi; nkwegayiridde, bawe talanta ya ffeeza n'emiteeko gy'ebyambalo ebiri.
23 Awo Naamani n'ayogera nti Kkiriza, otoole talanta bbiri. N'amutayirira, n'asiba talanta bbiri eza ffeeza -mu nsawo bbiri wamu n'emiteeko gy'ebyambalo ebiri, n'abitikka abaddu be babiri: ne bazetikkira mu maaso ge.
24 Awo bwe yatuuka ku lusozi, n'abiggya mu mukono gwabwe n'abitereka mu nnyumba: n'asindika abasajja ne baddayo.
25 Naye n'ayingira n'ayimirira mu maaso ga mukama we. Erisa n'amugamba nti Ova wa, Gekazi? N'ayogera nti Omuddu wo taliiko gy'agenze.
26 N'amugamba nti Omutima-gwange tegugenze naawe, omusajja bw'akyuse okuva mu ggaali lye okusisinkana naawe? Kye kiseera okutoola ffeeza n'okutoola ebyambalo n'ensuku z'emizeyituuni n'ensuku z'emizabbibu n'endiga n'ente n'abaddu n'abazaana?
27 Kale ebigenge bya Naamani bineegatta naawe n'ezzadde lyo emirembe gyonna. N'ava w'ali nga mugenge atukula ng'omuzira.

Ebibuuzo Ebyo Kusoma: Obutayagala nga nyo Ssente

2 Bassekabaka 5:1-27

Okwanjula:

Esente kulwazo ssi mbi. Bye bintu ebirungi Katonda byeyatonda kunsi eby'okutulabirira. Naye okwagala ennyo ssente n'okuzitunuulira enyo zisobola okufuga obulamu bwaffe. Kizireteera okufuuka "kakatonda akatono" nezitukulembera mu kkubo eddene ery'okubula. Mu lugero luno tulaba ekisa kya Katonda kyeyalaga Naamanii olw'ekirabo eky'obuwa eky'okuwonyezebwa. Elisa teyakiriza ssente olw'okuba Katonda yeyakikola; kyakontana n'omululu ogw'omuddu wa Elisa. Mu kukiriza, Naamanii yawonyezebwa, kati ate mukweyagaliza, oba obukodo omuddu wa Elisa yakolimirwa. Endwadde y'ekibi yetika ebanja eritasobola kusasulwa, naye omusaayi gwa Yesu gwasasula ebanja eryo. Yawayo obulamu bwe n'esanyu olw'ekibi.

Ebigendererwa:

Okumanya

- Okutegera okuzikirizibwa okuli mu makubo agomululu n'okweyagaliza.
- Okumanya nti buli lwetuteeka ekintu kyonna mu maaso ga Katonda, twesigama ku bintu eby'akaseera ensi okusinga okuteeka obwesige bwaffe mu Katonda ow'amaanyi atagwaawo.
- Okuteegera nti buli kintu kyonna kyetulina Katonda akitwesiziza kumala kabanga katono.

Endowooza

- Okwesiga Katonda nti amanyi byonna byetwetaaga ngera ajakubituwa mu kisera kye ekituufu n'emu ngeri ye.
- Okumatira n'ekyo Katonda kyatuwadde.

Ebikolwa

- Okugaba obuterekamu ebyo Mukama byatuwadde obuwa.
- Okujja amaaso gaffe ku bintu byetwegomba tuteeke okuyayana kwaffe ku bintu bya Katonda.

Enyiriri ezo kujjukira:

Lukka 16:13 "Tewali muweereza ayinza okuweereza abaami ababiri; kubanga oba alikyawako omu n'ayagala omulala; oba alinywerera ku omu n'anyooma omutala. Temuyinza kuweerezanga Katonda ne mamona."

1 Timoseewo 6:10 "Kubanga okwagala ebintu kye kikolo ky'ebibi byonna: waliwo abantu abayaayaanira ebyo, ne bakyamizibwa okuva mu kukkiriza, ne beefumitira ddala n'ennaku ennyingi."

Abaebbulaniya 13:5 "Mubeerenga n'empisa ey'obutaagalanga bintu; bye mulina bibamalenga: kubanga ye yennyini yagamba nti Sirikuleka n'akatono, so sirikwabulira n'akatono."

Ebyawandiikibwa ebyetaagisa okusoma:
Omubuulizi 5:10; Matayo 6:19-21, 24-34; Lukka 16:13; Ebikolwa 5:1-11; Abafiripi 4:10-19; 1 Timoseewo 3:1-7; 6:3-10; Abaebbulaniya 13:5; Yakobo 5:1-6

Ebibuuzo ebikwatagana n'olugero:

2. Kiki kye tumanyi ku Naamanii? (2 Bassekabaka 5:1. Naamanii yali mudumuzi waggye ery'akabaka Aramu. Yali omusajja wa amaanyi, eyesigibwa nnyo ngawereza ng'omusilikale omuzira, ne Mukama nga mukozesa nnyo, naye yali mugenge.)
3. Omuwala omuddu yalina ki era yawaayo ki obuwa? (2 Bassekabaka 5:3. Omuwala omuddu yali okukiriza mu Katonda nalaga okukiriza okwo eri Naamanii nga mutegeeza ku Nnabi ali mu Samaaliya. Nga omuwambe omuwala ono yalibadde n'obukaawu era nayagaliza Naamanii obubi.)
4. Naamanii yali asuubira kuwona atya? (2 Bassekabaka 5:5-6. Yasuubira nti agenda kusasula ssente nyingi nnyo, okuleeta ebbaluwa emwogera ku okugenda mu maaso goyo omukulembeze amowonye.)
5. Kiki ekyaaava mu kufuba nnyo okwa Naamanii olw'okuwonyezebwa? (2 Bassekabaka 5:7, 9, 16. Kabaka wa Isiraeri yamanya nti ye tasobola kuwonya bigenge,kati ebbaluwa eyali eyogera ku Naamanii yamutabula butabuzi ne Elisa nga takkiriza sente.)
6. Elisa embeera eno eyebigenge yagirabamu kigendererwa ki? (2 Bassekabaka 5:8. Elisa yalaba ng'embeera eno yali ya kugulumiza Katonda, Naamanii asobole okukitegera nti waliwo Nabbi wa Katonda mu Isiraeri.)
7. Njawulo ki eri wa kati wa Naamanii okusinkana Elisa n'Elisa kiki kye yadamu eri Naamanii? (2 Bassekabaka 5:9-10. Naamanii yajjira mu bitiibwa nga suubira okumuwa ekitiibwa ekingi. Elisa ye yenyini teyamusisinkana wabula yamutumira butumizi omubaka namuwa n'ebiragiro. Mukama tatunuulira bukulu obw'ebitiibwa byamanya gebatuyita oba ebifo eby'awaggulu byetulimu.)
8. Lwa ki Naamani yanyiiga nnyo era n'adamu bubi eri ebiragiro Elisa byeyamulagira okugenda okunaaba mu mugga gw'a Yoludaani? (2 Bassekabaka 5:10-12. Naamani yanyiiga kubanga Elisa teyavaayo kumukwatako, n'ebiragiro byeyamuwa byalabika ng'ablangu nyo oba binafu nnyo nga tebisobola kudamu nga yebweyali asuubira.)
9. Obugonvu oba obuwulize bwa Naamani bulaga ki? (2 Bassekabaka 5:13-14. Bulaga nti Katonda yali akola mu mutima gwe. Ye toowaza, yalina okuteeka obwesige bwe mu Katonda yekka n'ekiraga okukiriza kwe.)\

10. Naamani ngamaze okuwona kiki kye yakola? (2 Bassekabaka 5:15. Naamani yakizuula nti Katonda akoze eky'amagero. Mu bukakamu nagenda n'eyebaza Elisa, namuwaliriza atwale ekirabo kye yali amuleetedde neyeyama obutawangayo ssaddaka yonna eri bakatonda abalala bonna okujjako Mukama.)
11. Lwa ki Elisa teyakiriza kirabo? (2 Bassekabaka 5:16. Elisa teyakiriza kirabo kubanga Katonda omulamu yeyawonya Naamani. Elisa yali muddu buddu owa Mukama.)
12. Elisa yawa ki Naamani ng'ekirabo? (2 Bassekabaka 5:17-19. Elisa yasindika Naamani okudaayo ewuwe n'etaaka n'enyumbu bbiri n'emikisa egy'emirembe.)
13. Endowooza bya Gekazi, omuddu we Elisa, yaali etya ng'ekyamagero kimaze okubaawo nga ate Elisa Mukama we aganye ekirabo kya Naamani? (2 Bassekabaka 5:20. Gekazi yegamba nti Mukamawe abadde mwangu nyo eri Naamani obutakiriza bye yali aleese. Ebirowoozo bye byalaga obutasaamu kitiibwa eri Mukama we Elisa, okweyagalizaakwe n'omulu, byamukulembera mu bulimba okutuusa n'ekubigenge.)
14. Ekweyama kwa Elisa obutakiriza kufuna kintu kyonna obugerageranya otya n'okweyama kwa Gekazi okubaako kyafuna? (2 Bassekabaka 5:16, 19. Gekazi yeyama eri KATONDA nti ajakugoberera Naamani abeeko ebintu byamufunako, ngate kye kimu ne Elisa yeyama obutabaako kintu kyonna kyafuna okuva eri Naamani.)
15. Kiki kye tulaba mu kufuba kwa Gekazi nga agoberera ssente? (2 Bassekabaka 5:21-25.Yali yerowoozako yekka okusooka. Yasalawo okusaddaaka amazima ku lwa ssente. Yalowooza nti asobola okwekweeka ku Elisa ne Katonda n'alowooza te bintu bino bijakumuwa omukisa. Neyerabira nti Katonda y'ensibuko y'emikisa era ye ye mukisa.)
16. Biki ebyava mu kibi kya Gekazi eky'omululu n'okulimba? (2 Bassekabaka 5:26-27. Elisa yalagula nti Gekazi n'abemirembe gye balisikira ekigenge ekyo ekyali ku Naamani. Era ebyava mu kino Gekazi yayawukanyizibwa ne Elisa, okuva mu nyumba "y'omusajja wa Katonda" Yakobo 5:1-6)

Ebibuuzo ebyo kwogeraganya:

1. Naffe twefanaanyirizako tutya ne Naamani olw'ebitiibwa nammanya getuyitibwa, n'ebyo bye tulina oba abantu be tumanyi? (2 Bassekabaka 5:1)
2. Tuyinza kugabana tutya okukiriza kwaffe n'abalala – wa kati mu buddu oba obifo ebya wansi bye tulimu? (2 Bassekabaka 5:3) [Ng'omwala omuddu, tusobola okubuulira abantu n'obuvumu ku Katonda Omuyinza we Bintu Byonna n'obosobozi bwe obuyinza okukola ekintu kyonna.

Nga ogyeko kiki kyetuli, tusobola okuba ababaka b'ekitiibwa kya Katonda.]

3. Tudamu tutya bwetuba nga tusisinkanye ebizibu n'emitawaana mu bulamu buno? (2 Bassekabaka 5:3) [Nga Abakristaayo, tulina okuzza obujja amaaso gaffe okugatunuliza nga Katonda Omuyinza we Bintu Byonna n'okuzuula nti ye yekka yasobola okutulokola mu biseera eby'obwetaavu.]
4. Ddi lwetutunulira ebyenfuna zaffe, nga Naamani, nga tulowooza nti bye biyinza okukyuusa embeera zaffe, nga tetunaba kutunuulira Katonda? (2 Bassekabaka 5:5-6) [Twekiririzaamu nnyo okusooka mu kifo ky'okutunuulira Katonda okusaba n'etukutwala ng'ekintu ekisembayo; oluusi twesiga abantu okusinga Katonda; oba ffe benyinyi okusinga Katonda.]
5. Mirundi emekka gyetuwedemu essuubi, nga kabaka wa Isiraeri, n'etutuka n'okuyuza ebyambalo byaffe olw'emitawana egitwolekera? (2 Bassekabaka 5:7) [Twetikka obuvunanyizibwa bw'abalala ne twelalikirira ebintu ebitali byaffe okubikola.]
6. Mbeera ki zetusisinkana nga ekigendererwa kyakuwa Katonda kitiibwa? (2 Bassekabaka 5:8) [Embeera zonna mu bulamu bwaffe mikisa egituyamba okutunuulira Katonda n'okulaba eby'okuddamu bye.]
7. Ffe Abakristaayo tutekedwa kweyisa tutya ssinga abatakiriza badukira gyetuli okubayamba? (2 Bassekabaka 5:9-10. Tetekedwa okubayamba nga tubalaga Katonda, mu kifo kyaffe okweraga nti ffe tusobola okubayamba olw'okwefunira amagoba. Betaaga okulaba amaanyi ga Katonda ssosi maanyi g'abantu.]
8. Kiki kye tuyiga bwetulaba engeri Katonda yakolamu ebintu bye bwetunuulira engeri gyeyawonyaamu Naamani? (2 Bassekabaka 5:10-14) [Tulaba nti Katonda alokolera mu engeri enyagu ennyo. Tetulina ky'amanyi nnyo kye tuyinza kukola kulwaffe, wabula okunaazibwa n'okutukuzibwa kyokka. Kino kituufu ery'abaKristaayo mukubatizibwa n'okwenenya.]
9. Kiki kye tuyiga ku kwagala kwa Katonda n'obugumikiriza bwe bwetutunuulira okuwonyezebwa kwa Naamani? (2 Bassekabaka 5:10-14) [Tulaba okwagala kwa Katonda eri abantu bonna, era n'eri abo abatatabagana na balonde ba Katonda, abalabe babwe. Era tulaba obugumikiriza bwa Katonda eri obusungu gwa Naamani bwe yasalawo okweddiraayo nga bamugambye okukola byatayagala.]
10. Olabye otya obuguminkiriza bwa Katonda mu bulamu bwo?
11. Kiki kye tuyiga ku kudamu kwe Elisa eri ebirabo n'ebyobugagga Namaani bweyamuwa? (2 Bassekabaka 5:15-16) [Omulamwa gwaffe gutekeddwa kuba gwa kulaga bantu kitiibwa n'abukulu bwa Katonda

n'okuzibula amaaso gaabwe eri Katonda owa mazima okusinga eri ffe abantu.]

12. Kitegeeza ki okwagala nnyo ssente?
13. Ngeri ki ze tukemebwamu bwetuba tusisinkanyi ekikemo ky'ebintu oba ebyobugagga?
14. Tuyinza kwekuuma tutya ery'ekikemo ky'omululu n'okweyagariza mu bulamu bwaffe?
15. Kiki kye tuyiga ku kudamu kwa Gekazi n'endowooza ye eri mukama we Elisa? (2 Bassekabaka 5:20) [Tuteekwa okussaamu ekitiibwa n'okugondera abo abatukulira okusinga okubeera abajeemu.]
16. Ekibi kyeyongera kitya okwaala mu bulamu bwaffe nga bwekyali ewa Gekazi? (2 Bassekabaka 5:19-25) [Naffe tuyinza obutassaamu kitiibwa bakulembeze baffe, nga twenoonyeza amagoba gaffe, nga tugezaako okubigendererwa byaffe ebituufu nga tulaga nga baliwo kulwa Katonda.]
17. Kiki ekibeerawo bwetukiriza ekibi okubeera mukama w'obulamu bwaffe? (2 Bassekabaka 5:26-27) [Tulaba nti bulijjo wajakubera nga wo ebikivaamu, n'ekivamu mu kibi kuzikirira. Kulwa Gekazi, kwaali kuzikirira kw'akigenge n'okwawukanyizibwa ku Elisa. Nga ffe Abakristaayo, tulaba nti ebibi byaffe birina ekibivaamu. Okuzikirira kw'ekibi kufa n'okwawukanyizibwa mukubeerawo kwa Katonda olw'obulamu obutagwaawo.]
18. Lwa ki tetuteekeddwa kweralikirira bwa bugagga n'asente? [Tetuteekeddwa kweralikirira magoba ga ssente kubanga Mukama amanyi ebyetaago byaffe era asobola okubigabirira ssinga tumutunuulira ye yekka.]
19. Yesu mu lugero luno tumulaba tutya? [Yesu yekka yagyawo endwadde y'ekibi. Yalongoosa ebigenge era yatuwonya okuyita mu musalaba. Okunaaba kw'omumugga Yolodaani kuli nga obubaka bwa Peetero mu Ebikolwa 2:38 "Mwenenye, mubatizibwe buli muntu mu mmwe okuyingira mu linnya lya Yesu Kristo okuggibwako ebibi byamalwe"]

58. **Okunyweza Amazima**

Annaniya ne Safira
Ebikolwa 4:32 – 5:10

Ebikolwa 4
32 N'ekibiina kyabwe abakkiriza baalina omutima gumu n'emmeeme emu; so tewaali n'omu eyoyogeranga nti ekintu ky'alina kye kikye yekka, naye byonna baabanga nabyo mu bumu.
33 N'amaanyi mangi abatume ne boogeranga okutegeeza kwabwe okw'okuzuukira kwa Mukama waffe Yesu. N'ekisa kingi ne kibeeranga ku bo bonna.
34 Kubanga tewaali mu bo eyeetaaganga; kubanga bonna abaalina ensuku oba ennyumba baazitundanga ne baleeta omuwendo gwazo ezaatundibwanga,
35 ne baguteeka ku bigere by'abatume: ne bagabiranga buli muntu nga bwe yeetaaganga.
36 Ne Yusufu abatume gwe baayita Bakunabba (okutegeezebwa kwalyo nti) Mwana wa ssannyu Omuleevi, eyazaalirwa e Kupulo,
37 yalina ennimiro, n'agitunda n'aleeta effeeza n'agiteeka ku bigere by'abatume.

Ebikolwa 5
1 Naye omuntu erinnya lye Ananiya ne Safira mukazi we n'atlmda ebibye,
2 ne yeeterekerako ku muwendo, mukazi we naye ng'amanyi, n'aleetako kitundu butundu n'ateeka ku bigere by'abatume.
3 Naye Peetero n'agamba nti Ananiya, Setaani akujjtllizza ki omutima gwo okulimba Omwoyo Omutukuvu, ne weeterekerako ku muwendo gw'ennimiro?
4 Bwe yali eyo, teyali yiyo? Era bwe yamala okutundibwa, teyali mu buyinza bwo? Kiki ekikuteesezza mu mutima okukola bw'oti? Tolimbye bantu, naye Katonda.
5 Ananiya bwe yawulira ebigambo ebyo, n'agwa n'atondoka. Entiisa nnyingi n'ekwata bonna abaawulira ebyo.
6 Abalenzi ne bayimuka ne bamuzinga, ne bamutwala ne bamuziika.
7 Awo olwatuuka waali wayiseewo essaawa ssatu mukazi we naye n'ayingira nga tamanyi bwe bibadde.
8 Peetero n'amuddamu nti Mbuulira, mwatunda ennimiro omuwendo bwe gutyo? N'agamba nti Weewaawo, bwe guti.
9 Naye Peetero n'amugamba nti Kiki ekibatabaganyizza okukema Omwoyo gwa Mukama? Laba, ebigere byabwe abaziise balo biri ku luggi, banaakutwala naawe.
10 Amangu ago n'agwa ku bigere bye, n'atondoka: abalenzi bwe baayingira ne bamusanga ng'afudde, ne bamutwala ne bmuziika wamu ne bba.

Ebibuuzo Ebyo Kusoma: Okunyweza Amazima

Ebikolwa 4:32 – 5:10

Okwanjula:

Nga Abakristayo, kikulu nyo okunyweeza amazima kubanga yembala ya Katonda enyonyola Ekigambo kye. Yesu yagamba abayigirizwa be "Nze Amazima" (Yokaana 14:6) nasaba eri Taata nti "Ekigambo kyo ge Mazima" (Yokaana 17:17). Era Yesu anyonyola Setaani nga "Taata w'obulimba bwonna" (Yokaana 8:44) nabo abalimba baana ba Setaani. Obulamu bwaffe bwebujjula obulimba, twegatta n'empisa ez'ensi, n'omubiri gwaffe, era ne Setaani. Okunyweeza amazima kye kimu n'okunyweeza Yesu ne Kigambo kye.

Ebigendererwa:

Okumanya

- Okumanya embala ya Katonda, n'empisa ze ne Kigambo kye nga ge Mazima.
- Okuzuula nti bwetulimba, tuwabizibwa era kibi kubanga kikontana n'embala ya Katonda.
- Okutegeera nti bwetutanyweeza mazima mu bulamu bwaffe, buli kintu kyononeeka kubanga tewali musingi munywevu.

Endowooza

- Obwesiga n'obwetoowaze ku mazima ge Kigambo kya Katonda n'ewankubadde tetutegeera ddala gonna.
- Okwenenya obulimba bwetukiririzaamu era bwetubeeramu.

Ebikolwa

- Okwegendereza ebigambo byaffe.
- Okwoogera amazima mu buli kimu kye twoogera n'ekye tukola.
- Okwatukiriza obulimba mu bulamu bwaffe, mu bulamu bwa balala, ne mu buzaliranwa bwetuberamu.

Enyiriri ezo kujjukira:

Yokaana 17:17 "Obatukuze mu mazima: ekigambo kyo ge mazima,
Abaefeeso 6:13-14 "Kale mutwalenga ebyokulwanyisa byonna ebya Katonda, mulyoke muyinzenga okuguma ku lunaku olubi, era bwe mulimala okukolla byonna, musobole okuyimirira. Kale muyimirirenga, nga mwesibye mu kiwato kyammwe amazima, era nga mwambadde eky'omu kifuba obutuukiriw, era nga munaanise mu bigere okweteekateeka okw'enjiri ey'emirembe."

Ebyawandiikibwa ebyetaagisa okusoma:

Matayo 6:24; Lukka 16:13; Yokaana 8:42-47; 14:6; 17:17; 18:37; 1 Abakkolinso 4:7; Abaefeso 6:10-18; Yakobo 3:1-10

Ebibuuzo ebikwatagana n'olugero:

1. Abakkiriza ab'ekkanisa eyasooka balaga butya obumu mu kitundu mwebabeeranga? (Ebikolwa 4:32. Baali nga n'emmeemu emu n'endowooza emu. Nga tewali akaayanira bintu nti bibye yekka bagabana nga buli kintu kye balina.)
2. Njawulo ki amazima gyegaaleeta mu kukuŋaana kwa bakiriza? (Ebikolwa 4:32-36. Gagaziya obumu mu kibiina, nebyetaago byabwe n'ebisisinkanibwa gyonna bazibwangamu amaanyi era amaanyi mangi agaakoleranga wakati mu bo.)
3. Kikulu ki kye tuyiga kukugabanira awamu ebintu ku bakkiriza abedda? (Ebikolwa 4:32-35. Buli muntu yagabana kyeyalinga n'akyo n'ebyebaawangayo byaalinga byakwefiriza oba kwerekereza.)
4. Yusufu (Balunaba) ne Ananiya ne Safira bonna baleeta ebintu ebyokugabana naye njawulo ki eyali wa kati waabwe? (Ebikolwa 4:36-5:2. Balunaba yawaayo n'omutima gwe gwonna era kya kirungi. Ananiya ne Safira besigalizaako ssente ezimu. Balimba omuwendo gwa ssente zebaafuna mu ttaka lyebaatunda. Enteekateeka yabwe gyebakweka yaliezikiriza ekibiina.)
5. Ettaka Ananiya ne Safira lyebaatunda lyaali ly'ani? (Ebikolwa 5:1. Waddenga bebaali bannanyini ttaka, baali balabirira bulabirizi ekyo Katonda teyatonda era kye yali awadde Abaisiraeri.)
6. Lwaki okulimba okulabika nga okutono kwavaamu ekibonerezo ekinene bwe kityo? (Ebikolwa 5:3. Kwalaga embeera yennyini entufu eyali mu mitima gyabwe. Kyaali ekifananyi kya Setaani ngakolera mu bulamu bwabwe. Baali tebalimba bantu buntu naye Katonda yennyini.)
7. Omutima ogujjudde Setaani gufanana gutya? (Ebikolwa 5:3. Gweyagaliza gwokka, gwamalala, gwefaako, gwamululu era tegwesiga Katonda.)
8. Ananiya yalimba atya Omwoyo Omutukuvu? (Ebikolwa 5:3-4. Yalimba Katonda olwokuba Katonda alaba era amanyi buli kintu. Katonda yamanya nti baali befuulabwefuuzi abekisa, abagabi era abafaayo eri abalala.)
9. Kiki ekyavaamu Peteero bweyabikkula amazima ku bikwata ku bulimba bwa Ananiya ne Safira? (Ebikolwa 5:5, 10. Bwebawulira amazima bagwa wansi n'ebaffa. Okufa kwabwe okw'omubiri kutuwa ekifananyi ky'okufa okuva mu kibi. Kyangu nyo okulowooza nti ekibi kitono ng'era kilina ebikivaamu, naye ekibi kyekitwawuukanya ne Katonda.)

10. Kiki ekikulu ekiraga okutya okwakwata abantu abaliwo? (Ebikolwa 5:5. Buli muntu yajukizibwa obukalativu oba obumalirivu bwetulina okutambuliramu mu maaso ga Katonda.)
11. Kikulu ki kyetuyiga ku Safira okukema Omwoyo wa Mukama? (Ebikolwa 5:9-10. Teyafirira bulimba bwabba naye naye yenyigira mukulimba olwe'kyo kyebafuna mu byebaatunda.)

Ebibuuzo ebyo kwogeraganya:

1. Tuyinza kukola ki bwetulaba bannaffe abali mu mubiri gwa Kristo nga bali mu bwetaavu? (Ebikolwa 4:32-35)
2. Twerekereza n'etubayamba n'etubawa kibetaaga? (Ebikolwa 4:32-35) [Oluusi tugaba obuterekereza ng'ekkanisa ye yedda, naye ate kyangu okuba n'Ebigendererwa ebirala.]
3. Ani nannyini ebyo byolina? (Ebikolwa 4:32) [Tewali n'ekimu ku bintu byetulina ekyaffe ddala. Tetulina kintu kyonna kyaffe nga tekyatuweebwa Katonda.]
4. Bwetusa amaaso gaffe kubintu byaffe bye tulina, kiki ekilala kyetuba tukola? (Ebikolwa 5:2) [Tuba twekolera ebifananyi ebyokusinza era nga tubitadde mu maaso ga Katonda, nga twesiga ebyaffe okusinga Yesu era tulemesa abantu abalala okufuna ebyo Mukama waffe bye yalibawadde okuyita muffe.]
5. Ngeri ki gyetufananamu, nga Ananiya, okuwaayo eby'ekitundu eri abo abali mu bwetaavu mu kussa ekimu mu mubiri gwa Kristo? (Ebikolwa 5:2) [Oluusi tuwaayo kwefunira bitiibwa, tuwaayo ebintu ebyangungu nga tubigasemu ebigendererwa ebilala.]
6. Lwaki kizibu nnyo okwogera n'amazima? [Kubanga kijjayo ekibi kyaffe, n'okusalirwa omusango. Tusobola okulaba emigaso emitonotono mu bulamu bwaffe (nga okumanyika, n'okwefunirayo amagoba agatali ga nkalakalira, n'ebirala) n'etwelabira nti buli bulimba bujja kubikulibwa bwetuliyimirira mu maaso ga Katonda.]
7. Bwetulimba, tuba tutambulira mu embala zaani? (Ebikolwa 5:3) [Bwetulimba, tuba tutambulira mu embala za Setaani, "Kitaawe w'obulimba". Olubereberye 3:4, Matayo 4:1]

8. Lwaki okulimba kukakata nnyo okuba okubi mu maaso ga Katonda? (Ebikolwa 5:3-9) [Okulimba kukakata nnyo okuba okubi mu maaso ga Katonda kubanga kukontana n'embala ya Katonda era kumuwakanya.]
9. Waliyo ebisasulwa ebiva mu kibi? (Ebikolwa 5:5-9) [Ye gyebiri. Olumu biba byabuliwo, wade nga eri abo abatalina Kristo, balina ekivaamu eky'oluberera kwekwawukana ne Katonda.]
10. Bukuumi ki bwetulina eri obulimba bwa Setaani? (Ebikolwa 4:33) [Obukuumi bwetulina ge Mazima g'Ekigambo kya Katonda, okuzuukira

kwa Yesu, n'ekisa kya Katonda "ekiri eri bonna". Abaefeso 6:14 atugamba okwesiba omusipi ogwamazima.]

59. Obutasunguwalanga mangu

Nabali ne Abigayiri

1 Samwiri 25:2-39

1 Samwiri 25
2 Awo yaliyo omusajja e Mawoni ebintu bye nga biri e Kalumeeri; era
omusajja oyo yali mukulu nnyo, era yalina endiga enkumi ssatu n'embuzi lukumi:
awo yali ng'asala ebyoya by'endiga ze e Kalumeeri. 3 Era erinnya ly'omusajja
Nabali; ne mukazi we erinnya lye Abbigayiri: n'omukazi yali mutegeevu
n'amaaso ge nga malungi: naye omusajja yali wa kkabyo era mubi mu bikolwa
bye; era yali wa nnyumba ya Kalebu.
4 Era erinnya ly'omusajja Nabali; ne mukazi we erinnya lye Abbigayiri:
n'omukazi yali mutegeevu n'amaaso ge nga malungi: naye omusajja yali wa
kkabyo era mubi mu bikolwa bye; era yali wa nnyumba ya Kalebu. 5 Awo
Dawudi n'atuma abalenzi kkumi, Dawudi n'agamba abalenzi nti Mwambuke e
Kalumeeri mugende eri Nabali mumunnamusize: 6 era bwe mutyo bwe muba
mugamba oyo atuula ng'alaba (omukisa) nti Emirembe gibeere gy'oli, era
emirembe gibeere ku nnyumba yo, era emirembe gibeere ku byonna by'olina.
7 Era nno mpulidde ng'olina abasala ebyoya by'endiga: abasumba bo nno
baabanga naffe ne tutabakola bubi, so tewaabanga ekyababula, ebiro byonna nga
bali e Kalumeeri. 8 Buuza abalenzi bo, banaakubuulira: kale abalenzi baganje mu
maaso go; kubanga tujjidde ku lunaku olulungi: waayo, nkwegayiridde, kyonna
ekinajja mu mukono gwo eri abaddu bo n'eri mutabani wo Dawudi.
9 Awo abalenzi ba Dawudi bwe bajja, ne boogera ne Nabali mu linnya
lya Dawudi ng'ebigambo ebyo byonna bwe biri, ne basirika. 10 Awo Nabali
n'addamu abaddu ba Dawudi n'ayogera nti Dawudi ye ani? ne mutabani wa Yese
ye ani? mu biro bino wabaawo abaddu bangi abajeemera buli muntu mukama we.
11 Kale nno nnaatoola emigaati gyange n'amazzi gange n'ennyama yange gye
nzitidde abasajja bange abasala ebyoya, ne mbiwa abasajja be ssimanyiiko gye
bavudde?
12 Awo abalenzi ba Dawudi ne bakyuka ne bakwata ekkubo ne baddayo
ne bajja ne bamubuulira ng'ebigambo ebyo byonna bwe biri. 13 Awo Dawudi
n'agamba abasajja be nti Mwesibe buli muntu ekitala kye. Ne beesiba buli muntu
ekitala kye; ne Dawudi naye ne yeesiba ekitala kye: ne wayambuka okugoberera
Dawudi abasajja nga bikumi bina; ebikumi ebibiri ne basigala ku bintu.
14 Naye omu ku balenzi n'abuulira Abbigayiri mukazi wa Nabali
ng'ayogera nti Laba, Dawudi yatuma ababaka ng'ayima mu ddungu okulamusa
mukama waffe; n'abagwako. 15 Naye abasajja abo baatukolanga bulungi nnyo, so
tetukolwanga bubi, so tetubulwanga kintu kyonna ebbanga lyonna lye twamala
nga tubeera nabo, bwe twali mu nsiko: 16 baabanga bbugwe gye tuli emisana
n'ekiro ekiseera kyonna kye twamala nabo nga tulunda endiga. 17 Kale nno
kaakano tegeera olowooze ky'onookola: kubanga bamaliridde obubi ku mukama

waffe ne ku nnyumba ye yonna: kubanga omwana wa Beriali eyenkanidde awo n'okuyinza omuatu n'atayinza kwogera naye.

18 Awo Abbigayiri n'alyoka ayanguwa n'addira emigaati ebikumi bibiri n'ebita bibiri eby'omwenge n'endiga ttaano enfiunbire ddala, n'ebigero bitaano eby'eŋŋaano ensiike, n'ebirimba kikumi eby'ezabbibu enkalu, n'ebitole ebikumi bibiri eby'ettiini, n'abitikka endogoyi. 19 N'agamba abalenzi be nti Munkulembere mugende; laba mbavaako nnyuma. Naye n'atabuulira bba Nabali.

20 Awo olwatuuka nga yeebagala endogoyi ye n'aserengeta awaali ekifo ekyekwekerwamu eky'oku lusozi, awo, laba, Dawudi n'abasajja be ne baserengeta okumwolekera; n'asisinkana nabo. 21 Era Dawudi yali ayogedde nti Mazima nkuumidde bwereere byonna olusajja luno bye lulina mu ddungu, ekintu kyonna ne kitabula ku byalwo byonna bwe byenkana: kale lunsasudde obubi olw'obulungi. 22 Katonda akole bw'atyoabalabe awudi n'okukirawo, bwe ndisigazaawo ku babe bonna bwe benkana n'omwana omu ow'obulenzi.

23 Awo Abbigayiri bwe yalaba Dawudi, n'ayanguwa n'ava ku ndogoyi ye n'avuunamira Dawudi amaaso ge, n akutama ku ttaka. 24 N'agwa ku bigere bye n'ayogera nti Obutali butuukirivu obwo bubeere ku nze mukama wange, ku me, era muzaana wo ayogere mu matu go, nkwegayiridde, era wulira ebigambo, by'omuzaana wo. 25 Nkwegayiridde; mukama wange aleme okussaayo omwoyo en omuntu oyo owa Beriali, Nabali: kuba erinnya lye nga bwe liri, naye bw'ali bw'atyo; Nabali lye linnya lye n'obusirusiru buli naye naye nze omuzaana wo saalaba balenzi ba mukama wange be watuma.

26 kaakano, mukama wange nga Mukama bw'ali omulamu naawe nga bw'oli omulamu, kubanga Mukama akuziyizza okuzza omusango gw'omusaayi n'okwewalanira eggwanga n'omukono gwo ggwe, kale nno abalabe bo n'abo abanoonyeza mukama wange akabi, babe nga Nabali. 27 Era nno ekirabo kino omuzaana wo ky'aleetedde mukama wange, kiweebwe abalenzi abagoberera mukama wange. 28 Nkwegayidde, sonyiwa ekyonoono ky'omuzaana wo: kubanga Mukama talirema kukolera mukama nnyumba ey'enkalakkalira kubanga Mukama wange alwana entalo za Mukama; so n'akabi tekalirabika ku ggwe ennaku zo zonna. 29 Era newakubadde ng'abantu bagolokose okukuyigga nya n'okunoonya obulamu bwange wange naye obulamu bwa mukama wange bulisibirwa mu muganda gwo bulanu wamu ne Mukama Katonda wo; n'obulamu bw'abalabe bo alibuvuumuula ng'ebiva mu lubuto lw'envuumuulo. 30 Awo olulituuka Mukama bw'aliba ng'akoze mukama wange ng'obulungi bwonna bwe buli bwe yakwogerako era ng'akutaddewo okuba omukulu wa Isiraeri: 31 kale kino tekirikululuya mwoyo, so omutima gwange tegulyesittaza mukama wange kubanga wayiwa omusaayi ogutaliiko nsonga newakubadde kino nga mukama wange yeewalanira eggwanga yekka: awo Mukama bw'aliba ng'akoze bulungi mukama wange, kale ojjukiranga omuzaana wo.

32 Dawudi n'agamba Abbigayiri nti Atenderezebwe Mukama, Katonda wa Isiraeri, akutumye leero okusisinkana nange: 33 era gatenderezebwe

n'amagezi go, naawe otenderezebwe ankuumye leero, obutabaako musango gwa musaayi n'obuteewalanira ggwanga n'omukono gwange nze. 34 Kubanga mazima ddala, nga Mukama Katonda wa Isiraeri bw'ali omulamu, anziyizza okukola obubi, singa toyanguye n'ojja okusisinkana nange, mazima tewandisigalidde Nabali emmambya ng'esaze omwana omu ow'obulenzi.

35 Awo Dawudi n'atoola mu ngalo ze ebyo by'amuleetedde: n'amugamba nti Yambuka mu nnyumba yo mirembe; laba, mpulidde eddoboozi lyo ne nkukkiriza ggwe.36 Awo Abbigayiri n'ajja eri Nabali; era, laba, yali afumbye embaga mu nnyumba ye, ng'embaga ya kabaka; n'omwoyo gwa Nabali gwali gusanyuse munda mu ye, kubanga yali atamidde nnyo: kyeyava alema okumubuulira ekigambo kyonna, oba kitono oba kikulu, okutuusa enkya. 37 Awo olwatuuka enkya, Nabali omwenge bwe gwali gumuvuddeko, mukazi we n'amubuulira ebigambo ebyo, omutima gwe ne gufiira munda ye n'afuuka ng'ejjinja. 38 Awo olwatuuka ennaku nga kkumi nga ziyiseewo, Mukama n'alwaza Nabali n'afa.

39 Awo Dawudi bwe yawulira Nabali ng'afudde, n'ayogera nti Mukama atenderezebwe, awozezza ensonga ey'okuvumibwa kwange mu mukono gwa Nabali era aziyizza omuddu we okukola ekibi: n'obubi bwa Nabali Mukama abuzzizzaayo ku mutwe gwe ye. Dawudi n'atuma n'ayogereza Abbigayiri okumufumbirwa

Ebibuuzo Ebyo Kusoma: Obutasunguwalanga mangu
1 Samwiri 25:2-39

Okwanjula:
Obusungu kye kintu ekiyinza okukwata n'okufuga ebikolwa by'omuntu n'ekimukema okukola ebitali birungi. Mu busungu tumalaga kola ebintu n'etwonona nga tetulina kwagala n'amirembe ya Katonda mu bulamu bwaffe. Obusungu bwo bwenyini ssi kibi. Kisoboka okubeera n'obusungu obw'obutukiriivu (Yokaana 2:12-17). Naye wadde kiribwe kityo tetutekeddwa kwesalirawo ffe okujjako nga tutute ekisera okugenda okuba mu maaso ga Katonda okusooka ne mu Kigambo kye. Tetutekeddwa kusunguwala mangu, naye tukakane tuddemu bulungi okwagala kusobole okulabika mu bulamu bwaffe.

Ebigendererwa:

Okumanya
- Okumanya engeri obusungu gye buyinza okutuzikirizamu nabo abatuli okumpi.
- Okwewaaayo eri Mukama n'okusubira kwaffe tukuteeke mu Ye.
- Okuzuula engeri gye tuyinza okutukirira embeera ezitwoolekede enzibu mu bukakkamu ne mu bwetoowaze.

Endowooza
- Okubeera ebetowaaze era abassaamu ekitiibwa banaffe, waddenga tetukiriziganya nabo abo abatusosonkereza okutunyiiza.

Ebikolwa
- Okubeerawo nga tuli bakakkamu era abawombeefu mu bulamu buno mu ensi muno, nga tunywezezza ebyo byetumanyi nga byebituufu.
- Nga tuwa Katonda ekitiibwa, n'okutya nga tumanyi nti tulina eky'okudamu olw'ebyo byonna byetutukola.

Enyiriri ezo kujjukira:
Zaabuli 4:4 "Muyimirire aga mutya, muleme okwonoona: Mulowooze mu mutima gwammwe ku kitanda kyammwe, musiriikirire."
Yakobo 1:19-20 "Ekyo mukimanyi, baganda bange abaagalwa. Naye buli muntu iabeerenga, mwangu wa kuwulira, alwengawo okwogera, alwengawo okusunguwala kubanga obusurigu bw'omtintu tebukola butuukirivu bwa Katonda. "

Ebyawandiikibwa ebyetaagisa okusoma:
Omubuulizi 7:9; Abaruumi 12:17-21; Abaefeso 4:26, 31; Yakobo 1:19-21

Ebibuuzo ebikwatagana n'olugero:

1. Nabali yali amanyidwa ko ki? (1 Samwiri 25:3, 14, 17, 25. Nabali yali amanyidwa ng'omuntu omuzibu nnyo, omukodo, omuvumi era omusirusiru.)
2. Abbigayiri anyonyolwa atya? (1 Samwiri 25:3, 18, 23. Yali mulungi, w'amagezi, w'akisa, mwangu ngateesa bulungi ate nga mwetoowaze.)
3. Kikkulu ki kye tuyinza okuyiga ku ngeri Dawudi gyeyakolagana mu ne Nabali? (1 Samwiri 25:6-8. Dawudi na basaajja be bassaamu Nabali ekitiibwa bwebaali mu nimiro. Dawudi yalamusa Nabali n'ekitiibwa n'amuwa omukisa nasaba Nabali amuwe ku bintu byayagala kyeyagalire.)
4. Okudamu kwa Nabali kwasunguwaza kutya Dawudi? (1 Samwiri 25:10-11, 14. Okumala g'eddiramu kwa Nabali namala ge n'okuvuma byaleetera Dawudi okuwulira nti anyoomedwa, tassidwaamu kitiibwa era nga alyazamanyiddwa.)
5. Dawudi yaddamu na busungu oba yamulamula mu ngeri yabwa Katonda? (1 Samwiri 25:22, 26-32. Wadde Dawudi yaddamu n'ekirowooza kyo bwa Katonda, yali Katonda eyamukuuma obutanguyiriza kuyiwa musaayi. Laba Abaruumi 12:17-21)
6. Ebikolwa bya Abbigayiri bakwata bitya kumbeera? (1 Samwiri 25:18-19, 23. Ekisa kye, okugaba kwe, okwagala kwe n'obukakkamu bwe bwaleetera Dawudi n'abasajja be okwewuunya. Era ebyo byeyakola byakyuusa ekiruyi kya Dawudi okuva ku bubi bwa Nabali.)
7. Okwogera kwa Abbigayiri kwakyuusa kutya okudamu kwa Dawudi? (1 Samwiri 25:24-30. Yasooka n'akiriza natwala ekivume n'eyetonda kulwa Nabali, nagamba nti Mukama yafuga byonna. Yassaamu Dawudi ekitiibwa nga mukama we, nasiima emirimu gye yali akola n'awa ekitiibwa erinya lya Dawudi. Yegayirira Dawudi olwebyo ebigenda okubaawo mu maaso, n'ebyabalowooza ko n'obutasa nnyo mwoyo kubibadewo.)
8. Dawudi yaddamu atya eri Abbigayiri? (1 Samwiri 25:32-36. Yatendereza Katonda nakizuula nti Abbigayiri yatumibwa Katonda okumutaasa okusasula obubi. Yamuwuliriza, nakkiriza ekirabo kye yamuwa namusiibula agende mu nyumba ye mirembe.)
9. Okudamu kya Abbigayiri eri Nabali kulaga ki? (1 Samwiri 25:36-37. Yayongera okulaga Nabali ekitiibwa nga mugamba ebyabaddewo. Yayongera okwesiga Katonda okuba omulamuzi we era omuwolerezaawe.)
10. Lwaki Dawudi yatendereza Katonda mu kiseera kyeyawuuliriramu okufa kwa Nabali? (1 Samwiri 25:39. Dawudi yalaba KATONDA nga awaniride ensonga ye, nga Nabali yamuyisa bubi. Era Katonda obubi oba omusango ya ggussa ku mutwe gwa Nabali.)

Ebibuuzo ebyo kwogeraganya:

1. Abo abatwetoolode batwogera ko batya? (1 Samwiri 25:2-3) [Abantu batumanyira ku bikolwa oba enneyisa yaffe. Ebikolwa byaffe byebitukulembera era byebijulira ebyo ebituli munda.]
2. Okudamu eri abalala kutwogerako kutya? (1 Samwiri 25:4-11) [Engeri gyetudamu eri abantu kungulu yeraga ekifananyi kyekyo kyetuli mu mitima gyaffe munda. Mubyawandiikibwa bino tulaba engeri nyingi eze njawulo ze tuyinza okudamu eri ebitusoomoza. Naye yali Katonda eyali akolera munda mu bulamu bwa Abbigayiri ne Dawudi ebyalaga ekituufu kunkomerero. Omubuulizi 7:9]
3. Tufanana tutya Nabali mu kuddamu kwaffe eri abalala? (1 Samwiri 25:10-11) [Oluusi tuba baluvu, abeyagaliza bokka era abatafa kubalala.]
4. Tufananako tutya Dawudi okwanguyiriza okudamu n'obusungu? (1 Samwiri 25:13) [Tugezaako nnyo okusasula ekibi olw'ekibi bwetuba nga tusobezeddwako. Tuwuulira nga tusalidwa omusango mu bwenkanya era n'etwekwasa Katonda nga tugamba nti "obusungu bwaffe butukuvu". Yakobo 1:19-20; Abaefeso 4:26, 31]
5. Obulamu bwaffe buyinza kufanana butya ssinga naffe tudamu nga Abbigayiri? (1 Samwiri 25:18-31) [Twalibadde twegendereza ebigenda maaso n'etuyimirawo okutaasaa ebyaliyononese. Twalibadde bagabbi, abetowazze, abakiiriza okutwala ekivume oba ekyokunenyezebwa okusinga okusonga ennwe ku balala. Twandibadde tussaamu ekitiibwa n'okufaayo ngatukolagana n'abalala.]
6. Bwetudamu n'obusungu, kikosa ani? (1 Samwiri 25:17) [Akatyabaga k'ekibi, naddala obusungu, kakomekereza nga te kakosezza, ffe ffekka naye nabo abatwetoolodde.]
7. Ensibuko yo busungu bwa Nabali ne Dawudi yeli wa? (1 Samwiri 25:10-13) [Buli omu yali alina kyasuubira okufuna okuva ku munne. Dawudi yasuubira okufuna eby'okulya okuva ewa Nabali olw'obukumi bweyali awadde abasajja be. Nabali ye yali amanyi nti byonna byeyalina byali bibye nga tasubira kubigabanako nabala.]
8. Bulamu ki Katonda bwayagala tuberemu okusobola okukiikirira Kristo? (1 Samwiri 25:17-18) [Katonda tayagala tubeere basajja n'abakazi abajjudde obusungu, ayagala tubeere nga tulwaawo kusunguwala, nga tujjudde okwagala n'emirembe ebissukkuluma okutegeera kwa bantu era nga abantu bwebatutunulira balaba ekifananyi kyo Mwaana we. Okuva 34:6]
9. Tuyinza kudamu tutya bwetulaba abalala abatwetolodde nga basunguwadde? (1 Samwiri 25:17-18) [Nga Abbigayiri, tutekeddwa obutalwawo kudamu n'okwagala n'emirembe okusobola okutaasa oba okulongoosa ebisobye era nga tetukwatibwako na biki birese busungu.]

10. Bisanyiizo ki omuntu aleeta emirembe byalina okubanabyo? (1 Samwiri 25:18-28) [Omutabaganya ateekwa okuba omugezi, omukakamu, atabaganya, asobola okugaba ebirabo, era nga azzaamu amaanyi.]
11. Ngeri ki ze tuyinza okukozesa okusobola okuzza emirembe mu bantu abatwetoolodde? (1 Samwiri 25:18-31) [Tusobola okutambulira mu Mwoyo wa Katonda. Abaggalatiya 5:16-26]
12. Yesu yadamu atya bweyayisibwa obubi obwokukola obulungi? [Yesu yayongera bwongezi okwagala abo abamuli okumpi era teyayasamya kamwake okulaga obusungu. Yalekera Katonda asale omusango ogwesonga oba abe omulamuzi wa byonna.]
13. Kiki kye tuyiga ku Katonda oksalayo omusango ogwesonga ery'ekibi mu kitundu kino kye tusomye? (1 Samwiri 25:38) [Bulijjo Katonda yaaba n'Ekigambo ekisembayo kungeri gye tubeeramu mu bulamu buno. Omuntu yekka asobola okutulokola ku lunaku olw'omusango ye Yesu. Yesu ye yekka, nga Abbigayiri, eyatwaala omusango gwaffe n'obusirusiru bwaffe. Yekka ye yatugyaako omusango ogw'okuyiwa omusaayi era ye yateekawo emirembe ne Katonda kulwaffe.]

60. Okulabirira obulungi amaka go

Mariamu, Yusufu ne Yesu - Lukka 2:39-52

Eri n'ebatabani be - 1 Samwiri 2:12-26

Lukka 2
39 Awo bwe baamala okutuukiriza byonna ebiri mu mateeka ga Mukama, ne
baddayo e Ggaliraaya mu kibuga ky'ewaabwe Nazaaleesi. 40 Awo omwana
n'akla, n'ayongerwako amaanyi, n'alluzibwa amagezi: ekisa kya Katonda ne
kibanga ku ye.
41 Awo bakadde be baagendanga e Yerusaalemi buli mwaka ku mbaga
ey'Okuyitako. 42 Awo bwe yali Yaakamala emyaka kkumi n'ebiri, ne
bayambuka nga bw'eri empisa y'embaga: 43 awo bwe baatuusa ennaku zaabwe,
baali nga baddayo, omwana oyo yesu n'asigala mu Yerusaalemi, ne bakadde be
ne batamanya; 44 naye bwe baalowooza ng'ali mu kisinde kyabwe, ne batambula
olugendo lwa lunaku lumu, ne bamunoonya mu baganda baabwe ne mu mikwano
gyabwe: 45 bwe bataamulaba ne baddayo e Yerusaalemi, nga bamunoonya. 46
Awo olwatuuka bwe waayitawo ennaku ssatu ne bamusanga mu yeekaalu,
ng'atudde wakati mu bayigiriza, ng'abawuliriza, ng'ababuuza 47 bonna
abaamuwulira ne bawunikirira olw'amagezi ge n'okuddamu kwe. 48 Awo bwe
baamulaba ne basamaalirira: nnyina n'amugamba nti Mwana wange, kiki
ekitukozezza ggwe bw'otyo? laba, kitaawo nange twakunoonya nga tunakuwadde.
49 N'abagamba nti Mwannoonyeza ki? Temwamanya nga kiŋŋwanidde okubeera
mu bigambo bya Kitange? 50 Ne batategeera kigambo ekyo kye yabagamba.
51 N'aserengeta nabo n'ajja e Nazaaleesi, n'abagonderanga: nnyina ne
yeekuumanga ebigambo ebyo byonna mu mutima gwe. 52 Awo Yesu ne
yeeyongerangako *amagezi n'okukula, ne mu kisa eri Katonda n'eri abantu.*

1 Samwiri 2
12 Awo batabani ba Eri baali baana ba Beriali; tebaamanya Mukama. 13
N'empisa bakabona gye baayisanga eri abantu yali bw'eti; omuntu yenna bwe
yawangayo ssaddaaka, omud du wa kabona n'ajja, nga bakyafumba etmyama,
ng'alina ekkato ery'amannyo asatu mu ngalo ze; 14 n'akisoya mu nsaka oba
bbinika oba ntamu oba sufuliya; byonna ekkato bye lyaleetanga kabona
n'abitwalanga n'eryo. Bwe batyo bwe baakoleranga mu Siiro Abaisiraeri bonna
abajjangayo. 15 Weewaawo, nga tebannaba kwokya masavu, omuddu wa kabona
n'ajjanga, n'agamba omusajja eyali awaayo ssaddaaka nti Mpa ennyama
okwokera kabona; kubanga tayagala omuwe ennyama enfumbe wabula embisi.
16 N'omusajja bwe yamugambanga nti Tebaaleme kwokya masavu mangu ago,
n'olyoka otwala ng'emmeeme yo bw'eyagala; awo n'ayogeranga nti Nedda, naye
onoogimpa kaakano: era bw'onoogaana, n'agitwala lwa maanyi.

17 Ekibi eky'abalenzi abo ne kiba kinene nnyo mu maaso ga Mukaiaa: kubanga abaatu ne batamwa ekiweebwayo eri Mukama.

18 Naye Samwiri n'aweererezanga mu maaso ga Mukama, nga mwana muto nga yeesibye ekkanzu eya bafuta. 19 Era nnyina n'amutungiranga akanagiro n'akamuleeteranga buli mwaka, bwe yalinnyanga awamu ne bba okuwaayo ssaddaaka eya buli mwaka. 20 Eri n'amusabira omukisa Erukaana ne mukazi we, n'ayogera nti Mukama akuwe ezzadde mu mukazi ono olw'ekyo kye yayazika Mukama. Ne baddayo ewaabwe eka. 21 Awo Mukama n'ajjira Kaana n'aba olubuto n'azaala abaana ab'obulenzi basatu n'ab'obuwala babiri. Omwana Samwiri n'akulira mu maaso ga Mukama.

Nnabbi alangirira obubi ku nnyumba ya Eri

22 Awo Eri yali akaddiye nnyo; n'awulira byonna batabani be bye baakolanga Abaisiraeri bonna era bwe baasulanga n'abakazi abaaweererezanga ku mulyango gw'eweema ey'okusisinkanirangamu. 23 N'abagamba nti Kiki ekibakoza ebifaanana bwe bityo? kubanga abantu bano bonna bambuulira ebikolwa byammwe ebibi. 24 Nedda, baana bange; kubanga bye mpulira si birungi n'akatono: mwonoonyesa eggwanga lya Mukama. 25 Omuntu bw'asobya ku munne, Katonda alimusalira omusango: naye omuntu bw'asobya ku Mukama, alimwegayiririra ani? Naye ne batawulira ddoboozi lya kitaabwe, kubanga Mukama yali ayagala okubatta.

26 Omwana Samwiri ne yeeyongera okukula, n'aba muganzi wa Katonda era n'abantu.

Ebibuuzo Ebyo Kusoma: Okulabirira obulungi amaka go
Lukka 2:39-52 & 1 Samwiri 2:12-26

Okwanjula:
Okukuma obulungi amaka go, omuzadde kitono nnyo kyayinza okukola okusobola okufugga emitima gyabo abali mu maka ge (mune n'abaana). Naye Ekigambo kya Katonda bwekiweebwa ekitiibwa mu maka, Mukama atukyuusiza ddala okuva munda okutuukira ddala newabweeru. Ekigambo kya Katonda bwekiyigirizibwa mu maka, okusinza n'ekuba kitundu ku maka n'ebibala eby'Omwoyo ngabiri mu bulamu bwaffe; bireeta enjawulo nnene mu maka. Okukuuma amaka gaffe obulungi kitegeeza kukuuma era okweekwata Ekigambo kya Katonda ne Mukama nga ye mukulembeze wa maka. Awatali Katonda kubeera Mukama we nyumba, kyanguyira omukulu wa maka okubeera n'akyemalira afugisa okutya oba abantu ab'omu maka okwewaggula nga buli omu kyasanga kyakola. Ekigambo kya Katonda ye baggo eri tuyamba okusobola okufuga amaka ku bulungi ne Yesu nga ye mutwe gwe nyumba eyo.

Ebigendererwa:

Okumanya

- Okutegera omugaaso gwo kukuuma amaka okusinzira ku Kigambo kya Katonda n'okubayigiririzanga mu Kigambo ekyo.
- Okutegeera nti Katonda yekka ye mukulu era aluŋŋamya amaka era nga yasobola okukyuusa obulamu.

Endowooza

- Okwesiganga Katonda n'omutima gwo gwonna, obutesigamanga kukutegeerako.

Ebikolwa

- Okukuumira wamu okwagala n'empisa mu maka.
- Okunoonya Katonda ggwe yenyini oluvanyuma osobole okuluŋamya amaka go okunywerera mu Mukama.

Enyiriri ezo kujjukira:
Zaabuli 127:1 "Mukama bw'atazimba nnyumba, Abagizimba bakolera bwereere: Mukama bw'atakuuma kibuga, Omukuumi atunuulirira bwereere."

Ebyawandiikibwa ebyetaagisa okusoma:
Ekyamateeka 6:1-9; Zaabuli 127:1; Engero 13:24; 22:6; Abaefeso 6:1-4; Abakkolosaayi 3:17-21; 1 Timoseewo 3:4-5; Abaebbulaniya 12:6-11

Ebibuuzo ebikwatagana n'olugero:

1. Lwaki bagamba nti Yusufu ne Mariamu bakolera ebintu byonna mu Mateeka? (Lukka 2:39. Kiraga nti Mukama yali akolera mu mitima gyaabwe. Baagoberera amateeka lwa kubanga kye kyaali ekisaanyizo naye ate kubanga Katonda yali atadde okuyaayana okwo mu mitima gyabwe. Mu Lukka 1:38 Mariamu agamba nti, "Nze ndi muzaana wa Mukama".)
2. Kiki kikulu mu lugero luno ekikwata ku "Yusufu ne Mariamu" nga bazaade? (Lukka 2:39-48. Yusufu ne Mariamu bakolera nga wamu okukuuza Yesu. Kiraga nti baalinga wamu bulijjo.)
3. Ebyawandikibwa byogera ki ku Yesu era kiki ekyamufuula awe enjawulo? (Lukka 2:40. Yakula nafuuka w'amaanyi, ngajjudde amagezi n'ekisa kya Katonda kyaali ku ye. Amagezi n'ekisa ebiva eri Katonda byebyamufuula ow'enjawulo.)
4. Lwaki kyaali kya mugaaso bulijjo Yusufu ne Mariamu okugendanga kumbaga ey'Okuyitako buli mwaaka mu Yerusalemi? (Lukka 2:41-42. Okusinza Mukama kye kyaali ekisookerwako mu bulamu bwabwe ne maka gabwe. Okutuuka e Yerusalemi lwaali lugendo luwanvu okulutambuza ebigere okuva e Nazareti, naye okujaguza embaga ey'Okuyitako baali bajjukira engeri Katonda gyeyabajja mu buddu n'okubanunula okuva mu kufa.)
5. Tuyiga ki mu Yesu okusigala emabega mu Yerusalemi mu yeekaalu? (Lukka 2:43-49. Yayagala okubeerayo kubanga yamanya nti enyumba ya Kitaawe nawuuliriza era nayiga okuva kubasomesa.)
6. Lwaki abantu bewuunya amagezi ge ne engeri gyeyaddangamu ebibuuzo? (Lukka 2:47. Gaali amagezi n'akisa kya Katonda ebyeraganga mu bulamu bwe.)
7. Tuyiga ki mu kuddayo kwa Yesu ne Mariamu ne Yusufu e Nazareti? (Lukka 2:51. Yagonda n'akkakana wansi wo bukulembeze bwa bazaade be. Neyeyongera okukulanga mu magezi, n'emumubiri, n'emukuganja eri Katonda n'abantu.)
8. Abaana ba Eli banyonyolwa batya? (1 Samwiri 2:12. Bogerebwaako nga ababi enyo abatamanyi MUKAMA. Wadde nga Eli yali kabona wa Mukama, batabani be bayonoonanga ekiweebwayo namalala ate nebasulanga n'abakazi abawerezanga mu yeekaalu.)
9. Engeri gyebeyisangamu ku kiweebwaayo ekya Mukama etulaga ki? (1 Samwiri 2:13-17. Tebawangayo kiwebwaayo nga okwagala kwa Katonda, naye bakikolanga bukozi nga omulimu gwebateekeddwa okukola. Kiraga nti omutima gwabwe gwaali mukakanyavu nga ate tebakkiriza. Nga tebafaayo ku Mukama, n'okumussaamu ekitiibwa.)

10. Engeri abakyala abawereza mu yeekaalu gyebeyisaamu eraga ki? (1 Samwiri 2:22. Ekibi kyabwe n'obutawa Katonda kitiibwa byayonoona nga nabalala.)
11. Lwa ki batabaani ba Eli beyisanga bubi? Kiki ekyaali kibabulako? (1 Samwiri 2:22-25. Wadde nga Eli yabanenyanga baali betaga okukangavulwa. Baali bateekedwa okujjibwaayo mu kuweereza era babonerezebwe olw'ekibi kyabwe amangu ddala nga ne Eli tanaba kubiwuulira okuva mu bantu. Okukola kwa Katonda kwe kwaali kutali bulamu bwabwe.)
12. Kiki ekyavanga mu kunenya kwa kitaabwe? (1 Samwiri 2:25. Tebamuwulirizanga Katonda yabaziyiza okuwulira kubanga yayagala okubata.)
13. Lwaki waliwo enjawulo nnene wakati wa Samwiri n'abaana ba Eli? (1 Samwiri 2:18-21, 26. Samwiri yali awereza nga wuliriza, era nga kulira mu kubeerawo kwa Mukama. Yali Katonda mu bulamu bwe eyakola enjawulo.)
14. Kiki kyofuna munyinyonyola eraga abantu bano ababiri Samwiri ne Yesu? (1 Samwiri 2:26, Lukka 1:52. Bombi Samwiri ne Yesu baakulira mu Mukama. Ekyo kyokka kye kiraga enjawulo Katonda gyakola munda mu muntu.)

Ebibuuzo ebyo kwogeraganya:

1. Amaka gaffe gayinza kulabika gatya bwegaba gakuumidwa bulungi? (Lukka 2:39-40) [Nga Mariamu ne Yusufu, twandiyayanye nga nnyo okugoberera Ekigambo kya Mukama, era yeyalibadde empisa yaffe okugenda nga bulijjo mu nyumba ya Mukama okusinza era amaka gaffe nga gajjuziddwa ekisa kya Katonda. Abaeofeso 6:1-14]
2. Lwaki kikulu okukuuma amaka gaffe obulungi? (1 Timoseewo 3:4-5)
3. Tukolera tutya awamu nga omukyala n'omwana okukuuma amaka gaffe? (Lukka 2:39, 48) [Tuteekedwa okuyambagana nga tusabira wamu, n'okubeera obumu mu maka.]
4. Buvunanyizibwa ki abazadde bwebalina okukuuma amaka obulungi? (Lukka 1:39-42) [Obuvunanyizibwa bwaffe butandikira ku bbanga lye tumala mu Kigambo kya Katonda, mu kusinza n'okusaba okw'amanyi eri abaana baffe. Bweyongera bwetwagala era n'etukangavula obulungi abaana baffe. Okukangavula awatali kwagala kuleetera abaana obujeemu. Okwagala okutaliinu kukangavula kuleetera abaana okukola kyonna kyebagala. Ekyamateeka 6:4-9.]
5. Katonda avunanyizibwa atya kukukula kw'abaana baffe? Lukka 2:40) [Ekisa kya Katonda, era ekirabo, ffe oba abaana baffe bwetumugoberera. Kye kiraga okukola kwa Katonda mu mutima gw'omuntu bwayayanira Mukama n'okukulira mu Ye, naye ebeera

mbala yaffe ey'obubi etuleetera okujeemera Katonda n'obutamussaamu kitiibwa.]

6. Olwokuba kumanyi nti Katonda yalina okukola mulimu mu bulamu bwaffe olw'ekisa kye, kati ffe nga bazadde kituyigiriza ki? (Lukka 2:40) [Tulina okufuba ennyo okubera eky'okulabirako eri abaana baffe mu ngeri yo bwa Katonda, nga tubalaga Kittafe ali muggulu, Mukama Katonda omuyinza we bintu byonna asobola okukola nnyo mu bulamu bwawe okusinga ffe kyetusobola okukola.]
7. Amaka go gali wa kati mu Kigambo kya Katonda?
8. Nga Yesu bweyali nga kyaali muto, kigendererwa ki kye twalyagaliza abaana baffe okubera mu nga bakula? (Lukka 2:51-52) [Ekigendererwa kyaffe kyaali badde nti abaana baffe bakulire mu buwulize n'okugonda basobole okukula mu mageezi mu kigera ne mukuganjja eri Katonda neri abantu. Engero 22:6.]
9. Nga bwetulaba abaana ba Eli, ffe okuwa abaana baffe ebintu bya Katonda okubetolola kitumala okusobola okukyuusa obulamu bwabwe? [Okuleeta abaana baffe mu kanisa n'okubetoolooza ebintu bya Katonda kyokka tekimala kukyusa bulamu bwabwe, kuba tulaba abaana ba Eli baalinga batuukiriza oluwalo lwabwe mu yeekaalu nga kabona. Naye ate, kyetagisa nnyo okwegayiriranga ennyo Mukama asobole okuweereza oba okukola mu bulamu bw'omwana. Watekedwa okubaawo okwenyigiramu kwomuzadde mu bulamu bw'omwana okulaba engeri omwana gyatambulamu ne Mukama. Abaefeso 6:1-4; Engero 13:24]
10. Eli yenyigira kyenkana ki mu bulamu bw'abaana be oba nga teyasobola n'akumanya bibi ki byebakola nga okutuusa nga abantu ababirabanga bebamazze okumubulira? (1 Samwiri 2:22-25) [Olw'okuba Eli yamalanga kuwuulira obubi bwa baana be okuva mu bantu nalyooka abanenya, kiraga nti teyafangaayo kwenyigira mu bulamu bw'abaana be era nga tafaayo kubalaga engeri gye bavunaanyizibwa nga bakabona.]
11. Nga Eli, ssinga tuwulira ku ngeri abaana baffe gyebatambulira mu kibi, twandikoze tutya ngaffe abazadde? (1 Samwiri 2:22-25) [Tuteekwa okunenya n'okukangavvula abomunju zaffe abatambulira mu kibi naye mu kwagala. Beetaaga Ekigambo n'okusaba ne Yesu okukyuusa obulamu bwabwe.]
12. Amanyi n'ebiseera byenkanawa byotadde mu maka go? Mukyala wo n'abaana bamanyi nga obagala?

61.. Obutayombanga
Lekobowamu
1 Bassekabaka 12:1-16

1 Bassekabaka 12
1 Lekobowaamu n'agenda e Sekemu: kubanga Isiraeri yenna baali bazze e Sekemu akumufuula kabaka.
2 Awo olwatuuka Yerobowaamu mutabani wa Nebati bwe Yakiwulira; (kubanga yali akyali mu Misiri gye yali addukidde okuva eri kabaka Sulemaani, era Yerobowaamu n'atuula mu Misiri), 3 ne batuma ne bamuyita; awo Yerobowaamu n'ekibiina kyonna ekya Isiraeri ne bajja ne boogera ne Lekobowaamu nti

4 Kitaawo yafuula ekikoligo kyaffe okuba ekizito: kale nno wewula ggwe okuweereza okuzibu okwa kitaawo n'ekikoligo kye ekizito kye yatuteekako, naffe tulikuweereza. 5 N'abagamba nti Mugende mumale ennaku ssatu nate, mulyoke mujje gye ndi nate. Abantu ne bagenda.

6 Kabaka Lekobowaamu n'ateesa ebigambo n'abakadde abaayimiriranga mu maaso ga Sulemaani kitaawe bwe yali ng'akyali mulamu ng'ayogera nti Magezi ki ge mumpa okubaddamu abantu bano? 7 Ne bamugamba nti Bw'onooyagala okuba omuddu eri abantu bano leero n'oyagala okubaweereza n'obaddamu n'obagamba ebigambo ebirtmgi, kale bo banaabanga abaddu bo ennaku zonna.

8 Naye n'aleka amagezi g'abakadde ge baamuwa, n'ateesa n'abalenzi abaakulira awamu naye abaayimirira mu maaso ge. 9 N'abagamba nti Magezi ki ge mumpa mmwe tubaddemu abantu bano abaŋŋambye nti Wewula ekikoligo kitaawo kye yatuteekako? 10 Awo abalenzi abaakulira awamu naye ne bamugamba nti Bw'otyo bw'oba ogamba abantu bano abakugambye nti Kitaawo yafuula ekikoligo kyaffe okuba ekizito, naye ggwe kiwewule gye tuli; bw'otyo bw'oba obagamba nti Nasswi wange asinga obunene ekiwato kya kitange. 11 Era nno kubanga kitange yababinika ekikoligo ekizito, nze ndyongera ku kikoligo kyammwe: kitange yabakangavvula na nkoba, naye nze ndibakangavvula na njaba ez'obusagwa.

12 Awo Yerobowaamu n'abantu bonna ne bajja eri Lekobowaamu ku lunaku olw'okusatu, nga kabaka bwe yalagira, ng'ayogera nti Mujjanga gye ndi nate ku lunaku olw'okusatu. 13 Awo kabaka n'addamu abantu n'ebboggo, n'aleka okuteesa kw'abakadde kwe baamuwa; 14 n'abagamba ng'okuteesa kw'abalenzi bwe kwali, ng'ayogera nti Kitange yafuula ekikoligo kyammwe ekizito, naye nze ndyongera ku kikoligo kyammwe: kitange yabakangawula na nkoba, naye nze ndibakangavvula na njaba ez'obusagwa.

15 Awo kabaka n'atawulira bantu; kubanga kyali kigambo Mukama kye yaleeta
anyweeze ekigambo kye Mukama kye yagamba Yerobowaamu mutabani wa
Nebati mu mukono gwa Akiya Omusiiro.
16 Awo Isiraeri yenna bwe baalaba
nga kabaka tabawulira, abantu ne baddamu kabaka nga boogera nii

Mugabo ki gwe tulina mu Dawudi?
so tetulina busika mu mutabani wa Yese:
mudde mu weema zammwe, ai Isiraeri:
labirira nno ennyumba yo ggwe, Dawudi.
Awo Isiraeri ne bagenda mu weema zaabwe.

Ebibuuzo Ebyo Kusoma: Obutayomba nga
1 Bassekabaka 12:1-16

Okwanjula:
Emirundi mingi mu bulamu bwaffe, twagala nnyo okukola ebintu nga ffe betwagala, era ebitusanyusa. Enneyisa eno embi eraga omuze ogwokweyagaliza ffeka,okuyomba nokwerwanirira. Enneyisa eyo tugiraba mu bulamu bwa Lekobowaamu bweyayingira kuntebe y'obwakabaka bwa Isiraeri. Lekobowaamu yali mutabani wa kabaka Sulemani eyakozesa abantu okuzimba ebizimbe ebyamaanyi. Mu kifo kyo kuwuliriza abantu n'okukolera awamu nabo, yabefuulira bwefulizi nasaalawo obutawuliriza kuteesa kwabwe naleetanga enyombo wakati mu bantu mu kifu kyo kuwonyezebwa. Yesu naye yali kabaka mu lulyo lwa kabaka Dawudi, naye obutafananako Lekobowaamu, teyayasamya kamwake bweyali mu kiseera ekyokugezesebwa. Yesu kabaka, yafuuka omuweereza w'abantu, okutuusiza ddala ku kufa. Oluvanyuma lwe nnaku ssatu, Yesu yazukira nabeera kabaka ow'emirembe owo bulamu obutagwaawo era alindirira mu mukisa ogwokufuga obulamu bwaffe.

Ebigendererwa:

Okumanya

- Okuteegera obuziba bwembala yaffe ey'ekibi.
- Okuzuula nti okuweereza n'okuwagira abalala kituleetera omukisa. Bwobaziyiza, ojakufirwa ekitiibwa kyebakusaamu.

Endowooza

- Okubeera n'okwagala, okusaasira n'ekisa eryabo abatuyamba, okumanya nti ffena awamu tukola omubiri gumu nga buli kitundu kirina omugaaso.

Ebikolwa

- Okukolagana n'abantu mu kifo kyo kubakyaawa.
- Okuweereza abo abatuli wa ggulu oba wansi.
- Okuyisa abalala nga naffe bwetwandyagadde batuyise.

Enyiriri ezo kujjukira:
2 Timoseewo 2:24 "Abuulirira n'obuwombeefu abawakanyi, mpozzi oba nga Ka tonda alibawa okwenenya olw'okutegeerera ddala amazima."

Ebyawandiikibwa ebyetaagisa okusoma:
Matayo 7:12; Lukka 10:27; Abaggalatiya 5:14; 2 Timoseewo 2:23-24; Yakobo 1:19
Ekikwata kukuyomba. Engero 15:18; 17:14; 20:23; 26:20-21
Ekikwata ku mukazi omuyombi. Engero 21:9,19; 27:15-16

Ebibuuzo ebikwatagana n'olugero:

1. Kiki ekiri mu kitiibwa kyo "bwakabaka" okuleta nga enyoombo? (1 Bassekabaka 12:1. Kiraga nti omuntu omu nga kabaka nga yalina obuyinza okufuga abalala. Kabaka yenna aba n'obwakabaka nabo abamugondera, ekitegeeza obwannanyini n'obuwulize. Ky'ekitiibwa ekiteeka omuntu mulala n'okwepanka nga kabaka.)
2. Abayisiraeri bonna okugenda Esekemu okufuula Lekobowaamu kabaka ki tuyigiriza ki? (1 Bassekabaka 12:1. Kiraga nti beerowoozako bokka okuba nti bebalina obuyinza okulonda omuntu n'okumuwa obuyinza obwo obwokubeera kabaka.)
3. Embeera ereeta etya obutabanguko? (1 Bassekabaka 12:1-5. Enjuyi zombi zayagala okufugirawamu ebintu mu kifo kya bamu okukakanyira abalala n'okufangayo buli omu eri munne.)
4. Abantu kyebaayagala kyali kituufu oba nedda? Lwaki? (1 Bassekabaka 12:4. Bayagala bakenderezebweeko ku buzito obwebyo byebaali bakozesebwamu. N'ekilala nti abantu bwebaweebwanga eddembe nga balikozesa bubbi.)
5. Lekobowaamu okunonya okuwabulwa kiraga ki? (1 Bassekabaka 12:6-10. Kiraga nti yali yetaaga amagezi okuva eri abalala, era kyalaga nti yali tanakula lungi, nga okulembeze yawuliriza nga bavubuka bato n'okweyagaliza kwe ng'omuntu n'okwagala okubafuga.)
6. Lwaki Lekobowaamu yagaana amagezi agamuweebwa nga abakadde? (1 Bassekabaka 12:7-8. Ekitiibwa kyo bwakabaka kiraga nti abantu abalala be balina okuweereza kabaka sso nga ate abantu bamuwabula nti kabaka yalina okuweereza abantu. Yali yelowoozako yekka. Amalala gaziyiza okuwabula okwamagezi.)
7. Amagezi ga bavubuka abato gabawukanyamu gatya? (1 Bassekabaka 12:8. Lekobowaamu yawaliriza Abayisiraeri okumugobera. Teyawuliriza era teyafaayo ku Abayisiraeri. Nga tafaayo ku ki kinadirira okuva mwekyo.)
8. Obukulembeze bwa Lekobowaamu bwaleeta butya enyombo? (Yeebuuza ku bakadde ate natatwala magezi agamuwebwa. Yalemerererwa ddala okuwuliriza abantu n'asalawo okukusa ebigendererwa bye ye. Byeyayongera nga ko eri abantu, nga abakambuwalira nnyo.)
9. Lekobowaamu yalirese atya emirembe eri akavuyo kano mu kifo kyo kwawukana? (Yaliwuliriza amagezi agamuwebwa okuva eri abakadde. Yalibuuziza Abayisiraeri engeri gye yalibayambye mu kifo ky'okubongerako emiggugu era nayogera nabo bulungi n'ekisa.)

10. Biki ebyava mu neyisa ya Lekobowaamu eyo bukambwe eri Abayisiraeri? (1 Bassekabaka 12:16. Abantu beddirayo buli muntu muweema ye n'amaanyi ga bantu ba Isiraeri n'egagabanyizibwa.)

Ebibuuzo ebyo kwogeraganya:

1. Twegulumiriza tutya kubalala? (1 Bassekabaka 12:1) [Oluusi tukozesa ebitiibwa oba amanya gebatuyita okwegulumiriza ku balala. Endowooza zaffe eri abalala oluusi ziba mbi. Tulinda abantu bajje gyetuli oba batulindiride.]
2. Lwa ki ebiseera ebimu tugezaako okwekolera ebintu? (1 Bassekabaka 12:1-5) [Ekyo kibaawo olw'okuba tuwakanya abatukulira abo Mukama batadde wa ggulu waffe, ffe n'tulagira abantu kiki eky'okukola. N'olumu tulagira Katonda eky'okukola.]
3. Tuyinza kuleetawo tutya emirembe mu kifo kyenyombo? 1 Bassekabaka 12:7) [Tusobola okubeera abaweereza ba bantu mu kifo ky'okubakulusanya n'okubikola ngaffe bwetwagala. Tusobola okuddamu mu ngeri eyo bukakamu n'okukendeza ebisubirwa byaffe eri abantu. Tusobola okuwuliriza okuwa bulwa okwobwa Katonda n'okunoonya Mukama.]
4. Abatwetoolodde tubassaamu tutya ekitiibwa? Tuyinza kubawereza tutya?
5. Nga abakulembeze tuyinza tutya okuzaamu amaanyi abo abakolera wansi waffe okubatuusa ekigendererwa kye kimu?
6. Ffe nga Bakristaayo magezi ki getutekedwa okunoonya? (1 Bassekabaka 12:7-11) [Okusookera ddala, tutekwa okunoonya amagezi agali mu Kigambo kya Katonda. Ekyokubiri, Tuteekedwa okuwuliriza abo Katonda bawadde ebirabo eby'enjawulo olw'ekyo kyetwagala. 2 Timoseewo 2:23-24]
7. Tuwagira tutya obutabanguko n'enkayana olwobutawuliriza abantu?
8. Biki ebiva mu bukambwe okwanguyiriza, n'okuyomba kwo mukulembeze? (1 Bassekabaka 12:16) [Tulaba nti abantu abali wansi w'okulembeze bwe butyo baleeka obwannanyini bw'ekibina kyebalimu bagwebwako buvunanyizibwa olw'o mulimu ogwo ogubawereddwa era bwebaba nga basigadeewo baba tebefirayo kukola kyali badde kisaana, olw'obulungi bw'ekyo kyebakola, nga bamala g'ekolera nebiva mwekyo bubeera bwakabaka obwawukanyeemu.]
9. Tuwangula tutya omwoyo gw'okuyomba? [Nga twesiga Mukama, nga tumusaba, nga tusaba ekisonyiwo n'olwebibala eby'oMwoyo. Abaggalatiya 5:22-23]
10. Okufa kwa Yesu kugatta kutya ekyo ekyali kyawukanyiziddwaamu? [Twawukanyiziddwa ne Katonda lwa kibi kyaffe era Kristo yekka yatusobozesa okuddamu okugatibwa ne Katonda.]

62. **Obwesigwa mu bufumbo**

Dawudi ne Besuseba

2 Samwiri 11:1-17, 26-27; 12:1-14

2 Samwiri 11 1 Awo olwatuuka omwaka bwe gwatuukirira mu
kiseera bakabaka mwe batabaalira, Dawudi n'atuma Yowaabu n'abaddu be
awamu naye ne Isiraeri yenna; ne bazikiriza abaana ba Amoni ne bazingiza
Labba. Naye Dawudi n'asigala e Yerusaalemi. 2 Awo olwatuuka akawungeezi
Dawudi n'agolokoka n'ava ku kitanda kye n'atambula waggulu ku nnyumba ya
kabaka: era ng'ayima ku nnyumba n'alaba omukazi ng'anaaba; era omukazi yali
mulungi nnyo okutunuulira. 3 Awo Dawudi n'atuma n'abuuza omukazi bw'ali.
Ne wabaawo eyayogera nti Oyo si Basuseba muwala wa Eriyaamu, mukazi wa
Uliya Omukiiti? 4 Awo Dawudi n'atuma ababaka n'amutwala; n'ayingira gy'ali
n'asula naye; (kubanga yali alongoosebwa obutali bulongoofu bwe;) omukazi
n'addayo mu nuyumba ye. 5 Omukazi n'aba olubuuto; n'atuma n'abuulira Dawudi
n'ayogera nti Ndi lubuto.

6 Dawudi n'atumira Yowaabu nti Mpeereza Uliya Omukiiti. Yowaabu
n'aweereza Uliya eri Dawudi. 7 Awo Uliya bwe yajja gy'ali, Dawudi n'amubuuza
Yowaabu bwe yali n'abantu bwe baali n'olutalo bwe lwali. 8 Dawudi n'agamba
Uliya nti Serengeta mu nnyumba yo onaabe ebigere. Uliya n'ava mu nnyumba ya
kabaka, ne wamugoberera omuwumbo (gw'emmere) oguvudde eri kabaka. 9
Naye Uliya n'asula ku mulyango gw'ennyumba ya kabaka wamu n'abaddu bonna
aba mukama we, n'ataserengeta mu nnyumba ye.

10 Awo bwe baamubuulira Dawudi nti Uliya teyaserengese mu
nnyumba ye, Dawudi n'agamba Uliya nti Tovudde mu lugendo? kiki
ekyamlobedde okuserengeta mu nnyumgba yo? 11 Uliya n'agamba Dawudi nti
Essanduuko ne Isiraeri ne Yuda basula mu nsiisira; ne mukama wange Yowaabu
n'abaddu ba muzama wange basiisidde ku ttale mu bbanga; nze nno naagenda mu
nnyumba yange okulya n'okunywa n'okusula ne mukazi wange? nga bw'oli
omulamu n'emmeeme yo nga bw'eri ennamu sijja kukola kigambo ekyo. 12 Awo
Dawudi n'agamba Uliya nti Mala wano n'olwa leero, enkya nkusindike. Awo
Uliya n'amala olunaku olwo n'olw'enkya mu Yerusaalemi. 13 Awo Dawudi bwe
yamuyita n'alya n'anywera mu maaso ge; n'amutamiiza: awo akawungeezi
n'afuluma okusula ku kitanda kye wamu n'abaddu ba mukama we, naye
n'ataserengeta mu nnyumba ye.

14 Awo olwatuuka enkya Dawudi n'awandiikira Yowaabu ebbaluwa,
n'agiweerereza mu mukono gwa Uliya. 15 N'awandiika mu bbaluwa nti Muteeke
Uliya mu maaso awali olutalo olw'amaanyi; mumwabulire, balyoke bamufumite
afe: 16 Awo olwatuuka Yowaabu bwe yekkaanya ekibuga, n'awa Uliya ekifo we
yamanya nga we wali abazira. 17 Abasajja ab'omu kibuga ne bafuluma ne
balwana ne Yowaabu: awo ku bantu ne kufaako abamu, ku baddu ba Dawudi;
Uliya Omukiiti naye n'afa. 26 Awo muka Uliya bwe yawulira bba ng'afudde

a'akungubagira bba we. 27 Awo bwe yamala okwabya olumbe, Dawudi n'atuma n'amuleeta ewuwe, n'aba mukazi we n'amuzaalira omwana ow'obulenzi. Naye ekigambo Dawudi kye yakola ne kinyiiza Mukama.

2 Samwiri 12 1 Awo Mukama n'atuma Nasani eri Dawudi. N'ajja gy'ali n'amugamba nti Waaliwo abasajja babiri mu kibuga kimu; omu nga mugagga ne munne nga mwavu. 2 Omugagga yalina endiga n'ente nnyiagi nnyo nnyini: 3 naye omwavu teyalina kantu wabula akaana k'endiga akaluusi ke yagula n'akalera: ne kakulira wamu naye n'abaana be; kaalyanga ku kamere ke ye, ne kanywa ku ndeku ye ye, ne kagalamira mu kifuba kye ne kaba gy'ali nga muwala we.

4 Awo ne wajja omutambuze eri omugagga oyo, n'alema okutoola ku ndiga ze ye ne ku nte ze ye, okufumbira omutambuze eyajja gy'ali, naye n'atwala omwana gw'endiga ogw'omwavu, n'agufumbira omusajja azze gy'ali: 5 Dawudi n'asunguwalira nnyo omusajja; n'agamba Nasani nti Mukama nga bw'ali omulamu, omusajja eyakola ekyo asaanidde okufa: 6 era alizzaawo omwana gw'endiga emirundi ena, kubanga yakola ekyo, era kubanga teyalina kusaasira.

7 Awo Nasani n'agamba Dawudi nti Ye ggwe. Bw'atyo bw'ayogera Mukama, Katonda wa Isiraeri, nti Nakufukako amafuta okuba kabaka wa Isiraeri ne nkuggya mu mukono gwa Sawulo; 8 ne nkuwa ennyumba ya mukama wo, ne bakazi ba mukama wo ne mbakuwa mu kifuba kyo, ne nkuwa ennyumba ya Isiraeri n'eya Yuda; n'ebyo singa bibadde bitono, nandikwongeddeko bino na bino. 9 Kiki ekikunyoomezza ekigambo kya Mukama okukola ebiri mu maaso ge ebibi? osse Uliya Omukiiti n'ekitala n'otwala mukazi we okuba mukazi wo, a'omutta n'ekitala eky'abaana ba Amoni. 10 Kale nno ekitala tekiivenga mu nnyumba yo ennaku zonna; kubanga onnyoomye nze n'otwala mukazi wa Uliya Omukiiti okuba mukazi wo.

11 Bw'atyo bw'ayogera Mukama nti Laba, ndikuyimusizaako obubi obuliva mu nnyumba yo ggwe, era nditwala bakazibo mu maaso go ne mbawa mulii raanwa wo, era alisula ne bakazi bo mu maaso g'enjuba eno. 12 Kubanga ggwe wakikola mu kyama: naye nze ndikola ekigambo ekyo mu maaso ga Isiraeri yenna ne mu maaso g'enjuba.

13 Awo Dawudi n'agamba Nasani nti Nnyonoonye Mukama. Nasani n'agamba Dawudi nti Mukama naye aggyeewo ekyonoono kyo; toofe. 14 Naye kubanga owadde abalabe Mukama ebbanga ddene okukola olw'ekikolwa ekyo, omwana akuzaaliddwa talirema kufa naye.

Ebibuuzo Ebyo Kusoma: Obwesigwa mu bufumbo

2 Samwiri 11:1-17, 26-27; 12:1-14

Okwanjula:

Obufumbo kye kintu ekitukuvu Mukama Katonda yenyini kyeyatandika kulw'omusajja n'omukazi okugattibwa awamu era bombi bafuuke omubiri. Obufumbo butuweebwa nge kifananyi ekiraga enkolagana wakati wa bakiriza ne Yesu. Eky'omukisa omubi, obufumbo bwalumbibwa munsi eno. Ensi, n'omubiri gwaffe ne Setaani byonna byeggatta n'ebyonona obufumbo bwaffe. Era tubeera balabe baffe ffenyinyi bwetukiriza ebikemo, ebisubizo byetumenya oba obusungu okuyingira mu bulamu bwaffe n'ebyonoona obufumbo bwaffe. Tuteekedwa okukuuma obufumbo bwaffe nga tuyita mu kuwuliziganya, okuwa embalirira n'okuteeka Yesu makati gaffe.

Ebigendererwa:

Okumanya

- Okumanya nti Katonda akyawa okunoba oba okugoba omukazi; Katonda kyeyagatta tewabanga muntu yenna akyawukanya.
- Okutegeera nti okumenya endagaano y'obufumbo bwaffe kya kabi nnyo era kikosa banaffe ne Katonda eyatugatta awamu.

Endowooza

- Okwagalanga mukyala wo nga Kristo bweyayagala ekkanisa nagifirira.
- Okugondera n'okuwa ekitiibwa omwani wo nga bwogondera Mukama.

Ebikolwa

- Okuba nempuliziganya enungi n'emuno n'embalirira eyemikwano emilala emyesigwa.
- Okuwuliraŋana nga kussaamu Kristo ekitiibwa.
- Okuziŋanamu amaanyi mu bufumbo bwaffe n'okusigala nga tuli besigwa okutuusa okufa.

Enyiriri ezo kujjukira:

Abaefeso 5:33 "Naye era nammwe buli muntu ayagalenga mukazi we nga bwe yeeyagala yekka; n'omukazi atyenga bba."

Ebyawandiikibwa ebyetaagisa okusoma:

Olubereberye 2:18-25; Omubuulizi 4:9-12; Matayo 5:27-32; Abaruumi 5:8; 1 Abakkolinso 7; 13:4-8; Abaefeso 5:22-33; 1 Timoseewo 3:2; Abaebbulaniya 12:1-2; 1 Yokaana 1:9

Ebibuuzo ebikwatagana n'olugero:

1. Ensobi za Dawudi zatandika zitya era zayala zitya? (2 Samwiri 11:1-4. Dawudi yasindika Yowabu neggye ya kabaka lyonna ye nasigala Yerusalemi. Bweyalaba omukazi nga anaaba namwekaliriza obulungi

bwe. Okumutunulira ko akatono kamuletera okweyongera okumutunulira nnyo, nabuuza ebi mufaako, nasaba bamuletere, natuuka ekikolwa.)

2. Okugwa kwa Dawudi mu kibi kumwogerako ki? (2 Samwiri 11:1-4. Dawudi yali erowoozako yekka okusinga ku Mukama, lutalo, essanduuku ya Mukama, obwesigwa bwa basirikale be oba ebiyinza okuva mu bye yakola.)
3. Dawudi yakola atya bweyakizuula nti Basuseba yafuna olubuto? (2 Samwiri 11:5. Yeyongera kugenda mu maaso okusalawo okubika ku kibi kye.)
4. Dawudi yakola ki okugezaako okubika ekibi kye? (2 Samwiri 11:6-7. Yatumya Uliya namujja mu lutalo, nagezaako okulaba nga ye baka n'emukyala we, era yamuwa omwenge amutamiize asobole okugenda ekka yetabe n'emukazi we oluvanyuma namuwandikira abaluwa eyo kufa najiwa Yowabu abeeko kyakola.)
5. Uliya yalaga atya obwesigwa bwe? (2 Samwiri 11:6-16. Yagondera ebiragiro byonna eby'akabaka natayagala kugenda kuwummula awaka we nga "essanduuku na Bayisiraeri ne Yuda bonna nga bali bweru wenssisira")
6. Mateeka ki Dawudi geyamenya? (Toyagalanga mukazi wa munno. Toyendanga. Towayirizanga. Tottanga. Tosinzanga bakatonda balala wendi.)
7. Kiki ekyatuuka ku Basuseba oluvanyumba lwa bba Uliya okufa? (2 Samwiri 11:17-27. Yakungubagira bbaawe. Ebiseera ebyokukungugaga bwe byaggwa, Dawudi namuleeta nyumba ye.)
8. Katonda yalaba atya Dawudi? (2 Samwiri 11:27. MUKAMA teyasanyukira Dawudi kyeyakola.)
9. Lwaki KATONDA yatuma Nasani eri Dawudi? (2 Samwiri 12:1. Yatuma Nasani eri Dawudi okumulumiriza olw'ekibi kye, nokulangirira omusango olw'ekyo kyeyakola.)
10. Lwa ki Dawudi yeyisa mu engeri enkambwe bwetyo okusinzira mu lugero luno? (2 Samwiri 12:5-6. Dawudi yali mulunzi era ngamanyi bwekifanana okufaayo ku endiga wadde eba emu. Olw'obusungu bwa Dawudi kulw'endiga, yerangirirako yennyini omusango ogugwanira okufa.)
11. Biki ebyava mu bikolwa bya Dawudi ebibi? (2 Samwiri 12:10-14. Ekitala tekivenga mu nju ye, emitawana tegiggwenga mu bulamu bwe, abasajja abalala bajja kwebakanga n'ebakazi be, n'omwana Basuseba gwanazaala ajjakufa.)
12. Dawudi yaddamu atya bweyawulira ebyava mu Kigambo kya KATONDA? (1 Samwiri 12:13. Dawudi yakiriza nti yali ayonoonye ku MUKAMA era Nasani yamugamba nti MUKAMA ajjeewo ekibi kye.)

Ebibuuzo ebyo kwogeraganya:

1. Lwaki ebiseera ebisinga ekibi kitusangiriza wetutalina kubera nga bwekyaali mu bulamu bwa Dawudi? (2 Samwiri 11:1) [Ekibi kijja gyetuli nga tuli mu kifo kyetutateekwa kubeeramu. Nga omukuumi waffe taliwo ffe tetusobola kwekuuma.]
2. Ekibi kyeyongera kitya mu bulamu bwaffe? (2 Samwiri 11:1-4) [Nga Dawudi, kitandikira mu kulaba oba okulowooza n'etukiwa omwaagaanya n'ekifuuka okwegomba netutakyolekera na Kigambo kya Katonda. Mangu ddala okwegomba kufuuka embeera n'ekivaamu tutuuka mu kikolwa. Matayo 5:27-30]
3. Mu kifo kyo kuva mu kibi, tweyongera tutya okwagala okukigoberera obugoberezi? (2 Samwiri 11:2-4) [Naffe nga Dawudi tukkiriza ebirowoozo, n'embeera n'ebikolwa okutufuuga mu kifo kyo kuwa efugge ery'obulamu lyonna eri Katonda.]
4. Tuyinza tutya okwekuuma eri kibi kyo kwaka n'obwenzi mu bulamu bwaffe? [1 Abasessaloniika 4:3-8]
5. Ffe nga Abakristaayo twandizemu tutya eri ebikemo? [Tulina kukyuuka mangu ddala ntubivaako. Abaggalatiya 5:16-25]
6. Mu lugero luno olwa Dawudi, Uliya ne Basuseba, kiki kye tuyiga ekiva mu kibi mu bulamu bwaffe? [Tulaba nga ekibi kyongera kuleeta kibi, kuzikirira na kufa. Okuzikira kuno kuyinza obutaba kwa mumubiri naye okwomwoyo.]
7. Tuyiga ki mu kibi ekikolebwa mukyaama olwobutaba besigwa mu bufumbo? (2 Samwiri 11:6-17) [Ekibi kyo butaba besigwa mu bufumbo kikolebwa mu bulimba, ate mukyaama, sso nga Katonda amanyi bulikolebwa mukyaama, era kutekeddwa okuwa embalirira yakyo. 1 Abakkolinso 6:15-20]
8. Newankubadde "nga tewali mulala" ategede byetukola mukyaama, Ani ekibi kyaffe gwekitayinza kukwekebwa mu maaso ge? Era ekyo kikoso kitya mu bulamu bwaffe? [Mukama Katonda amanyidde ddala ekibi kyaffe era n'obulamu bwaffe bulinga Ekitabo ekibikuliddwa mu maaso Ge. Tutekedwa okutambulira mu bulamu obwobutukuvu no kutya Katonda nga tujjukira nti Katonda amanyi byonna era nga tujjakuwa embalirira olw'ebibi byaffe.]
9. Tuyinza kwekuuma tutya mu nkolagana yaffe n'abalala n'okuwa embalirira mu lwaatu?
10. Okwagala n'okusaasira kwa Katonda birabika bitya bweyatuma Nasani eri Dawudi? (2 Samwiri 12:1) [Tulaba nti Mukama wakisa nnyo era ajjudde okusaasira gyetuli. Dawudi nga akyaali mu kibi kye, Katonda yatuma nabbi Nasani okuleetera Dawudi Kigambo kye.]

11. Kiki kye tulaba mu maanyi ga Katonda okulumizibwa emitima gyaffe ne Kigambo kye? (2 Samwiri 12:1-6, 13) [Nasani nga amaze okubuulira Dawudi olugero lufanana ekibi kye, Dawudi yaddamu n'obusungu n'agamba nti omuntu bwaatyo asaana kufa. Oluvanyuma ngategedde nti omunto oyo ye yye, yakkiriza ensobiye oba ekibi kye.]
12. Kiki kye tuyiga mu kusaasira kwa Katonda okusonyiwa ebibi? (2 Samwiri 12:13) [Tulaba nga Katonda mwetegeefu okusonyiwa ssinga twatula ebibi byaffe mu maaso Ge, era nga byeyayagala okusonyiwa Dawudi.]
13. Tuyiga ki ku biva mu kibi ne bwetuba nga tusabye ekisonyiwo eri Katonda? (2 Samwiri 12:13-14) [Newankubadde nga Katonda wa mazima okutusonyiwa ebibi byaffe n'okututukuza okuva mubutali butukirivu, tutekedwa okusisinkana ebyo ebiva mu kibi eri obulamu bwaffe. Engero 6:23-29]
14. Tuyinza kunyweza tutya obufumbo bwaffe? [Tuwengayo okwagala n'ebiseera eri abagalwa baffe. N'okusabira nga awamu n'okusoma Ekigambo kya Katonda bulijjo.
15. Okuva obufumbo bwebukozesebwa nga ekifananyi ekiraga enkolagana yaffe ne Kristo mu Baibuli, ekyawandikibwa kino kitulaga kitya Yesu? [Kiraga nti ffena tulinga Dawudi. Tetubadde besigwa eri omugole omusajja, Yesu. Ate nga, ye asigala mwesigwa era nga yewadeeyo okutukiriza endagaano eyenkolagana gyetulina naye.]

63. **Okubera Omuddu**

Yesu yanaaza abayigirizwa be ebigere

Yokaana 13:1-17

Yokaana 13
1 Naye embaga ey'Okuyitako yali nga tennatuuka, Yesu bwe yamanya
ng'ekiseera kye kituuse okuva mu nsi muno okugenda eri Kitaawe, bwe yayagala
ababe abali mu nsi, yabaagala okutuusa enkomerero.
2 Bwe baali balya emmere ey'ekyeggulo Setaani nga yamaze dda okuweerera
Yuda Isukalyoti omwana wa Simooni mu mutima gwe okumulyamu olukwe, 3
Yesu bwe yamanya nga Kitaawe amuwadde byonna mu mukono gwe, era nga
yava wa Katonda, ate ng'adda wa Katonda, 4 n'ava ku mmere, n'ayambulamu
engoye ze; n'addira ekiremba, ne yeesiba ekimyu. 5 N'alyoka afuka amazzi mu
kibya, n'atanula okunaaza abayigirizwa ebigere n'okubisiimuuza ekiremba kye
yali yeesibye.

6 Awo n'ajja eri Simooni Peetero. Naye n'amugamba nti Mukama wange, ggwe
onnaaza ebigere? 7 Yesu n'addamu n'amugamba ntiKye nkola nze tokimanyi
ggwe kaakano, naye olikitegeera luvannyuma. 8 Peetero n'amugamba nti
Tonnaazenga bigere byange emirembe gyonna. Yesu n'amuddamu nti Bwe
ssiikunaaze tossa kimu nange. 9 Simooni Peetero n'amugamba nti Mukama
wange, si bigere byange byokka, naye n'emikono n'omutwe.

10 Yesu n'amugamba nti Anaazibwa omubiri taliiko kye yeetaaga wabula
okunaaba ebigere byokka, naye yenna nga mulongoofu: nammwe muli
balongoofu naye si mwenna. 11 Kubanga yamumanya anaamulyamu olukwe;
kyeyava ayogera nti Mwenna temuli balongoofu.

12 Awo bwe yamala okubanaaza ebigere, n'ayambala engoye ze, n'atuula nate,
n'abagamba nti Mutegedde kye mbakoze? 13 Mmwe mumpita Muyigiriza era
Mukama wammwe: era mwogera bulungi; kubanga bwe ndi. 14 Kale oba nga
nze Mukama wammwe era Omuyigiriza mbanaazizza ebigere, era nammwe
kibagwanira okunaazagananga ebigere. 15 Kubanga mbawadde ekyokulabirako,
era nga bwe mbakoze nze, nammwe mukolenga bwe mutyo. 16 Ddala ddala
mbagamba nti Omuddu tasinga bukulu mukama we; so omutume tasmga bukulu
oli eyamutuma. 17 Bwe mubimanya ebyo, mulina omukisa bwe mubikola.

Ebibuuzo Ebyo Kusoma: Okubera Omuddu
Yokaana 13:1-17

Okwanjula:
Omutima ogwoguddu bulijjo gutuberera muzibu okubanagwo mu bulamu bwaffe. Omubiri gwaffe ogw'ekibi gujjude amalala n'okweyagaliza. Twagala nnyo okulabika oba okumanyika okusinga okuweereza. Newankubadde, Katonda alina okuyita okwenjawulo kweyatuyitamu. Yagamba nti oyo yenna ayagala okuba omukulu abeere muwereza wa banne. Twayitiibwa okwagala baliranwa baffe nga ffe bwetweyagala. Bwetukola kino, tuba tufanana Kristo gyebali. Mu Abafiripi agamba nti Yesu yatwala embala yo buddu. Yatuwereza endagonda n'okutuusa okufa nga agyawo ebibi byaffe. Naffe tusobola okufuuka abawereza nga tuwa abalala okusonyiwa, essuubi n'ekisa kya Katonda.

Ebigendererwa:

Okumanya
- Tulina okutegera nti "kyonna kyetukolera omu ku bato aboluganda tukikoledde Yesu."
- Okuzuula ebyeetaago byenyini abantu byebagala n'okubasabira eri Katonda atuwe okwagala kwe gyebali.

Endowooza
- Okufaayo kubalala n'okusinga bwetwefaako n'okutunulira obwetavu bwabwe nga tusose byaffe.
- Okwagala banaffe nga bwetweyagala ffekka.

Ebikolwa
- Okuweereza abalala kubanga naffe Yesu yeyasooka okutuweereza.
- Okulaga okwagala mubikolwa ebikwatikako.

Enyiriri ezo kujjukira:
Matayo 23:12 "Na buli aneegulumizanga anakkakkanyizibwanga; na buli aneekakkanyanga anaagulumi. zibwanga."
Abafiripi 2:3-4 "temukolanga kintu kyonna olw'okuyomba newakubadde olw'ekitiibwa ekitaliimu, wabula mu buwombeefu buli muatu agulumizenga munne okusinga bwe yeegulumiza yekka; temutunuuliranga buli muntu ebibyo yekka, era naye buli muntu n'eby'abalala."

Ebyawandiikibwa ebyetaagisa okusoma:
Matayo 18:1-4; 23:1-12; Makko 10:45; Lukka 22:26-27; Abaefeso 4:2; Abafiripi 2:3-11; Abakkolosaayi 3:23-24; 1 Peetero 5:5-6

Ebibuuzo ebikwatagana n'olugero:

1. Lwaki Yesu yanaaza abayigirizwa be ebigere? (Yokaana 13:1. Yesu yayagala okubalaga okwagala okwannamaddala.)
2. Okwagala kwe mu bujju kwe kuliwa? (Yokaana 13:1. Ekyawandikiwa kiraga nti Yesu okunaaza ebigere bya bayigirizwa be, kyaali kisinga ku mazzi n'ekitambala. Yuda eyamulyaamu olukwe, ne Peetero eyamwegaana bonna ganazibwa ebigere. Obukyafu bwebigere obwaali bwankungulu. Bwalaga obukyafu bwebibi obwayingira mitima gyabwe.) Kikulu ki ekiri mu butuufu bwokujaguza embaga ey'Okuyitako obwaliwo mu kiro Yesu nga tanakomererwa? (Yokaana 13:1. Bajjaguuza Okutiyako nga bajjukira Malayika owo Kufa bweyayita ku Abayisiraeri olwokuba batta endiga n'ebasiiga omusayi gw'endiga ku mifuubeeto gyenziji zabwe. Yesu yafuuka sadaaka esembayo eyo Mwaana gwendiga n'omusayi ge ngagusiigidwa ku nzijji zo bulamu bwaffe ekyo kyekitulokola mu kufa. Obwo bwe bujjuvu bwo kwagala kwe.)
3. Yesu yabulira ki abayigirizwa be ekikwata ku Katonda Kitaffe? (Yokaana 13:3. Yesu yabagamba nti Taata atadde ebintu byonna wansi w'obuyinza bwe, yabagamba nti yava eri Katonda era gyagenda okudda.)
4. Wadde Yesu yalina obuyinza bwa Taata wansi we, kiki kyeyalina okukolera abayigirizwa be okubalaga okwagala okwanamaddala gyebali? (Yokaana 13:4-5. Yesu yatwala embala ey'obuddu kulwa bayigirizwa be bweyakwata ekigoye n'amazzi nabanaaza ebigere.)
5. Lwa ki Peetero yali agana Yesu okumunaaza ebigere? (Yokaana 13:6. Kubanga yagamba nti ye yeyalisaanye okunaaza Yesu ebigere.)
6. Lwa ki Yesu yagamba nti Peetero teyali badde bumu naye? (Yokaana 13:8. Peetero yalina okuyiga n'okutambulira mu bulamu obw'obuddu. Engeri y'obuddu yetuleetera okuba obumu ne Yesu.)
7. Lwa ki Yesu yanaaza ebigere ya Yuda nga ate yali amanyi Yuda kyagenda okukola? (Yokaana 13:10-11. Yesu yali alaga obukulu bw'okwagala kwe n'atuuka n'okunaaza oyo anamulyamu olukwe.)
8. Lwaki Yesu yateekawo ekyokulabira kino eri abayigirizwa be? (Yokaana 13:13. Okulaga nti ebintu byanjawulo mu bwakabaka bwa Katonda. "Omuyigiriza" oba "Mukama" si kubeera waggulu wa balala, mu engeri endala abeera muwereza wabwe.)
9. Yesu yalagira ki abayigirizwa be okukola nga maze okubanaza ebigere? (Yokaana 13:14. Yabagamba nti nabo balina okunaazaganya ebigere.)
10. Yesu yawa ki abayigirizwa be? (Yokaana 13:15. Yabawa ekyo kulabira ko nti bakolenga nga ye bwakoze.)

11. Yesu yagamaba ki abayigirizwa be ekikwatagana n'okugonda okusinzira ku kiragiro kye? (Yokaana 13:17. Nti banaaweebwa omukisa ssinga bawereza.)

Ebibuuzo ebyo kwogeraganya:

1. Tuyinza kunaaza tutya ebigere ya bantu? (Yokaana 13:1) [Tuyinza okunaaza ebigere byabwe, katono naye okusinga tusobola kuyamba mu engeri yonna gyebetaagamu mu bulamu bwa bulijjo.]
2. Tuyinza kulaga tutya abantu okwagala kwa Yesu mu bujjuvu? (Yokaana 13:1) [Waliwo engeri nyingi zetusobola okuweerezamu abantu, naye okwagala kwa Yesu mu bujjuvu kussukkuluma kukuyamba obuyambi ebyetaago byabwe. Kubanga okwagala kwe kitegeeza kwagala n'abalabe baffe, ne n'okwerekereza ebyaffe tubalekere Yesu.]
3. Kitegeeza ki gyetuli Yesu okubeera omwana gwe Endiga ogw'Okuyitibwaako? (Yokaana 13:1) [Yesu ye mwana gw'endiga ogw'Okuyitibwaako kitegeeza nti tetuteekeddwa kutya kufa kubanga omusayi gwa Yesu gwegutukuuma. Ki tegeeza nti twasonyibwa lumu nebiggwa.]
4. Bwetuba nga ffe tuli mubuyinza ekyawandikiibwa kino kitwogerako kitya? (Yokaana 13:3-5, 13-14) [Yesu bwaba nga muwereza wafffe; naffe kitugwanira okubeera abawereza babalala. Makko 10:45]
5. Owuulira otya ssinga oba owerezewa? Naawe walizeemu nga Peetero? (Yokaana 13:6-9) [Owuulira nga toli mativu ssinga omuntu akusinga oba akuli waggulu akuweereza. Erakikuyamba okwegyamu amalala n'otandika okusuubira okuweerezebwa n'obutamala gatwala bantu balala bwotyo bwotyo.]
6. Omulimu gwokuweerezebwa gwani? [Gwa buli omu. Oba oli mu kifo kya waggulu oba kya wansi, Yesu ayigiriza abo bonna abali kuluwe oba abiyigirizwa be okutwala embala eyo buddu.]
7. Waliwo ebisanyizo byetwetaaga okubanabyo tulyoke tuweereze? Yesu yayisa atya abo abali okumpi naye? (Yokaana 13:6-11) [Tulina kuweereza bantu bonna, nabo abatatwagala oba abatukyaawa.]
8. Ffe tubeerera baani ekyokulabirako?
9. Olowooza ki kukyokubeera omuweereza? (Matayo 23:1-12)
10. Olina kuba na neyisa ki mu bulamu bwo okusobola okuwulira nga onaweereza abalala?
11. Era Mukama Waffe asuubiza ki ekiva mukuwereza? (Yokaana 13:17) [Yesu yasuubiza nti tujjakuwebwa omukisa. Omukisa guno gwegwo kufaanana Kristo n'okuwereza Kittaffe owo mu ggulu.]
12. Tuyinza kuwereza tutya abantu abo Katonda batutadde okumpi?

64. **Obutaba wammeeme bbiri**

Kabaka Akaziya

2 Bassekabaka 1:1-17

2 Bassekabaka 1
1 Awo Mowaabu n'ajeemera Isiraeri Akabu ng'amaze okufa. 2 Akaziya n'agwa
mu kituli ekiruke ekyali mu kisenge kye ekya waggulu ekyali mu Samaliya,
n'alwala: n'atuma ababaka, n'abagamba nti Mugende mulagulwe eri Baaluzebubi
katonda ow'e Ekuloni oba nga ndiwona endwadde eno.

3 Naye malayika wa Mukama n'agamba Eriya Omutisubi nti Golokoka osisinkane
ababaka ba kabaka w'e Samaliya obagambe nti Kubanga tewali Katonda mu
Isiraeri kyemuva mugenda okulagulwa eri Baaluzebubi katonda ow'e Ekuloni? 4
Kale nno, bw'atyo bw'ayogera Mukama nti Toliva ku kitanda ky'olinnyeeko, naye
tolirema kufa. Eriya n'agenda.

5 Ababaka ne bakomawo gy'ali, n'abagamba nti Kiki ekibakomezzaawo? 6 Ne
bamugamba nti Wazze omusajja okutusisinkana n'atugamba nti Mugende
muddeeyo eri kabaka abatumye, mumugambe nti Bw'atyo bw'ayogera Mukama
nti Kubanga tewali Katonda mu Isiraeri kyova otuma okulagulwa eri Baaluzebubi
katonda ow'e Ekuloni? kyoliva olema okuva ku kitanda ky'olinnyeeko, naye
tolirema kufa.

7 N'abagamba nti Omusajja azze okubasisinkana n'ababuulira ebigambo ebyo
afaananye atya? 8 Ne bamuddamu nti Yali musajja wa bwoya bungi, era nga
yeesibye olukoba olw'eddiba mu kiwato kye.

9 Awo kabaka n'atuma gy'ali omwami w'ataano n'abasajja be ataano. N'ayambuka
gy'ali: kale, laba, ng'atudde ku ntikko y'olusozi. N'ayogera naye nti Ggwe
omusajja wa Katonda, kabaka ayogedde nti Serengeta. 10 Awo Eriya n'addamu
n'agamba omwami w'ataano nti Oba ndi musajja wa Katonda, omuliro guve mu
ggulu gwokye ggwe n'abasajja' bo ataano. Omuliro ne guva mu'I ggulu ne
gumwokya ye n'abasajja be ataano.

11 Awo n'atuma nate gy'ali omwami w'ataano omulala n'abasajja be ataano.
N'addamu n'amugamba nti Ggwe omusajja wa Katonda, bw'atyo kabaka
bw'ayogedde nti Yanguwa okuserengeta. 12 Awo Eriya n'addamu n'abagamba nti
Oba nga ndi musajja wa Katonda, omuliro guve mu ggulu gwokye ggwe
n'abasajja bo ataano. Omuliro gwa Katonda ne guva mu ggulu ne gumwokya ye
n'abasajja be ataano.

13 Awo n'atuma nate omwami w'ataano abalala n'abasajja be ataano. Omwami
w'ataano ow'okusatu n'ayambuka n'ajja n'afukamira ku maviivi ge mu maaso ga
Eriya, n'amwegayirira n'amugamba nti Ggwe omusajja wa Katonda,
nkwegayiridde, obulamu bwange n'obulamu bwa bano ataano abaddu bo bube
bwa muwendo mungi mu maaso go. 14 Laba, omuliro gwavudde mu ggulu ne
gwokya abaami b'ataano bombi abaasoose n'abasajja baabwe ataano: naye
kaakano obulamu bwange bube bwa muwendo mungi mu maaso go. 15 Awo
malayika wa Mukama n'agamba Eriya nti Serengeta naye tomutya. N'agolokoka
n'aserengeta naye n'agenda eri kabaka.

16 N'amugamba nti Bw'atyo bw'ayogera Mukama nti Kubanga watuma ababaka
okulagulwa eri Baaluzebubi katonda ow'e Ekuloni, kubanga tewali katonda mu
Isiraeri okulagulwa eri ekigambo kye kyewava okola bw'otyo? kyoliva olema
okuva ku kitanda ky'olinnyeeko, naye tolirema kufa. 17 Awo n'afa ng'ekigambo
kya Mukama bwe kyali Eriya kye yayogera. Yekolaamu n'atanula okufuga mu
kifo kye mu mwaka ogw'okubiri ogwa Yekolaamu mutabani wa Yekosafaati
kabaka wa Yuda; kubanga teyalina mwana wa bulenzi.

Ebibuuzo Ebyo Kusoma: Obutaba wammeeme bbiri

2 Bassekabaka 1:1-17

Okwanjula:

Tutunulira Katonda nga kitwanguyidde oba nga ebintu byangu, naya ate temala netukyukira "bakatonda" abalala ebisera lisinga obungi. Tetuteekeddwa kubeera nabakama babiri tulina okulondaako omu gwetulina okuwereza n'obulamu bwaffe. Yesu yagamba "Tewali muntu ayinza kuweereza baami babiri: kuba oba anaakyawanga omu, n'ayagalanga omulala; oba anaanywereranga ku omu, n'anyoomanga omulala." Matayo 6:24. Akaziya kabaka yali mutabani wa Akabu. Yagoberera bakatonda abalala nga maama we Yezebeli ne Taata we Akabu nga bweyakola. Eriya yasisinkana kabaka Akabu ku lusozi Kalumeri okumunenya ye n'abantu Bayisiraeri bokutta aga n'aga oba okuba n'emmeeme ebbiri. Eliya yagamba nti, "Mulituusa wa okutta aga n'aga nga mulowooza wabiri? Mukama oba ye Katonda mumogoberere: naye oba Baali mumugoberere ye. Abantu ne batamuddamu kigambo." Kabaka Akaziya yamanya Eriya era nga amanyi ne Katonda mu Isiraeri, naye yagenda nanonya bakatonda abalala olwo kudibwaamu.

Ebigendererwa:

Okumanya
- Okuteegera nti tulina Katonda omu tetulina kutunuulira oba kunonya bakatonda abalala, oba ebintu ebirala byonna wadde ffe benyini okwesaamu obwesige. Okumanya okwagala kwa Katonda okuyita Ekigambo kye.

Endowooza
- Okwesiga Mukama Katonda waffe mu buli nsonga ya bulamu n'okuwerayo ddala emyoyo n'emitima gyaffe okumugobereranga Ye yekka.

Ebikolwa
- Okunoonya Mukama mu biseera ebizibu n'emikisa bwetuba tugyetaaga.
- Okuyimirira nga tunywedde n'okulumirizibwa okugoberera ddala Mukama waffe n'obutawabizibwa.

Enyiriri ezo kujjukira:

1 Bassekabaka 18:21 "Awo Eriya n'asemberera abantu bonna, n'ayogera nti Mulituusa wa okutta aga n'aga nga mulowooza wabiri? Mukama oba ye Katonda, mumugoberere: naye oba Baali, kale mumugoberere ye. Abantu ne batamuddamu kigambo."

Ebyawandiikibwa ebyetaagisa okusoma:

Yoswa 24:14-15; 1 Bassekabaka 18; Engero 3:5-6; Lukka 16:13

Ebibuuzo ebikwatagana n'olugero:

1. Ekitabo kya Bassekabaka 2 kitandiika n'okulala lw'ebizibu. Kiki ekiriwo n'ekitaliiwo? (2 Bassekabaka 1:1-2. N'okufa kwa Akabu, n'obujeemu bwa Mowabu n'akabenje ka Akaziya bya kuguzesebwa ebisobola okubaawo mu bulamu. Ekiriwo nti obuzibu bwebwajja tebanoonya Mukama olw'okuberwa.)
2. Kabaka Akaziya yali atya ow'emmeeme bbiri? (2 Bassekabaka 1:1-2, 9) [Kabaka Akaziya yali afugga ensi ya Isiraeri, abantu ba Katonda. Ate bweyafuna ebizibu nayebuuza ku bakatonda ba "Baaluzebubi" katonda wa Ekuloni, bweyawulira obubaka obwava eri Katonda okuyita mu Eriya, nalagira Eriya okujja.]
3. Kiki ekinyuma ekiri mu emboozi Eriya gyeyanyumya n'emalayika wa Mukama? (2 Bassekabaka 1:3-4. Malayika wa Mukama yagamba Eriya nti ababaka bajja kuja, n'okuja kwabwe nti kabaka yali ku kitanda era nga tasobola kuwona.)
4. Lwaki Katonda yaddamu ekibuuzo kyokuwona kwa Akaziya nga tabuuziddwa? (2 Bassekabaka 1:4. Kyali kisa kya Katonda okuweereza obubaka obwo. Gwali mwaganya gwa Akaziya okwenenya n'okusaba okusaasirwa eri Katonda.)
5. Kiki ekiklu ekiri mu bubaka bwa Katonda Eriya bweyogera eri ababaka ne eri kabaka? (2 Bassekabaka 1:4, 6,16) [Yadamu obubaka bwebumu ekigambo ku kigambo nga bwebyamuweebwa.]
6. Mu kifo kyo kwenenya n'okusaba okusasirwa eri Katonda, kabaka yaddamu atya? (2 Bassekabaka 1:7-8. Kabaka yalowooza nti obubaka buvudde w'Eriya, nnabbi wa Katonda amanyiddwa eyatta bannabbi ba Baali 450 mu bisera taata we mweyafugira. Newankubadde, mu kifo kyo kwenenya n'okusaba Eriya amuyambe, yatuma butumi abasajja bamukwate.)
7. Tumanya tutya nti Kabaka yali amanyi Eriya nga era yali amusisinkanyeeko emabega? (2 Bassekabaka 1:8. Kabaka yasobola kukumujjukira okusinzira ku engeri gye yali alabikamu n'embyambalo eby'ebyooya n'olukoba olweddiba.)
8. Lwaki kabaka yatuma abibinja bya basajja okugenda okukwata Eriya emirundi esatu? (2 Bassekabaka 1:9-15. Kabaka yalina omutima omukakanyavu nga tasobola kutegera Katonda wa Isiraeri omulamu era ow'amazima. Kiraga nti abantu ba Isiraeri bali berabidde olutalo olw'ali ku lusozi Kalumeli amaanyi ga Katonda bwegalabisibwa.)
9. Oba abakkulu ba majje abatumibwa eri Eriya bamanyi nti Eriya musajja wa Katonda, lwaki ababiri abasooka balagira Eriya okujja? (2 Bassekabaka 1:9-12. Abakulu abemirundi ebiri egyasooka wamu

nekabaka balowooza nti Eriya yali muddu buddu eyalina okubagondera. Eriya yali muddu wa Kabaka wa Bakabaka era agobera Katonda yekka.)

10. Ekigendererwa ky'omuliro okuva waggulu okutta abantu abangi bwebatyo kyaali kiki? (2 Bassekabaka 1:9-12. Ekigendererwa ky'omuliro okuva mu ggulu kyaali kyakulaga kabaka n'okumujjukiza ebyali mu lutalo ku lusozi Kalumeli n'amaanyi ga Katonda agalabisibwa eyo. Nabasirikale baliteggede amaanyi agali wa kati wa Katonda ne Baali, naye ekibi tebawulira.)
11. Njawulo ki eri wa kati w'omukulu weggye ow'okusatu eyajja nayogera ne Eriya? (2 Bassekabaka 1:13-14. Omukulu weggye ow'okusatu yajja nga muwombeefu, nagwa ku maviivii ge n'agamba Eriya nti ffe tuli baddu bo. Omukulu weggye ow'okusatu yalaga ekitiibwa, n'obukakamu n'amanya nga Mukama yasaanidde okutya sso ssi kabaka.)
12. Oluvanyuma lwa byonna, lwaki Eliya yakiriza okugenda ewakabaka? (2 Bassekabaka 1:15. Malayika wa Mukama yajjira Eriya namugamba okugenda na basajja ba kabaka okusisinkana kabaka.)
13. Eriya yagamba ki kabaka bweyatuukayo? (2 Bassekabaka 1:16. Eriya yalemera ku Kigambo kya Mukama kye kimu nga kyeyali asoose okwoogera nti – kabaka atalirema kufa.)
14. Kiki ekyatuuka ku Kabaka Akaziya? (2 Bassekabaka 1:17. Kabaka Akaziya yafa nga ekigambo kya Katonda bwekyali okuyita mu Eriya.)

Ebibuuzo ebyo kwogeraganya:

1. Wa oba Ani gwoyinza okutuukirako amangu ssinga ofunye obuzibu bwonna mu bulamu bwo?
2. Magezi gaani goyinza okuwuliriza olw'okuwabulwa? [Tuwuliriza abantu balala, eneyisa zaffe ez'obuwanga abakulembeze bensi n'ebirowoozo byaffe oluusi. Mu kifo, kyokuwuliriza Katonda waffe okuyita mu Kigambo kye. Waliwo amaloboozi mangi agatusiika n'egatuwabya okutujja mu makubo ga Katonda.]
3. Kiki kyetumanya mu kubeera ababaka ba Katonda? Bubaka bwa kikaki bwayinza okutuwa okubutwalira abalala mu bisera ebimu? (2 Bassekabaka 1:4) [Okubeera omubaka wa Mukama oluusi kiba kizibu kubanga obubaka buyinza okuba obw'okunenya oba obuzibu era kiba kizibu kubanga abantu tebagala kubuwulira.]
4. Katonda akola mulimu ki ffe okusobola okusigala nga tulina emmeeme emu? (2 Bassekabaka 1:3-4) [Atuwa Ekigambo kye n'okutuyigiririza mu engero n'emubyafaayo. Atuwa bannabbi abakola Ekigambo kye natuwa Omwoyo okusonga kubibi yaffe.]
5. Abantu batulaba nga tuli bakazi na basajja ba Katonda? Batulaba nga abalina obulamu obwemirundi ebiri? \(2 Bassekabaka 1:6-8)

6. Engeri ki gyetuyinza okuyimiriramu kulwa Katonda? [Nga Eriya, tutekeddwa okuziyiza bakatonda abalala n'ebifananyi byensi eno. Tulina kubeera bawereza ba Mukama, obutakolera balala.]
7. Buzibu ki obwamanyi bwe wali ofunye nga bukwetagisa okwesiga Mukama?
8. Twawula tutya amaloboozi agava ewa Katonda ku ago agaffe oba ku ago aga balala? (2 Bassekabaka 1:15) [Tuteekeddwa kuwulira edoboozi ya Mukama okuyita mu Kigambo kye ne mukusaba.]
9. Tuyinza kuyimirira tutya n'Ekigambo kya Katonda nga tekikyuusidwa? Tuteekwa okugoberera Ekigambo kya Katonda awatali kukyuukira ku mukono ogwaddyo oba kkono. Tuteekeddwa okukikuuma nga tetukyongedeko oba okukitoolako.]
10. Tulaba tutya obwesigwa bwa Mukama eri Ekigambo kye? (2 Bassekabaka 1:17) [Tulaba nti Katonda mwesigwa eri Ekigambo Kye, tulaba nga buli kyayogera kituukirira. Kino kituzaamu amaanyi kubanga tumanyi nti tusobola okwesigama ku Kigambo kya Mukama ne bisuubizo bye eri obulamu bwaffe.]
11. Kitegeeza ki okuba owemmeeme ebbiri? (Laba Matayo 23:27-28; Yakobo 3:9-12) [Okuba n'emmeeme ebbiri kitegeeza okwogera ekirala ate n'okola kirala, oba okubeera mu engeri ebbiri ezenjawulo.]
12. Nga Akaziya, engeri ki endala zetukemebwaamu okyuukira bakatonda abalala mu bulamu bwaffe?
13. Katonda ekyokubeera n'emmeeme ebbiri akiraba atya? (Laba 1 Yokaana 2:15-17; Yakobo 4:4) [Oyo yenna ayagala oba asalawo okubera mukwano gw'ensi aba mulabe eri Katonda, n'okwagala kwa Katonda tekuba mu yye.]
14. Ffe nga Bakristayo tuyinza kweyisa tutya ssinga ekikemo ekyokubeera n'emmeeme ebiri kitutomera? (LabaYoswa 24:24-15; 1 Bassekabaka 18:21)
15. Katonda yagenderera ki okuba n'emmeeme emu okuviira ddala ku lubereberya? [Yayagala enkolagana n'abantu be ne Yesu natwala omuliro gw'ekiruyi kya Katonda olw'ekibi kyaffe ku musalaba asobozese nkolagana okubawo.

65. Amagoba Amatuufu

Simoni n'omulaguzi

Ebikolwa 8:9-25

Ebikola 8:9-25
9 Naye waaliwo omuntu omu, erinnya lye Simooni, eyakolanga eddogo edda mu
kibuga omwo n'awuniikirizanga eggwanga ly'e Samaliya, ng'agamba nti ye
mukulu; 10 ne bamuwuliranga bonna okuva ku muto okutuuka ku mukulu, nga
bagamba nti Omuntu ono ge maanyi ga Katonda agayitibwa Amangi. 11 Ne
bamuwuliranga, kubanga ennaku nnyingi yabawuniikirizanga n'okuloga kwe. 12
Naye bwe bakkiriza Firipo ng'abuulira enjiri ey'obwakabaka bwa Katonda
n'erinnya lya Yesu Kristo, ne babatizibwa abasajja n'abakazi. 13 Era ne Simooni
yennyini n'akkiriza: bwe yamala okubatizibwa n'abeeranga wamu ne Firipo; bwe
yalabanga eby'amagero n'obubonero obunene obwakolebwanga ne yeewuunya.

14 Awo abatume abaali mu Yerusaalemi bwe baawulira nga e Samaliya
bakkirizza ekigambe kya Katonda, ne babatumira Peetero ne Yokaana. 15 Nabo
bwe baatuuka ne babasabira okuweebwa Omwoyo Omutukuvu: 16 kubanga yali
tannaba kubakkako n'omu ku bo: naye baabatizibwa bubatizibwa okuyingira mu
linnya lya Mukama waffe Yesu. 17 Awo ne babassaako emikono, ne baweebwa
Omwoyo Omutukuvu.

18 Naye Simooni bwe yalaba ng'olw'okussibwako emikono gy'abatume
baaweebwa Omwoyo Omutukuvu, n'abaleetera effeeza 19 ng'agamba nti Mumpe
nange obuyinza buno buli gwe nnassangako emikono aweebwenga Omwoyo
Omutukuvu.

20 Naye Peetero n'amugamba nti Effeeza, yo ezikirire naawe, kubanga
olowoozezza okufuna ekirabo kya Katonda n'ebintu. 21 Tolina mugabo
newakubadde okugabana mu kigambo kino: kubanga omutima gwo si
mugolokofu mu maaso ga Katonda.

22 Kale weenenye obubi bwo obwo, osabe Mukama waffe, mpozzi
olisonyiyibwa ekirowoozo eky'omu mutima gwo. 23 Kubanga nkulaba oh mu
mususa ogukaawa ne mu nvuba y'obubi. 24 Simooni n'addamu n'agamba nti
Munsabire mmwe eri Mukama ebigambo ebyo bye mwogedde bireme
okumbaako n'ekimu.

25 Awo bwe baamala okutegeeza n'okubuulira ekigambo kya Mukama
waffe, ne baddayo e Yerusaalemi, ne babuulira enjiri mu mbuga nnyingi
ez'Abasamaliya.

.

Ebibuuzo Ebyo Kusoma: Amagoba Amatuufu

Ebikolwa 8:9-25

Okwanjula:

Simoni yawunikirizanga abantu bangi n'obulogo bwe. Nayefunira nga ekitiibwa, n'obuyinza n'esente. Bweyageezaako okukola kye kimu olw'okuwonya nga kw'Omwoyo Omutukuvu nafuna okunenyezebwa okunenne okuva eri Peetero. Mu kukkiriza kwe Kikristaayo, abasaaja n'abakazi bakola kye kimu nga bagezaako okufuuga abantu oba n'omulimu gwa Katonda basobole okwefunira ebyabwe. Kiyinza okuba okufuna ssente, okumanyika oba obuyinza. Okuwangala okwanamaddala n'okufuna okutagwawo biva mu Yesu n'ekyo kye yatukolera. Bwetwetunulira, tetulina kya kwenyumirizamu okujjako obunaafu bwaffe n'obwetaavu bwaffe eri Mukama. Simoni Omulaguzi yali musaaja eyali yetaaga okufibwako era yewuunya nnyo "amaanyi" age njawulo. Tulaba nti okuyayanira kwe nnyo amaanyi n'okwagala nnyo ebyo okufuna ekyamuleetera obuzibu, era nga naffe bwekiri gyetuli.

Ebigendererwa:

Okumanya

- Okuteegera nti buli kirabo ekirungi era ekituufu kiva eri Kitaafe so ssi mu manyi gaffe.
- Okuteegera nti amagoba amalungi gava mu kukola mirimu gya bwakabaka bwa Katonda.

Endowooza

- Okukkiriza ntiwaliwo amaanyi mu bintu bya Katonda era nga ekigendererwa kya kuwa Katonda kitiibwa so ssi ffe kukyesigaliza.
- Okukkiriza nti Katonda alina okugumizibwa, ffe tukkakkanyizibwe.

Ebikolwa

- Okulaga abantu Yesu mu buli kintu kiretere ekitiibwa n'ettendo erinya lya Katonda
- Obutakola kintu kyonna olw'ebigendererwa byaffe.

Enyiriri ezo kujjukira:

Yokaana 3:30 "Ye kimugwanira okukula, naye nze okutoowala."
2 Abakkolinso 10:17-18 "Naye eyeenyumiriza yeenyumirizenga mu Mukama waffe. Kubanga eyeetendereza yekka si ye asiimibwa, wabula Mukama waffe gw'atendereza."

Ebyawandiikibwa ebyetaagisa okusoma:

Matayo 6:19-20; 23:12; Yokaana 3:30; 2 Abakkolinso 10:17-18; 11:18-30; Yakobo 4:6, 10

Ebibuuzo ebikwatagana n'olugero:

1. Kiki kye tumanyi ku Firipo? (Ebikolwa 8:9-13. Firipo yabulira amawulire amalungi agakwata ku bwakabaka bwa Katonda n'elinya lya Yesu okusinga erinya lye. Firipo yali aleeta abantu mu bwakabaka bwa Katonda okuyita mu kukkiriza n'okubatizibwa. Firipo yakolanga obubonero obukulu n'ebyamagero olw'ekitiibwa kya Katonda.)
2. Simoni tumugerageranya tutya ne Firipo? (Ebikolwa 8:9-10. Simoni yakolanga ebyobulobo okumala ekiseera kiwanvu. Yewaananga yekka nabantu n'ebamuyita alina "Amaanyi Amangi Enyo". Omulimo gwe gwali gwakufuusa bufuusa.)
3. Njawulo ki eri wa kati we mirimu gya Simoni ne Firipo? (Ebikolwa 9:9-13. Simoni yakolanga bibye byamanyira. Firipo teyakolanga bibye yekka mu maanyi ge. Yali akola omulimu gwa Katonda, olw'ekitiibwa kya Katonda n'obwakabaka bwa Katonda.)
4. Kiki ekisanyusa ku Samaliya okukkiriza Ekigambo kya Katonda? (Ebikolwa 8:14-17. Abasamaliya nabo abava mu Yerusalemi bali bakyaawagana nga tebakwatagana. Yokaana omu kubayigirizwa yagamba Yesu ayite omuliro gwookye Amasamaliya. Kati ate tulabe nga Peetero ne Yokana bali basaaba Omwoyo Omutukuvu abakkeko ababatizibwe n'okusibwaako emikono.)
5. Kiri kitya Katonda okukozesa abantu, ngate omulimu Katonda yenyini yakukola? (Ebikolwa 8:15-17. Katonda aleetera abantu be okuba ekitundu ku biki byasobola okukola ye yenyini. Abayigirizwa tebasobola kufuga Mwoyo Omutukuvu, naye ate Omwoyo Omutukuvu asalawo okubakozesa. Firipo yali tasobola kukola kabonero wadde ekyamagero, naye ate Katonda yakola ebikulu n'ebyamagero okuyita mu Firipo.)
6. Bukyaamu ki obwali mu kuyayana oba okusaba kwa Simoni? (Ebikolwa 8:18-19. Simoni yalowooza nti asobola okugula ekirabo ky'Omwoyo. Yalowooza nti ajakufuga ebyo Katonda byeyalina okufuga. Nagamba, "Bamuwe obusobozi obwo" ku kintu ekitaali ki kye.)
7. Simoni agamba ki ku bintu bya Katonda olwokubisasulira omuwendo? (Ebikolwa 8:18-20) [Simoni mu engeri endala yalowooza nti ebintu bya Katonda bigulibwa "n'amuwendo" ogulinako gwegukoma nga tamanyi nti ebintu bya Katonda tibosobola kugulibwa n'amuwendo gwonna.]
8. Okunenya kwa Peetero eri Simoni tuyikiriza ki? (Ebikolwa 8:20-21. Bwetugula Omwoyo Omutukuvu, olwo kiba tekikyaali kirabo. Okwenyigira mu buwereza kiviiraddala mu mutima ogwala Katonda, ssi kye kintu kyetumala gakola ng'abantu. Ebibi eby'omutima byonona omulimu gwa Katonda.)

9. Kiki ekiyinza okugonjola embeera ya Simoni? (Ebikolwa 8:22-23. Okwenenya n'okusaba eri Mukama. Engeri yokka eyo kugonjola mu kizibu ekyo yali yakudda eri Mukama okusaba okusonyibwa olw'ebilowoozo eby'omu mutima. Yesu yekka yasobola okumusumulula mu busibe bw'ekibi.)
10. Simoni yalagako nti waliwo esuubi kululwe? (Ebikolwa 8:24. Yasaba Peetero amusabire; ekiraga obukkakkamu.)
11. Peetero ne Yokaana balina mulimu ki? (Ebikolwa 8:25. Omulimu gwabwe gwaali kwa kujjulira n'okulangirira emirimu gya Mukama.)

Ebibuuzo ebyo kwogeraganya:

1. Twemalira tutya mu mirimu gyaffe? (Ebikolwa 8:9) [Nga Simoni, naffe twenyumiriza mu byaffe, ne tunoonya okumanyibwa abalala era n'etwegomba amaanyi agebika ebye'enjawulo.]
2. Wa mu bulamu bwo wozzulira nga otunulidde bibyo yekka?
3. Nga Firipo, twayitibwa kwenyumiririza mwani era ani gwetutekkedwa okutunuulira? (Ebikolwa 8:9, 12-13) [Mu kifo kyo kwenyumiririza muffe benyini n'okwewa ekitiibwa tutekkeddwa kulaga bantu Mukama waffe Yesu Kristo.]
4. Lwa ki kyetagisa nnyo abantu abali mu buweereza okwegendereza obuteddiza kitiibwa? [Kubanga bakiikirira Kristo ne Kigambo Kye, so ssi bigambo byabwe ebyokwemanyisa n'okwefunira ebyabo.]
5. Katonda atukozesa atya emirimu gyasobola okukola yenyini? (Ebikolwa 8:15-17) [Nga Firipo, Peetero ne Yokaana, twesigibwa okuleeta Ekigambo kya Katonda ekiramu eri abantu. Ekigambo ekyo kyamaanyi era kikola okukyuusa abantu.]
6. Kibi okumanyika n'okusiimibwa mu mulimu gwa Katonda? (Ebikolwa 8:18-19) [Omulimu gwa Katonda ssi gwaffe mu engeri yonna. Naye kyekyo Katonda kyakola mu bantu obutafaayo ku ani gwakozesa okukola kyayagala. Naye ate, kikulu nnyo okumanya ebirabo n'ebitone Katodna byawadde abantu okuva gyaali.]
7. Bintu ki eby'omutima bye tulina okukolako? (Ebikolwa 8:21) [Okufananako nga Simoni, naffe tulina obunafu obukwekeddwa mitima gyaffe. Tugezaako okufuga Katonda, nga tumuwa ebintu ebimuwooyawooya n'etwegulumiza olw'enkolagana gyetulina ne Yesu. Era tujjudde obukaawu nga tusibiddwa ekibi.]
8. Biki tutekeddwa mu kwenenya n'okusaba eri Katonda? (Ebikolwa 8:22)
9. Tumalamu tutya ku muwendo ebintu ya Katonda mu bulamu bwaffe?
10. Kyankomerero ki ekiva essente? (Ebikolwa 8:20) [Mu enkomerero essente zizikiriza, nabo abazesiga bazikiriza nazo.]
11. Engeri ki naawe gyewesizeemu ssente era ngeri ki gyezikufukidde mu kifaananyi ekyokusinza mu bulamu bwo?

12. Lwa ki Peetero yawa Simoni omwaganya okwenenya? (Ebikolwa 8:21-23) [Peteero yawa Simoni omukisa okwenenya kuba omutima gwe tegwaali mutereevu mu maaso ga Katonda era nga yali asibiddwa mu kibi. Katonda bulijjo atuwa mu mukisa ogw'okusonyibwa.]
13. Omutima gwo gusibiddwa ku ki?
14. Suubi ki lyetulina ffe bwetusonyiyibwa oba bwetukozesebwa Katonda? (Ebikolwa 8:24) [Esuubi ery'okusonyiyibwa n'okukozesebwa Katonda tubifuna okuyita mu Yesu yekka. Ye yekka eyaleeta abantu eri okukiriza era eyakolera eby'amagero mu Firipo. Ye yatuma Omwoyo Omutukuvu okuyita mu Peetero ne Yokaana era nga bweyajja gyetuli.]

66. **Okugaba**

Peetero, Yokaana, n'omusaaja omulema
Ebikolwa 3:1-19

Ebikola 3 1 Awo Peetero ne Yokaana ne balinnya mu yeekaalu mu ssaawa ey'okusabiramu, essaawa ey'omwenda. 2 Waaliwo omuntu omulema okuva mu lubuto lwa nnyina yali asituliddwa, gwe baateekanga bulijjo ku luggi lwa yeekaalu olwayitibwanga Olulungi, okusabanga effeeza abaayingiranga mu yeekaalu. 3 Oyo bwe yalaba Peetero ne Yokaana nga bagenda okuyingira mu yeekaalu n'asaba okuweebwa effeeza. 4 Peetero awamu ne Yokaana ne bamwekaliriza amaaso, Peetero n'agamba nti Tutunuulire. 5 N'abawulira, ng'alowooza nti banaamuwa ekintu. 6 Naye Peetero n'agamba nti Effeeza ne zaabu sibirina; naye kye nnina kye nkuwa: mu linnya lya Yesu Kristo Omunazaaleesi, tambula. 7 N'amukwata ku mukono ogwa ddyo n'amuyimusa. Amangu ago ebigere bye n'obukongowule ne bifuna amaanyi: 8 n'agolokoka mangu n'ayimirira n'atambula, n'ayingira nabo mu yeekaalu ng'atambula ng'abuuka ng'atendereza Katonda. 9 Abantu bonna ne bamulaba ng'atambula ng'atendereza Katonda, 10 ne bamutegeera nga ye wuuyo eyatuulanga ku luggi Olulungi olwa yeekaalu okusabirizanga effeeza, ne bawuniikirira nnyo n'okwewuunya olw'ekyo ekimukoleddwa.

11 Bwe yali ng'akyekutte Peetero ne Yokaana, ekibiina kyonna ne baddukana gye baali ne bakuŋŋaanira mu kisasi ekiyitibwa ekya Sulemaani nga beewuunya nnyo. 12 Awo Peetero bwe yalaba n'addamu ekibiina nti Abasajja Abaisiraeri, kiki ekibeewuunyisa bino? Mutwekaliririza ki amaaso ng'amaanyi gaffe ffe oba kutya kwaffe Katonda bye bimutambuzizza oyo? 13 Katonda wa Ibulayimu era owa Isaaka era owa Yakobo, Katonda wa bajjajjaffe, yagulumiza Mulenzi we Yesu, gwe mwawaayo ne mumwegaanira mu maaso ga Piraato, bwe yamalirira okumuta. 14 Naye mmwe ne mwegaana Omutukuvu era Omutuukirivu, ne mwagala okuweebwa omussi, 15 ne mutta Omukulu w'obulamu; oyo Katonda yamuzuukiza mu bafu: ffe bajulirwa baakyo. 16 Era olw'okukkiriza erinnya lye oyo gwe mulaba gwr mumanyi erinnya lye limuwadde amaanyi, n'okukkiriza okuli mu oyu kumuwadde obulamu buno obutuukiridde mu maaso gammwe mwenna.

17 Kale kaakano, ab'oluganda, mmanyi nga mwakola nga temumanyi, nga n'abakulu bammwe. 18 Naye Katonda bye yabuulira edda mu kamwa ka bannabbi bonna nga Kristo we alibonyaabonyezebwa, yabituukiriza bw'atyo. 19 Kale mwenenye, mukyuke, ebibi byammwe bisangulibwe, ebiro eby'okuwummuzibwa mu maaso ga Mukama bituuke;

Ebibuuzo Ebyo Kusoma: Okugaba

Ebikolwa 3:1-19

Okwanjula:
Okugaba kitandikira mu kuzuula nti ffe tulabirirabulabirizi ebyo Katonda gyatuwa. Tetulina kintu kyonna nga kyaffe kubwaffe ekitaatuweebwa Katonda. Omukka gwetussa, omusana ogwaaka n'okukuba ku mutima oba entununsi byonna birabo okuva eri Katonda. Bwetuva mu nsi muno, byonna byetwekutteko bisigala mabega okujjako ku Kigambo kya Katonda n'abantu betugabanyeeko nabo ku Yesu. Ekibuuzo kyenyini kiri nti; kiki kyetugenda okugabana era kiki kyetugenda okwekwatako. Kitaafe owo muggulu atuwadde emikisa, olw'okuwaayo ekyo kyetwaaweebwa; twafuuka emikutu gy'okwagala kwa Katonda. Okugaba kwalagibwa Peetero ne Yokaana bwebagenda mu yekaalu okusa. Basanga omusajja omusabirira gwebatasobola kuyamba mu bya nsimbi, naye baamuwa ekisinga ku nsimbi obulungi oba omugaaso. Okuva mu kirabo ekimu, bangi abafuna ekirabo kyekimu.

Ebigendererwa:

Okumanya

- Okuzuula nti tufuna tusobole okuwaayo era lwakuwaayo kyetuva tufuna.
- Okutegeera ezimu ku engeri ze tusobola okweweerayo eri abo abatwetoloode n'eri omulimu gwa Katonda

Endowooza

- Okunyumirwa ekisa ekiri n'okugaba nga bwetutunulira Mukama waffe bweyagulawo enzijji zeggulu eri obulamu bwaffe.
- Okusanyukira n'ekitiibwa Katonda kyafuna abantu bwebazuula nti agabirira ebyetaago byabwe byonna.

Ebikolwa

- Okuwaayo obuterekereza ebyo byetwaweebwa
- Okuwa abantu Yesu mu buli kintu kye tukola na bulijjo okubalaganga Yesu atuwa byonna.

Enyiriri ezo kujjukira:
Lukka 6:38 "Mugabenga, nammwe muligabirwa; ekigera ekirungi, ekikkatiddwa, ekisuukundiddwa, eky'omuyiika, kye balibaweera mu kifuba. Kubanga ekigera ekyo kye mugera, nammwe kye muligererwa."

Ebyawandiikibwa ebyetaagisa okusoma:
Zaabuli 50:9-12; Makko 12:41-44; Lukka 6:38; 1 Abakkolinso 4:7; 2 Abakkolinso 9:5-15; Yakobo 1:27

Ebibuuzo ebikwatagana n'olugero:

1. Peetero ne Yokana bwebaali bagenda mu yekaalu okusaba, baali bagenda kugaba ki? (Ebikolwa 3:1. Baali bagenda kuwa Mukama okusinza. Nga bafudeeyo ku kiki kyabaalina oba kyebataalina, okusinza kyekyaali kikulukuta okuva mitima gyabwe.)
2. Lwaki omulema yali agenda mu yekaalu? (Ebikolwa 3:2. Yali asuubira okufuna ssente okuva mu bantu. Olw'okuba yali tasobola kutambula, n'akukola.)
3. Abantu abayitangawo batunuuliranga batya omusajja ono omulema? (Ebikolwa 3:2. Bamulaba nga nga omusabiriza, eyesigama ku balala ate era omuntu omubi ategombesa.)
4. Peetero ne Yokaana bamulaba batya? (Ebikolwa 3:4-7. Bamulaba nga omuntu eyatondebwa Katonda, eyabuwulirıriza era asobola okuwonyezebwa.)
5. Peetero ne Yokaana bawa ki omusajja? (Ebikolwa 3:6. Bamuwa obuyinza obuli mu linya lya Yesu; eryamuviramu ekirabo ekyokuwonyezebwa.)
6. Omusajja yakola ki bweyamala okuwonyezebwa? (Ebikolwa 3:7-8. Yagenda mumpya za yekaalo nga tambula, ngabuuka ngatendereza Katonda. Yali awa Katonda ekyo kyeyalina ne Katonda nagulumizibwa mu kirabo ekitono kyeyamuwa. Okuwonyezebwa kwe kwaleeta obujulizi mu maaso ga buli omu ekyo n'ekiwa Peeero ne Yokaana omwaaganya okubulira abantu ku Yesu.)
7. Lwa ki Yesu yawonya omusajja omu? (Ebikolwa 3:7. Kwali kuyita mu kuwonyezebwa omusajja ono asobole okutendereza Katonda, Ebibiina bya bantu bewuunye n'obujulizi bwa Yesu namaanyige bibune era biwulirwe wonna wonna.)
8. Bya njawulo ki byetulaba okuva mubyawandiikibwa bino? (Peetero ne Yokaana tebaalina ssente, naye bawaayo ekintu ekitaliiko muwendo. Omusabiriza ayagala ssente, naye ate yafunamu Yesu. Omuntu atasobola kutambula, abukabuka era awenyera. Nabantu abaali batambulira kumpi n'omusabiririza batandika okwewunya.)
9. Kinyusi ki ekiri mu bubaka bwa Peetero? (Ebikolwa 3:12-19. Kyonna kikwata ku Yesu, okuwonya omusajja, okusembeza abantu, n'okulumirizibwa olw'ebibi n'olwo kwanirizibwa eri okwenenya.)
10. Obubaka bwa Peetero bulina kukwatagana butya n'okugaba? (Ebikolwa 3:12-19. Taata yawa Mutabani we naffe tusobole okufuna ekisonyiwo ekye bibi. Yesu yatuweerayo obulamu bwe naye yazuukizibwa okuva mu bafu. Abantu bawaayo obulamu bwabwe, nebenenya, n'ebakyuukira Katonda ebibi byabwe bisangulibwe, ebiro eby'okuwummuzibwa mu maaso ga Mukama bituuke.)

Ebibuuzo ebyo kwogeraganya:

1. Nga Peetero ne Yokaana, engeri ki gye tuyinza okuwaayo obulamu bwaffe kulwa Yesu Kristo nemubiseera byaffe ebya bulijjo? (Ebikolwa 3:1) [Tusobola kukozesa embeera yonna okumanyisa Yesu, ne mu bintu ebya bulijjo, okuyita mu kusaba n'emukusinza.]
2. Tufananako tutya nga omusajja omulema? (Ebikolwa 3:2) [Twesigama nnyo ku bantu abalala. Nga kirabika nga ebyetaago byaffe ebissukkirira kwekyo kyetusobola okuwaayo. Twagala bingi nnyo ebisinga ku byetulina ate netutasaba ebyo byetwetaagira ddala.]
3. Tuyinza kusingawo tutya ku Peetero ne Yokaana? (Ebikolwa 3:3-7) [Tusobola okuwuliriza abo abali mu bwetaavu abatuli okumpi. Tusobola okusisinkana ebyetaago byabwe ebyomubiri era nga n'ebwomwoyo. Tulina okulaba abantu nga Katonda bweyabatonda.]
4. Kiki Mukama kyeyatuwa kyetusobola okuwa abalala? (Ebikolwa 3:8) [Tusobola okuwa abantu Yesu okuyita mu Kigambo, mu bujulizi mu bulamu bwaffe. Tusobola okugabana ku byaffe, jjukira nti ssi byaffe ddala, tusobola n'okwewaayo ffe benyini.]
5. Okugaba kyetagisa ki ku ludda lwaffe? (Ebikolwa 3:6-8) [Kutwala kukkiriza nti Katonda ajjakugabirira byonna byetwetaaga. Kwetaagisa kuwaayo buli kimu kyetulina eri Katonda. Kutwala kwagala kwetulina eri abalala.]
6. Tuyinza kukiriza tutya Omwoyo Omutukuvu aluŋamye obulamu bwaffe? [Tusobola okubeera mu bulamu obuluŋamizibwa Omwoyo gwetubeera mu Kigambo kya Katonda, n'etunonya amaaso ge, n'etumala ekiseera mu kusaba, nga tufumintiriza ku kwagala kwe, n'okutabagana naye.]
7. Tuwa tutya Katonda ekitiibwa okuyita mwebyo byatuwadde? (Ebikolwa 3:8) [Tulina okumanya nti byonna bye tulina biva gyali. Tumutendereza olw'ebyo byonna gyetufuna. Tubuulire abantu ku bukulu bwa Mukama.]
8. Tulina kweyisa tutya ssinga abantu batutendereza oba batwebaza? (Ebikolwa 3:12-19) [Tulina kubagamba nti ekitiibwa n'etendo tubiwe Katonda, akolera mu byonna era aleetera byonna okubaawo okusinzira ku ntegeka ze.]
9. Wali otutte okugaba kwa Katonda okuba bwekutyo bwekutyo? (Ebikolwa 3:13-16)
10. Okugaba kwa Katonda kwakwewuunyisa kutya?

67. **Okwefuga**

Yusufu ne muka Potifaali

Olubereberye 39:1-23

Olubereberye 39
1 Yusufu ne bamuserengesa mu Misiri; Potifali, omwami wa Falaawo, omukulu
w'abambowa, Omumisiri, n'amugula mu mukono gw'Abaisimaeri,
abaamuserengesa eyo.

2 Mukama n'aba wamu ne Yusufu, n'aba n'omukisa; n'abeera mu nnyumba ya
mukama we Omumisiri. 3 Mukama we n'alaba nga Mukama ali naye, era nga
Mukama amuwa buli kye yakola okuba n'omukisa mu mukono gwe. 4 AYusufu
n'alaba ekisa mu maaso ge, n'amuweereza: n'amufuula omulabirizi w'ennyumba
ye, ne bye yali nabyo byonna n'abiteeka mu mukono gwe. 5 Awo olwatuuka
bwe yamala okumufuula omulabirizi w'ennyumba ye, era owa byotma bye yalina,
Mukama n'alyoka agiwa ennyumba ey'Omumisiri omukisa ku bwa Yusufu:
omukisa gwa Mukama ne guba ku byonna bye ya lina, eby'omu nnyumba
n'eby'omu nnimiro. 6 N'aleka byonna bye yalina mu mukono gwa Yusufu;
n'atamanya kintu ekyali naye wabula emmere gye yalyanga. Era Yusufu yali
mulungi, n'amaaso ge ga kusanyusa. 7 Awo olwatuuka oluvannyuma lw'ebyo,
omukazi wa mukama we n'atunuulira Yusufu; n'ayogera nti Sula nange.

8 Naye n'agaana, n'agamba omukazi wa mukama we nti Laba, mukama wange
tamanyi ebiri nange mu nnyumba, era yateeka byonna by'alina mu mukono
gwange; 9 tewali ansinga nze obukulu mu anyumba muno; so teyasigaza kintu
obutakimpa nze wabula ggwe, kubanga oli mukazi we: kale anyinza ntya
okwonoona, okwenkanidde wano, n'okusobya ku Katonda? 10 Awo olwatuuka
bwe yayogera ne Yusufu buli lunaku, n'atamuwuliranga, okusula naye, oba
kubeera naye.

11 Awo olwatuuka mu biro ebyo n'ayingira mu nnyumba okukola emirimu gye;
so nga siwali basajja ba mu nnyumba muli munda. 12 N'amukwatako ekyambalo
kye ng'ayogera ati Sula nange: n'aleka ekyambalo kye mu mukono gwe. n'adduka,
n'avaayo.

13 Awo olwatuuka, bwe yalaba ng'alese ekyambalo kye mu mukono gwe
n'adduka n'avaayo, 14 n'alyoka ayita abasajja ab'omu nnyumba ye, n'abagamba
nti Laba, yayingiza Omwebbulaniya okutuduulira; ayingidde gye ndi okusula
nange, ne nkoowoola n'eddoboozi ddene: 15 awo olwaruuse, bw'swulidde nga
nnyimusa eddoboozi lyange ne nkoowoola, n'alyoka aleka ekyambalo kye gye ndi
n'adduka n'avaayo.

16 N'atereka ekyambalo kye ewuwe, okutuusa mukama we bwe yakomawo eka.
17 N'amugamba ng'ebigambo bino bwe biri nti Omuddu Omwebbulaniya gwe
watuleetera yayingira gye ndi okunduulira: 18 awo olwatuuka, bwe nnayimusa
eddoboozi lyange ne nkoowoola, n'alyoka aleka ekyambalo kye gye ndi, n'adduka
n'avaayo.

19 Awo olwatuuka, mukama we bwe yawulira ebigambo bya mukazi we bye
yamugamba nti Bw'atyo omuddu wo bwe yankolera; obusungu bwe ne
bubuubuuka.

20 Mukama wa Yusufu n'amutwala, n'amussa mu kkomera, ekifo abasibe ba
kabaka mwe baasibirwa: n'abeera omwo mu kkomera. 21 Naye Mukama n'aba
wamu ne Yusufu, n'amulaga ebirungi, n'amuwa ekisa mu maaso g'omukuumi
w'ekkomera. 22 Omukuumi w'ekkomera n'ateresa Yusufu mu mukono gwe
abasibe bonna abaali mu kkomera; ne byonna bye baakola eyo, oyo ye yabikola.
23 Omukuumi w'ekkomera teyatunuulira kintu ekyali wansi w'omukono gwe,
kubanga Mukama yali wamu naye; n'ebyo bye yakola, Mukama n'abiwa omukisa.

Ebibuuzo Ebyo Kusoma: Okwefuga

Olubereberye 39:1-23

Okwanjula:

Okwegendereza kye kimu ku bibala eby'omwoyo. Kye kimu kubikakasa nti Katonda akola mu bulamu bwaffe. Kye kintu kyetutekeddwa okwemanyiza, ssi kye kintu kye tusobola okufuna obufunyi. Kye kintu Omwoyo Omutukuvu kyakola mu bulamu bwaffe. Mu engeri endala erinya ettuufu lyetwalikisse byali badde Okwegendereza okw'Omwoyo okulaga nti Omwoyo Omutukuvu aleetera okuyayana okukontana n'obutonde bwaffe. Okubeera, omwegendereza kitegeeza nti Omwoyo yafuga nnyo bulamu bwaffe era atusobozesa okufiisa omululu gw'ekibi, okwaaka, namalala.

Kino tukirabira ku bulamu bwa Yusufu kubanga yawaayo okwegomba kye eri Mukama. Yusufu yawebwa okulabirira amaka ga Potifali. Yali badde akozesa omukisa guno olw'okweyagaliza ebirungi, naye ali akolera Mukama. Mukyala wa Potifali yamuwaliriza asule naye, naye Yusufu nagana kubanga kyaali kibi eri Mukama. Baganda ba Yusufu bamutunda nga omuddu, oluvanyuma bweyadamu baganda be nabagamba, "Nti mwagenderera kunkola bubi, naye Katonda yagenderera okunkola obulungi." Olubereberye 50:20

Ebigendererwa:

Okumanya

- Okuteegera embala yaffe ey'ekibi eky'okwegomba kwa maaso, okwaaka kw'omubiri n'amalala n'okufa nga bulijjo gyebiri.
- Okuzuula obwetaavu bwokukulemberwa nga Omwoyo Omutukuvu n'okuyayana okusanyusa Katonda.

Endowooza

- Okukyaawa ekibi okuyayana nga okukwawukaniraddala kukyo.
- Okwesiga Katonda n'okumuyita buli okukemebwa bwekujja.

Ebikolwa

- Okubeera n'obulamu obukuumiddwa eri ensi, omubiri gwaffe, ne Setaani ayongera nga bulijjo okutuyuzaamu n'okutuzza mu kibi.
- Okuddukanga ekibi buli lwetukiraba mu bulamu bwaffe.

Enyiriri ezo kujjukira:

Engero 25:28 "Ataziyiza mwoyo gwe Ali ng'ekibuga ekimenyese so nga tekirina bbugwe."

Ebyawandiikibwa ebyetaagisa okusoma:

Engero 7:2-27; 25:28; 1 Abakkolinso 9:24-27; Abaggalatiya 5:16-25; 2 Timoseewo 1:7; 2 Peetero 1:5-7

Ebibuuzo ebikwatagana n'olugero:

1. Yusufu yaleetebwa wa era ekifo kye kye yalimu kyaali kitya? (Olubereberye 39:1. Yaleetebwa mu Misiri gyeyagulibwa okubeera omuddu eri omusajja ayitibwa Potifali, omu kubakungu ba Falaawo.)
2. Kiki ekyaava mu kubeerawo kwa Mukama eri Yusufu? (Olubereberye 39:2-6. Olw'okuba KATONDA yali wamu ne Yusufu, yakulakulana naaba n'omukisa mu buli kintu kye yakola nga. Era omukisa gwaali ne ku nyumba ya Potifali n'ennimiro ze.)
3. Potifali okwesiga Yusufu ne bintu bye byonna, kyogera ki ku Yusufu? (Olubereberye 39:4-6. Potifali yazuula obusobozi, n'empisa n'okuteegera ebyali mu Yusufu. Neyesiga Yusufu nga amulabira mukifananyi kya Katonda.)
4. Lwaki Katonda yali ne Yusufu era lwaki yawa Potifali omukisa? (Olubereberye 39:4-6. KATONDA yali ne Yusufu nawa omukisa Potifali kubanga kyaali kitundu ku nteekateeka ye. Katonda yali ateekateekera Yusufu okubera omukulembeze mu Misiri era ngakozesa ekiseera ekyo Potifali asobole okutendeka Yusufu. Omukisa gwaava wa Katonda lwekitiibwa kye.)
5. Ekyawandikibwa kino kyogera kitya ku engeri Katonda yakulemberamu obulamu bwa Yusufu? (Olubereberye 39:1-6. Yusufu yayiga olulimi olugya, nata oba nayelabira baganda be engeri gyebamulyaamu olukwe, nakola n'omutima gwe gwonna okuwereza mukama we omugwiira, nakolanga emirimu gye awatali kusobya n'alaga amagezi n'obwesimbu mu buli kimu kye yakolanga. Okusinga byonna, kino kiraga nti Katonda yali akola mu bulamu bwa Yusufu.)
6. Mukyala wa Potifali yalina endowooza ki eri Yusufu? (Olubereberye 39:7, 10. Yatandika okumwekaliriza n'okumwegomba ngagamba nti, "Jangu tusule ffena". Yali kikemo ekya buli lunaku era nga tasobola kwefuga.)
7. Ebigambo bya Yusufu nti "kale anyinza ntya okwonoona, okwenkanidde wano, n'okusobya ku Katonda?" biteegeza ki? (Olubereberye 39:8-10. Biteegeza nti buli kibi kyonna ekikolebwa kisooka kukosa Katonda. Okwenda kyali kibi n'okulaga obutasaamu Potifaali kitiibwa. Era kiraga nti Yusufu yeyongera okwesigiraddala Katonda ne mumbeera gyeyalimu.)
8. Yusufu yatulaga atya nti Katonda yafuga mu yye? (Olubereberye 39:7-10. (Wadde yalirowoozezza nti muka Patifali yali wa mukama we, kitulaga nti Yusufu yali agondera obukulmbeze obusinga okuba obwawaggulu nnyo. Bulijjo yaleekaga okwegomba kwe n'atuuka n'okudukka okuviira ekikemo.)
9. Kifananyi ki ekinene kyetulaba ekiraga ebigenda maaso okusinzira ku Yusufu, okuwayiriziwa n'okusibibwa mu kkomera? (Olubereberye 39:13-20. Bwobirabira mu engeri ya bulijjo olaba nga Katonda akyawa

oba awalana Yusufu. Alabika nga ali mu embeera etaliimu suubi nate. Naye mu ndaba ya Katonda, Yusufu yayita mukugezesebwa kuno kwona nga kumutendeka okubeera omukulembeze mu Misiri era natekeddwa mu kkomera lya kabaka okulindirira ebiro n'ebisera ebitufu okusobola okuyimusibwa.)

10. Engeri ki ebikemo bino buli kimu gyekyamuteekateekamu okukulembera Misiri? (Yusufu okukulembera Misiri mu engeri za Katonda, kyamweetaagisa okuwerayoddala buli kitundu kya bulamu bwe eri Katonda. Okuliibwaamu olukwe, obuddu, omukisa, okwefuga n'okusibibwa byonna gaali maddaala agetaagisa Yusufu okufuuka ekyo Katonda kyeyayagala abere.)
11. Katonda yalaga atya Yusufu okubeerawo kwe wadde ngaali mu kkomera? (Olubereberye 39:21-23. Katonda yamulaga ekisa n'amuwa okuganja mu maaso g'omukulu w'ekkomera. Ate era Yusufu yesigibwa na buli kintu era Katonda namuwa obuwanguzi.)
12. Omukulu w'ekkomera yaddamu ki nga amaze okulaba nti Katonda yali wamu ne Yusufu era nga amuwadde obuwanguzi mu buli kimu kyeyakolanga? (Olubereberye 39:23. Omukulu w'ekkomera bweyalaba nga buli kimu kiweebwa omukisa kulwa Yusufu, natandika obutafaayo ku buli kintu kyonna ekyaali wansi wa Yusufu.)

Ebibuuzo ebyo kwogeraganya:

1. Wonna mu ensi we tubeera, ani bwetuyinza okwesigiraddala nti ali wamu naffe? [Twesanga nga Mukama Katonda yali wamu naffe wonna wetugenda, mu birungi ne mu bifo ebizibu.]
2. Mirundi emeka mu bulamu bwo gyolabye Katonda nga akola mu bulamu bwo n'owulira n'okubeerawo kwe?
3. Biki ebiiva mu kwesiba ku Katonda mu embeera zaffe n'okumuteekera ddala mu bulamu bwaffe? (Olubereberye 39:5, 23) [Obulamu bwaffe bwebubeeramu Katonda, atuwa omukisa. Omukisa ogwo guyinza obutaba gw'assente, naye gulabikira mu ssanyu, okwagala, emirembe, n'obuminkiriza obuva eri Mukama.]
4. Lwaki Mukama atuwa omukisa? (Olubereberye 39:4-6) [Mukama atuwa omukisa tusobole okubeera omukisa eri abalala, basobole okwanjulwa eri Mukama ne kunkomerero, agulumizibwe.]
5. Tulaga tutya nti Mukama yafuga obulamu bwaffe? (Olubereberye 39:1-10) [Kiri mu buli kintu eky'obulamu bwaffe. Kirabikira mu nnimi zetwoogera, endowooza, empisa, n'obwesimbu mu byonna bye tukola. Kyelagira nemu engeri gyekukwatamu ebikemo.]
6. Bikemo ki byetutera okusanga?
7. Bwetukiriza okukemebwa n'etusalawo okwoonoona, ani oyo gwetusobyaako mu bulamu bwaffe? (Olubereberye 39:9) [Tumaliriza,

nga tusobeza ku Katonda. Nga twesobyaako ffe benyini n'eri abalala, ekibi kyongera okutwawulira ddala ku butuukirivu bwa Katonda.]

8. Engeri ki gyolina okwefugamu mu bulamu bwo? Bigendererwa ki byolina okuteekawo?
9. Okwefuga n'okuteeka ewala esanyu ly'ekibi biyinza bitya okukukalubiriza? Okwefuga luba lutalo munda mu ffe, n'eri abalala ne Setaani yenyini. Tulwanyisa okuyayanira ebintu, okwegomba kwa masanyu, n'okulowooza nti tulina obuyinza obw'enkomeredde. Twagala okwefugira obulamu bwaffe.]
10. Lwaki kyetagisa nnyo abo abali mu bukulembeze okwefuga? [Mubukulembeze bwe Kikristaayo, ekibi kyonna ekya buli kikemo kireeta erinya ebbi ku Mukama. Kyangu nnyo eri abo abali mu kulembeze okubera ekirubirirwa kya Setaani. Okwegomba kwaffe kulwanagana n'okwagala kwa Mukama.]
11. Ddi lwetusinga okubeera omutego gwe ebikemo oba ekibi? Oyinza kwekuuma otya eri ebyo? (Olubereberye 39:11-12) [Buli lwetubeera ffeka twanguyira ebikemo okutusemberera okumpi. Okuba n'emikwano emyesigwa egituli okumpi (omuntu gw'oyinza okubulirako buli kintu kyo kyonna) gituyambako okutukuuma mu lutalo.]
12. Bwetuba tulumbiddwa ebikemo oba ekibi, tutekeddwa kukola tutya? (Olubereberye 39:11-12) [Tulina kudukka okuva mu embeera ezo ezituteeka mu bikemo okugwa mu kibi.]
13. Okubeerawo kwa Katonda n'emikisa gye girabikira gitya mu bulamu bwaffe?

68.Obukakamu
Miriyamu, Aaloni ne Musa
Okubala 12:1-15

Okubala 12

1 Awo Miryamu ne Alooni ne boogera obubi ku Musa olw'omukazi
Omukuusi gwe yali awasizza: kubanga yali awasizza omukazi Omukuusi. 2 Ne
boogera nti Mazima Mukama yayogera ne Musa yekka? era teyayogera naffe?
Mukama n'abiwulira. 3 Era omusajja Musa yali muwombeefn nnyo, okusinga
abantu bonna abaali ku nsi yonna.

4 Mukama n'ayogera mangu ago ne Musa ne Alooai ne Miryamu nti
Mufulume mwensatule mujje ku weema ey'okusisinkanirangamu. Abo bonsatule
ne bafuluma. 5 Mukama n'akkira mu mpagi ey'ekire, n'ayimirira ku mulyango
gw'Eweema, n'ayita Alooni ne Miryamu: bombi ne bafuluma.
6 N'ayogera nti

Muwulire nno ebigambo byange:
oba nga munaabanga mummwe nabbi,
nze Mukama neetegeezanga gy'ali mu kwolesebwa,
naayogerereranga naye mu kirooto.
7 Omuddu wange Musa si bw'ali bw'atyo;
oyo mwesigwa mu nnyuniba yange yonna:
8 oyo naayogeranga naye akamwa n'akamwa,
mu lwatu, so si mu bigambo bya ngero;
n'okufaanana kwa Mukama anaakulabanga:
kale ekyabalobera ki okutya
okwogera obubi ku muddu wange, ku Musa?

9 Obusungu bwa Mukama ne bubuubuuka ku bo; ne yeeviirawo. 10 Ekire ne
kiva waggulu ku Weema; era laba, Miryamu n'abaako ebigenge, ng'omuzira:
Alooni n'atunuulira Miryamu, era, laba, ng'aliko ebigenge. 11 Alooni n'agamba
Musa nti Ai mukama wange, nkwegayiridde, totuteekako kibi, kubanga tukoze
eby'obusirusiru era nga tukoze ekibi. 12 Nkwegayiridde aleme okuba ng'omufu,
omubiri gwe nga gwonooneseeko ekitundu ng'ava mu lubuto lwa nnyina, 13
Musa n'akaabira Mukama ag'ayogera nti Muwonye, ai Katonda, nkwegayiridde.

14 Mukama n'agamba Musa nti Kitaawe singa amuwandidde amalusu
obulusu mu maaso, ensonyi tezandimukwatidde eanaku musanvu? asibirwe
ebweru w'olusiisira ennaku musanvu, kale oluvannyuma alyoke ayiagizibwe nate.
15 Miryamu n'asibirwa ebweru w'olusiisira ennaku musanvu: abantu ne
batatambula okutuusa Miryamu lwe yayingizibwa nate.

Ebibuuzo Ebyo Kusoma: Obukakamu

Okubala 12:1-15

Okwanjula:

Enkula yaffe twagala nnyo okumanyika, okwegombewa n'okutenderezebwa. Tussa banaffe wansi ffe netwegulumiza. Amalala ga kabi nnyo kubanga endowooza etugamba nti tetwetaaga muntu mulala negwatwawula kwoyo Ayinza okutulokola. Mu Abafiripi, yagamba nti tubeere n'endowooza nga eyali mu Kristo Yesu, eyatwala embala eyo buddu, n'eyetowaza n'okutuusa okufa – okufa okwoku musalaba. Omusalaba gwegutusobozesa okuyimiririra mu kubeerawo kwa Katonda. Aloni muganda wa Musa ne Miriamu mwenyina baali bakulembeze wamu ne Musa okuva lweyayitibwa okugya abantu mu Misiri. Kiyinza okuba ekizibu okugoberera omuntu n'addala nga muto wo. Mu kyawandikibwa kino Miriamu ne Aloni bemulugunyiza Musa olw'omukazi bweyawasa. Baalina omutima ogw'okwemulugunya oguva mu endowooza ey'amalala. Mukama Katonda agamba mu Baibuli nti aziyiza abamalala.

Ebigendererwa:

<u>Okumanya</u>

- Okumanya nti Katonda yekka yasukkulumye era awatali Yye tetulina kyetuli.
- Okuzuula obubi bw'endowooza ey'amalala mu bulamu bwaffe etwawula ku Katonda.

<u>Endowooza</u>

- Okukiriza mu mitima gyaffe nti Mukama mu mazima yalina okugulumizibwa ffe tukkakkanyizibwe.
- Okuba omukakamu tekitegeeza kwerowoozako nnyo oba katono, wabula obutelowozako wadde akatono.

<u>Ebikolwa</u>

- Okutambulira mu buwongefu mu maaso ga Mukama mu bulamu bwaffe n'okulabisa ekitiibwa ky'oyo ekijja gyetuli.

Enyiriri ezo kujjukira:

Mikka 6:8 "Akubuulidde, ggwe omuntu, ekirungi bwe kiri; era Mukama akusalira kiki, wabula okukola eby'ensonga, era okwagala ekisa, era okutambula n'obuwombeefu ne Katonda wo?"

Yakobo 4:6b "Katonda alwana n'ab'amalala, naye abawombeefu abawa ekisa."

Ebyawandiikibwa ebyetaagisa okusoma:

Micah 6:8; Matayo 18:1-4, 15-17; 23:11-12; Lukka 22:26; Abaefeso 4:2; Abafiripi 2:3-11; Abakkolosaayi 3:23-24; Yakobo 4:6-7; 1 Peetero 5:5

Ebibuuzo ebikwatagana n'olugero:

1. Ekibuuzo kya Aloni ne Miriamu kiraga ki? (Okubala 12:2-3. Kiraga nti baali berowoozako bokka, kiraga nti balina amalala n'obujja. Era kiraga enjawulo ennene wa kati wobukakamu bwa Musa.)
2. Obukkakkamu bwa Musa bulaga ki mu kyawandiikibwa kino? (Okubala 3:3, 13. Agambibwa okuba nga ye musaaja akyasinze okuba omukkakkamu ku ensi, era yakabirira Katonda kulwa Miriamu mu kifo kyo kwelowoozako yekka.)
3. Kiki ekisanyusa ku engeri Katonda gyeyadamu eri okwemulugunya kwabwe? (Okubala 12:2-5. Katonda yawulira okwemulugunya n'amanya kiki kyebayogera. Nabayita mangu nakka mu mpaji ey'ekire nayogera nabo.)
4. Katonda yali ayagala bategere ki? (Okubala 12:6-8. Mukama yebikulira oyo gwabasazeewo. Ssi kwaffe okusalawo ani oba ddi Mukama lwanaawa obubaka. Okwogera kwoyo aleeta obubaka obanga ayogedde ku Katonda yenyini. Tulina okutya n'okuwa Katonda ekitiibwa.)
5. Kiki ekyabawo ku malala ga Aloni ne Miriamu bwebayimirira mu maaso ga Katonda? (Okubala 12:8-12. Tebaalina kyakudamu eri Mukama. Tebalina kyebasobola kukola okujjako okukiriza ensobi eyobusirusiru era nebakabirira Musa abakwatirwe ekiisa.)
6. Lwaki amalala gayinza okuba ekyambika ekikuziyiza okuyimirira mu maaso ga Katonda? (Okubala 12:6-8. Amalala mu engeri yonna y'endowooza etwawukanya ne Katonda. Kye kirowoozo ekitugamba nti tulina kyetuli mu kifo kyokwekkakkanya bwetutunulira Mukama nga ye Katonda yekka.)
7. Lwaki Katonda yasunguwalira Aloni ne Miriamu? (Okubala 12:9. Yabasunguwalira olw'obutawa kitiibwa omubakawe bweyalonda. Endowooza eyo, ssinga yeyongera okugenda mu maaso, yaliyononye erinya ya Musa mu maaso ga bantu bonna era nebaleka nga tebalina kulembeze, omwogezi era omwegayirizi mu maaso ga Katonda.)
8. Lwaki Katonda yakuba Mariamu ebigene? (Okubala 12:10. Katonda yali amukangagula. Lyaali ssomo eryowlato Mukama lyeyakozesa okubakkakkanya bombi.)
9. Okuddamu kwa Aloni eri ekigenge kya Miriamu kwagamba kwali kutya? (Okubala 12:11. Aloni alaga nti yategera era yalina omutima ogwenenya yakkiriza ekibi kye oky'obusirusiru nakaaba olw'okusaasira.)
10. Musa afananatya ne Yesu mu kyawandiikibwa kino? (Okubala 12:3, 8, 13. Wadde Yesu yali Katonda, yekkakkanya okutuusa ku ddaala

ery'okufa, n'asaba Kitaawe kulwaffe ne kitusobozesa okuba n'enkolagana ne Katonda.)

Ebibuuzo ebyo kwogeraganya:

1. Lwaki amalala gayinza okuba agomutawaana ennyo eri abo abali mu kulumbeze? (Okubala 12:2) [Abo abali mu bukulembeze bakola ebintu nga abantu bibatunulidde nga ekyokulabirako, babawa ekitiibwa, n'okubebaza olw'ebyo byebakola. Tuyinza okulowooza nti byonna byaffe. Amalala goonoona obumu.]
2. Muntu ki gwomanyi asinga obuwombeefu? Era lwaki amanyidwa olw'ekyo? (Okubala 12:3)
3. Tuyinza kutenderezebwa tutya mu butuufu? [Ngabo abatwetolode balabye obuwereza obulungi bwetukola obwa Mukama waffe eranga tweyongera okubalaga Mukama waffe.]
4. Ani oyo gwetutayinza kukweeka kibi kyaffe oyo abeerawo buli kiseera okulaba n'okuwulira ebigenda mu maaso? (Okubala 12:2) [Mukama bulijjo abeera kumpi naffe era yenyigira nnyo oba abeera nnyo mu bulamu bwaffe asobole okumanya byonna byetulowooza byetwogera n'ebyetukola.]
5. Abantu abatumanyi bwe batunuulira obulamu bwaffe, batulaba batya? (Okubala 12:3)
6. Endowooza ya Mukama eri abawerezabe eri etya? (Okubala 12:2-8) [Mukama alabirira era akuuma abo abakola obuweereza bwe. Mwesigwa ggyebali nga bbo bwebali abeesigwa eri Ekigambo Kye.]
7. Kitiibwa ki kyetulina okuwa abo abali mu bifo eby'okuwereza eri Mukama? (Okubala 12:8) [Tetulina kubageya tulina okubawa ekitiibwa n'okubamanya nga abakiikirira Katonda era ababaka eri abantu be.]
8. Endowooza yo yalibadde etya eyenjawulo ssinga oyimirira mu maaso ga Mukama? (Okubala 12:5)
9. Katonda akwata atya ekibi mu bulamu bw'omuntu? (Okubala 12:10) [Buli kibi kirina okubonerezebwa kubanga Katonda ye Katonda omwenkanya era Mutukuvu, naye okuyaayana kwe kwe kutukomyawo mu nkolagana enungi naye.]
10. Mukama bwatubonereza, twalizeemu tutya? (Okubala 12:11-12) [Kyetulina okukola kwekwenenya n'okusaba okusaasirwa.]
11. Lwaki Katonda aganya ebibonerezo bijje mu bulamu bwaffe? (Okubala 12:14) [Ebiseera ebimu Katonda aleeta ebizibu n'obuzibu mu bulamu bwaffe atukkakkanye era atuleetere okumwesigamako yekka.]
12. Oba Musa ali nga Yesu, Yesu yalikukoledde ki? (Okubala 12:3, 8, 13. Yesu atusobozesa okumanya Taata, kubanga akaabirira Kitaffe kulwaffe era yajja ku nsi okuteekawo ekkubo eri tujja mu buddu obw'ekibi.]

69. **Okuguminkiriza**

Paulo akubibwa amayinja

Ebikolwa 14:8-22

Ebikolwa 14

8 Mu Lusitula yaliyo omlmtu nga talina maanyi mu bigere n'abeeranga
awo, mulema okuva mu lubuto lwa nnyina nga tatambulangako n'akatono. 9 Oyo
n'awulira Pawulo ng'ayogera: naye n'amwekaliriza amaaso n'alaba ng'alina
okukkiriza okulokoka, 10 n'ayogera n'eddoboozi ddene nti Yimirira ku bigere
byo, weegolole. N'abuuka n'atambula.

11 Ebibiina bwe baalaba Pawulo ky'akoze, ne bayimusa amaloboozi
gaabwe, nga boogera mu lulimi Olulukaoniya nti Bakatonda basse gye tuli nga
bafaanana abantu. 12 Balunabba ne bamuyita Zewu; ne Pawulo ne bamuyita
Kerume, kubaaga ye yasinga okwogera. 13 Kabona wa Zewu, eyali mu maaso
g'ekibuga, n'aleeta ente n'engule ez'ebimuli okutuuka ku luggi ng'ayagala
okuwaayo ssaddaaka n'ebibiina.

14 Naye abatume Balunabba ne Pawulo bwe baawulira, ne bayuza
engoye zaabwe ne bafubutuka ne bagenda mu kibiina, nga boogerera waggulu 15
nga bagamba nti Abasajja, kiki ekibakoza ebyo? Naffe tuli bantu abakwatibwa
byonna nga mmwe, era tubabuulira ebigambo ebirungi muleke ebyo ebitaliimu
mukyukire Katonda omulamu, eyakola eggulu n'ensi n'ennyanja n'ebintu byonna
ebirimu: 16 mu mirembe egyayita yaleka amawanga gonna okutambuliranga mu
makubo gaago: 17 naye teyeemalaayo nga talina mujulirwa, kubanga yakolanga
bulungi, ng'abatonnyesezanga enkuba okuva mu ggulu n'abiro
eby'okubalirangamu emmere, ng'ajjuzanga emitima gyammwe emmere n'essanyu.
18 Bwe baayogera ebyo, ne baziyiza ebibiina lwa mpaka okubawa ssaddaaka.

19 Naye Abayudaaya ne bava mu Antiyokiya ne Ikonio, ne baweerera
ebibiina ne bakuba amayinja Pawulo, ne bamuwalulira ebweru w'ekibuga, nga
balowooza nti afudde. 20 Naye abayigirizwa bwe baamwetoolola n'ayimirira
n'ayingira mu kibuga: ku lutlaku olw'okubiri n'agenda ne Balunabba okutuuka e
Derube.

21 Bwe baamala okubuulira enjiri mu kibuga ekyo n'okufuula
abayigirizwa abangi, ne bakomawo mu Lusitula ne Ikonio ne Antiyokiya, 22 nga
banyweza emmeeme z'abayigirizwa, nga bababuulirira okunyiikiriranga mu
kukkiriza, era nti olw'okulaba ennaku ennyingi kitugwanidde okuyingira mu
bwakabaka bwa Katonda.

Ebibuuzo Ebyo Kusoma: Okuguminkiriza

Ebikolwa 14:8-22

Okwanjula:

Mu biseera ebizibu; tuyinza okwagala okuwanika---amagenda bwegakaluba, twagala nnyo okubivaako. Kirabika nga ensi yonna etukyuukidde, na ddala nga tulangirira Yesu mu kifo kyebawakanyizaamu Katonda. Newankubadde, biri bityo Mukama waffe atugamba "tuddukenga n'okugumiikiriza okuwakana okuteekeddwa mu maaso gaffe, nga tutunuulira Yesu yekka omukulu w'okukkiriza kwaffe era omutuukiriza waakwo, olw'essanyu eryateekebwa mu maaso ge eyagutniikiriza omusalaba". Oba kugumikiriza kuyiganyizibwa, oba kusekererwa, oba kumalibwaamu maanyi, oba kulwana n'amubiri gwaffe, tusobola okuyimirira nga tuli banyweevu mu Yesu n'okubeera abesigwa eri okuyita kwe yatuwa. Pawulo ne Balunaba balaba obuwanguzi obukulu n'okuboonaboona okukulu mu buweereza bwabwe. Mu Lusitula, wa kati mu kuboonaboona n'ebuwanguzi byonna byababaako bombi wamu. Pawulo yeyongera mu buwereza bwe nga tatya kufa, ngatabuusabuusa mu kuyita Katonda kweyamuyitamu kubanga Mukama naye yaguminkiriza omusalaba kululwe.

Ebigendererwa:

Okumanya

- Okujjukira nti Kristo yaguminkiriza omusalaba, nawambula Setaani nafuna obuwanguzi.
- Okujjukira wamu ne Pawulo nti ekisa kya Kristo kitumala kubanga amaanyi gatuukirira mu bunafu bwaffe.
- Okumanya nti okuguminkiriza ye embeera eraga okwesiga Yesu.

Endowooza

- Okwesiga oyo akuyita nti mwesigwa, nti ajakukikola
- Okukiriza nti tuyinza okukola ebintu byonna mu Kristo atuwa amaanyi.

Ebikolwa

- Okwongera nga okumuwereza kubanga tetunaba nakuwakana kutuuka kukuyiwa musayi.
- Tugenge mu maaso n'obuvumu kubanga oyo ali muffe w'amaanyi okusinga oyo ali mu nsi.

Enyiriri ezo kujjukira:

Abaebbulaniya 12:1 "Kale naffe, bwe tulina olufu lw'abajulirwa olwenkana awo olutwetoolodde, twambulenga buli ekizitowa n'ekibi ekyegatta naffe, tuddukenga n'okugumiikiriza okuwakana okuteekeddwa mu maaso gaffe"

Ebyawandiikibwa ebyetaagisa okusoma:
Lukka 9:62; Abaruumi 5:3-5; 2 Abakkolinso 11:22-33; Abaggalatiya 2:20; 2 Timoseewo 2:3; 4:3, 7; Abaebbulaniya 12:1-3; Yakobo 1:2-4

Ebibuuzo ebikwatagana n'olugero:

1. Ku musaaja omulema tuyinza kumugerageranya tutya n'esomo ery'okuguminkiriza? (Ebikolwa 14:8. Olaba obulamu bukalubiriza omuntu nga mulamu bulungi; teebereza okusoomooza okuli omusajja omuleme, ebigere byombi, okuva lweyazalibwa nga tasobola kutambula.)
2. Kiki ekyabaawo ekyawonya omusajja ono amangu ddala? (Ebikolwa 14:9-10. Pawulo yalaba omusajja omulema; nalaba okukiriza kwe; mu lwato Pawulo namulagira okuyimirira omusajja n'akolera mu kukiriza.)
3. Lwaki abantu batuuma Pawulo ne Balunaba amanya ga Zewu ne Kerume? (Ebikolwa 14:11. Abo bebaali bakatonda bebamanyiira era bebasinzanga. Bamanya nti Katonda yekka yayinza okuwonya bwatyo.)
4. Engeri ekibina gyekyadamu eraga ki? (Ebikolwa 14:11-13. Eraga nti baali banoonya katonda olw'okusinza. Basuubira nti katonda ayinza okukka ku nsi. Bakkiriza nti ebiweebwaayo n'essaddaka ye yali engeri yo kusanyusa bakatonda babwe.)
5. Ebirowoozo abantu byebalina ku bakatonda byawukana bitya ne Katonda omulamu? (Ebikolwa 14:13-17. Okusinza Zewu ne Kerume kyetagisa nga ente n'ansiisiira. Bino byonna Pawulo abayita "butalimi" bwobigerageranya ne Katonda omulamu. Yesu yajja ku nsi okuwaayo obulamu bwe nga ssaddaka so ssi Yye kuweebwa ssaddaka.)
6. Lwaki Pawulo ne Balunaba baayuuza ebyambalo byabwe n'ebadduka okuyingira mu kibiina kya bantu? (Ebikolwa 14:14-15. Mu kisera ekyo, bazuula nti ekyamagero ekikkulu ekyokuwonyezebwa kw'omuntu kyaleeta emitawaana eri abantu bonna olwobutateegera obubaka bwa Yesu. Obwo ssi bwebwaali obubaka bwebayagala ekibiina kiwulire.)
7. Pawulo ne Balunaba bagamba ekibiina nti babaleetedde ki? (Ebikolwa 14:15. Pawulo ne Balunaba bagamba abantu nti baali babaletedde mawulire malungi, n'obubaka obw'okwenenya n'okukyuuka okuva mu bintu ebitagasa eri Katonda omulamu.)
8. Abantu bakyuuka batya okuleeka okusinza Pawulo n'ebaagala kumukuba bukubi amayinja? (Ebikolwa 14:19. Abantu balina engeri yabwe gyebaasinzangamu. Abayudaaya nebawangula abantu, naye abantu nebatayaagala kuwuliriza Pawulo ne Balunaba.)
9. Pawulo ne Balunaba balaga batya obuguminkiriza ku kyabwandiikibwa kino? (Ebikolwa 14:20. Babuuliranga Yesu wadde nga baali wala n'amaka gabwe, mu bantu abenimmi ezenjawulo, abatabategeeranga, abageezangako okubasinza ate nebabakyuukira okubakuba amayinja.)

10. Kiki kyetwalisubiddwa ssinga Pawulo ne Balunaba baddukka n'ebabivaako olw'okutiisibwatiisibwa okukubibwa amayinja? (Ebikolwa 14:21-22. Abantu abangi mu Derube, tebaalifuuse bayigirizwa ba Yesu n'amakkanisa mu Lusitula, Ikoniyo ne Antiyokiya tegaaliziddwamu maanyi.)
11. Pawulo ne Balunaba obwakabaka bwa Katonda babwogerako batya? (Ebikolwa 14:22. Bagamba nti waliwo olutalu olw'emiyoyo gya bantu era n'obuzibu bungi oba ebyesittaza eri abo abaleeta obwakabaka bwa Katonda nabo ababufuna.)

Ebibuuzo ebyo kwogeraganya:

1. Obulamu bukkaluba butya era bwetaaga bwetagisa butya okuguminkiriza kwaffe? (Ebikolwa 14:8-9) [Buli muntu alina ebisoomooza ebimuwenyeza byasisinkana. Bijja nga birabikako, eby'endowooza, byamumutima, n'entalo ez'omwoyo. Ebiseera ebimu Katonda atuwa okuguminkiriza okwentalo eza buli lunaku, oluusi natuwa obuwanguzi ku entalo.]
2. Bintu ki ebyetaagisa okukiririzaamu mu Katonda? (Ebikolwa 14:9-10) [Tulina okwesiga Katonda n'obusobozi bwe okuddamu okusaaba kwaffe n'okukola ebyamagero mu bulamu bwaffe. Era twetaaga okwesiga Mukama olw'ekisa kye ekituyamba okuyita n'obuguminkiriza mukugezesebwa.]
3. Biseera ki byowaayo nga ekyokulabirako byolazee okukirizakwo mu Katonda?
4. Omuntu owokukkiriza kumulabira ku ki nga bwetulaba Pawulo n'omusajja omulema? (Ebikolwa 14:8-10) [Abo kukkiriza boolesa okukkiriza kwabwe eri abo ababetooloodde. (Ebikolwa 14:9) Abo kukkiriza bakola omulimu gwa Katonda nga bamwesize nti ajjakukikola. (Ebikolwa 14:10) Abo abalina okukkiriza ebizibu babiwangula n'akwesiga Katonda awatali kuwalira.]
5. Ensi ekwata etya abantu abo abatambula ne Mukama? (Ebikolwa 14:11) [Oluusi tebategeera. Nebwebagezaako okubanyonyola ekintu, bakifuna bulala ate nga tekiwedeyo.]
6. Ffe, tufananako tutya nga bantu be Lusitula, olw'okusinza abantu mu kifo kya Katonda? (Ebikolwa 14:13, 18) [Era naffe tuwa nnyo ekitiibwa abantu nga abazzanyi bemizanyo, nga emisinde, bannakatemba, bannabyabufuzi oluusi nababulizi.]
7. Tuwulira tutya bwetuba nga tuwereddwa ebitiibwa, n'abantu nga tulaba nga abamaanyi? (Ebikolwa 14:14-15) [Mu kifo kyo kuyuza engoye zaffe, n'etukungubaga, kitukema bukemi n'etukinyumirwa n'etujula amalala.]

8. Tweyisa tutya ng'abantu abatuli okumpi bataddekko ebirowoozo byabwe? Tuguminkiriza olw'okuyitibwa kwetwayitibwamu,oba twanguwa okuwabizibwa n'ekibiina ekitwetooloodde?
9. Ebibiina bitukyukira ddi era bikikola bitya? (Ebikolwa 14:19) [Abantu nga banoonya ebigenderwa byabwe, ekintu kyonna ekiyingirira ebigendererwa byabwe bakitwala nga mutawana munenne nnyo. Mu kifo kyo kukuba n'amayinja, abantu bakasuka ebigambo eby'obuziba ebikozesa ddala ku muntu. 2 Timoseewo 2:3]
10. Biki ebituuleetera okwaagala okuwanika oba okubivaako era tuguminkiriza tutya? (Ebikolwa 14:20-21) [Bwetuba nga tukooye mu mubiri, nga twogereddwa ebibi, tunakuwaziddwa mu mitima, oba nga tuli bakalu mu mwoyo tuwulira nga tulekedwaawo kumpi n'okufa. Maanyi ga Mukama gokka nabo abatwetooloodde abatuwa obuvumu okweyongerayo mu kukkiriza. Abaebbulaniya 12:1-3]
11. Lwaki Katonda akkiriza okugezesebwa okutujjira? (14:22) [Okuyita mu kugezesebwa tulongoosebwa, okukkiriza kwaffe kukemebwa ne tufa eri omubiri. Mu Abakkolinso 2: 11:22-33, Pawulo yagamba nti yenyumiririza mu bunafu bwe, amaanyi ga Kristo galiyooke galabisibwe mu ye. Yakobo 1:2-3 agamba "Mulowoozenga byonna okuba essanyu, baganda bange, bwe munaagwanga mu kukemebwa okutali kumu; nga mutegeera ng'okugezebwa kw'okukkiriza kwammwe kuleeta okugumiikiriza. "
12. Okugezesebwa kutuyingiza kutya mu bwakabaka bwa Katonda? (Ebikolwa 14:22) [Ebigezo byetuyitamu mu nsi bituleetera okuyayanira eggulu. Biraga obwetaavu bwetulina eri Yesu era bitulaga nti lwelwazi waffe engabo era omulokozi waffe. Nti ajjakutuyisa mu byonna.]

70. Okukiriza
Dawudi ne Goliyaasi
1 Samwiri 17:4-9, 32-51

1 Samwiri 17
4 Ne mu lusiisira olw'Abafrisuuti ne muva omuzira, erinnya lye
Goliyaasi, ow'e Gaasi, obuwanvu bwe emikono mukaaga ko oluta; 5 Era yali
atikkide seppewo ey'ekikomo ku mutwe gwe, n'ayambala ekizibawo
eky'ekikomo; n'obuzito bw'ekizibawo bwali sekeri onkumi ttaano ez'ekikomo. 6
Era yali ayambadde ku magulu eby'ebikomo, era yalina n'effumu ery'ekikomo ku
kibegabega kye. 7 N'oluuyago lw'effumu lye lwaliŋŋanga omuti ogulukirwako
engoye; n'effumu lye lyennyini obuzito bwalyo sekeri kikumi ez'ekyuma: n'oyo
eyatwalanga engabo ye n'amukulemberanga
8 Awo n'ayimirira n'alangira eggye lya Isiraeri n'abagamba nti
Mwafulumira ki okusimba ennyiriri zammwe? nze siri Mufirisuuti nammwe
baddu ba Sawulo? mwerondere omusajja aserengete gye ndi. 9 Bw'anaayinza
okulwana nange n'anzita, kale tunaaba baddu bammwe: naye bwe nnaamusinga
ne mmutta, kale mmwe munaaba baddu baffe ne mutuweereza.
32 Dawudi n'agamba Sawulo nti Omuntu yenna aleme akuggwaamu
omwoyo ku lulwe; omuddu wo anaagenda n'alwana n'Omufirisuuti oyo. 33
Sawulo n'agamba Dawudi nti Toyinza kusisinkana na Mufirisuuti oyo okulwana
naye: kubanga ggwe oli mulenzi bulenzi, naye ye musajja mulwanyi okuva mu
buto bwe;
34 Dawudi n'agamba Sawulo nti Omuddu wo yakuumanga endiga za
kitaawe; awo bwe wajjanga empologoma oba ddubu n'eggya omwana gw'endiga
mu kisibo, 35 ne nfulumanga ne ngigoberera ne ngikuba ne ngiwonya nga
ngiggya mu kamwa kaayo: awo bwe yaagolokokerangako ne ngikwata ku kirevu
kyayo ne ngikuba ne agitta. 36 Omuddu wo yakuba empologoma era n'eddubu:
n'Omufirisuuti oyo atali mukomole aliba ng'emu ku zo kubanga asoomozezza
eggye lya Katonda omulamu. 37 Dawudi n'ayogera nti Mukama eyamponya mu
njala z'empologoma ne mu njala z'eddubu, alunponya ne mu mukono
gw'Omufirisuuti oyo. Sawulo n'agamba Dawudi nti Genda, era Mukama anaaba
naawe.
38 Awo Sawulo n'ayambaza Dawudi ebyambalo bye, n'amutikkira
enkuufiira ey'ekikomo ku mutwe gwe, n'amwambaza ekizibawo eky'ekikomo. 39
Awo Dawudi ne yeesiba ekitala kye ku byambalo bye, n'agezaako okutambula;
kubanga yali tannaba kubyegezaamu. Awo Dawudi n'agamba Sawulo nti Siyinza
kugenda na bino; kubanga sinnabyegezaamu. Dawudi n'abyeyambulamu. 40
N'addira omuggo gwe mu mukono gwe, ne yeerondera amayinja amaweweevu
ataano mu kagga, n'agateeka mu nsawo ey'omusumba gye yalina, mu ndyanga ye;
n'envuumuulo ye yali mu mukono gwe: n'asemberera Omufirisuuti.

41 Awo Omufirisuuti n'ajja n'amusemberera Dawudi; n'omusajja eyatwalanga engabo n'amukulembera. 42 Awo Omufirisuuti bwe yamagamaga n'alaba Dawudi, n'amunyooma: kubanga nga yali mulenzirenzi, era mumyufu, n'amaaso ge nga malungi. 43 Omufirisuuti n'agamba Dawudi nti Nze ndi mbwa n'okujja n'ojja gye ndi n'emiggo? Omufirisuuti n'akolimira Dawudi eri bakatonda be 44 Omufirisuuti n'agamba Dawudi nti Jjangu gye ndi ngabire omubiri gwo ennyonyi ez'omu bbanga n'ensolo ez'omu nsiko.

45 Awo Dawudi n'agamba Omufirisuuti nti Ojja gye ndi n'ekitala n'olunyago n'effuniu: naye nze njija gy'oli mu linnya lya Mukama ow'eggye, Katonda w'eggye lya Isiraeri, ly'osoomozezza: 46 Leero Mukama anaakugabula mu mukono gwange; era naakukuba ne nkuggyako omutwe gwo; era naagabira ennyoayi ez'omu bbanga n'ensolo ez'omu nsiko emirambo egy'eggye ery'Abafirisuuti; ensi zonna zitegeere nga mulimu Katonda mu Isiraeri: 47 era ekibiina kino kyonna kitegeere nga Mukama talokola na kitala na ffumu: kubanga olutalo lwa Mukama, naye anaabagabula mu mukono gwaffe.

48 Awo olwatuuka Omufirisuuti bwe yagolokoka n'asembera okusisinkana ne Dawudi, awo Dawudi n'ayanguwa n'adduka mbiro eri eggye okusisinkana n'Omufirisuuti. 49 Awo Dawudi n'ayingiza engalo ze mu nsawo ye n'aggyamu ejjinja n'alivuumuula n'akuba Omufirisuuti ekyenyi; ejjinja ne liiyingira mu kyenyi kye, n'agwa nga yevuunise. 50 Awo Dawudi n'awangula'bw'atyo Omufirisuuti n'envuumuulo n'ejjinja, n'akuba Omufirisuuti n'amutta; naye nga temuli kitala mu mukono gwa Dawudi.

51 Awo Dawudi n'adduka mbiro n'ayimirira ku Mufirisuuti, n'addira ekitala kye n'akisowola mu kiraato kyakyo, n'amutta n'amutemako omutwe nakyo. Awo Abafirisuuti bwe baalaba omuzira waabwe ng'afudde ne badduka.

Ebibuuzo Ebyo Kusoma: Okukiriza
1 Samwiri 17:4-9, 32-51

Okwanjula:

Lwaki omuvubuka omuto ate omulunzi ayitibwa Dawudi yagenda okulwanyisa ogusaaja ogunene, gunnagwano ogwamaanyi ogwali ogumanyiirivu mu kulwana? Yalina okukkiriza. Ssi okukiriza okutamanyi kabi, naye okukiriza okulimu obuvumu mu Katonda okwava mu bumanyirivu obwo bukuumi bwa Katonda. Okukkiriza kulabikira mu Kigambo kya Katonda. Mu Kigambo tulaba abantu bangi abagoberera Mukama n'emitima gyabwe gyonna. Ebintu byonna Mukama byeyabaligira okukola byalabika nga ebizibu naye awamu ne Mukama, byonna byasobokanga. Katonda yalaga obwesigwa we eri Nuwa eyazimba ekyombo era Katonda nabalokola okuva mu mataba, eri Ibulayimu eyagenda mu nsi gyatamanyi era Katonda namufuula egwanga eddene; eri Musa eyadaayo mu Misiri ne Katonda namukozesa okukulembera abantu ba Isiraeri okuva mu nsi eyo. Newankubadde, buli kiseera Katonda yayitanga omuntu okuba omuddu we, kyetaagisanga okuba n'okukkiriza, kati Dawudi ayingirawo mu kukiriza kulwanyisa Goliyasi. Olutalo lweyalwana terwali lulwe, naye "Olutalo lwa Mukama". Naffe tulwana entalo ez'omwoyo nga twolekera ekibi ne Setaani, n'ezo entalo za Mukama. Nga Goliyasi bweyagwa olw'ejinja, ne Setaani bwatyo yawangulwa Yesu mu kufa ku Musalaba.

Ebigendererwa:

Okumanya

- Okutegeera nti tusobola okwesiga Katonda ataggwaawo ow'amaanyi. Ye yekka yye mwesigwa.
- Okuzuula nti okuteeka okukkiriza kwaffe mu bintu ebilala tubanga nga ababitadde mu bintu ebijja okutuyiwa n'okumerenguka oba okuggwawo.

Endowooza

- Okwesiga Katonda mu buli lutalo lwetusisinkana.
- Okubeera abakkakafu nti Oyo eyatandika omulimu omulungi ajjakugumaliriza.

Ebikolwa

- Okugenda mu maaso n'okukola Katonda byatuwa kubanga ye mwesiga okubimaliriza.

Enyiriri ezo kujjukira:

Abaebbulaniya 11:1 "Okukkiriza kye kinyweza ebisuubirwa kye kitegeereza ddala ebigambo ebitalabika."
Abaebbulaniya 11:6 "era awataba kukkiriza tekiyinzika kusiimibwa : kubanga ajja eri Katonda kimugwanira okukkiriza nga Katonda waali, era nga ye mugabi w'empeera eri abo abamunoonya."

Ebyawandiikibwa ebyetaagisa okusoma:
Yoswa 1:9; Zaabuli 18; Habakkuk 2:4; Lukka 7:1-10; 17:6; Abaruumi 4:1-9; 10:17; 1 Abakkolinso 16:13; 1 Timoseewo 4:12; Abaebbulaniya 11

Ebibuuzo ebikwatagana n'olugero:

1. Lwaki Goliyasi yali atiisa? (1 Samwiri 17:4-7. Yali mukugu, nobuwanvu bwe bwali emikono mukaaga ko oluta, Era yali atikkide seppewo ey'ekikomo ku mutwe gwe, n'ayambala ekizibawo eky'ekikomo; ayambadde ku magulu eby'ebikomo, era yalina n'effumu ery'ekikomo ku kibegabega kye, era yalina engabo eyamukulembera.)
2. Kiki ekiri emabega w'okusomoozebwa kwa Goliyasi? (1 Samwiri 17:8-9. Yaleetera nga Abayisiraeri okwebuuza, okutya n'okubusabusa.Yagendereranga kuzikiriza obuvumu bwa Bayisiraeri n'okubaleteera okugwamu amaanyi nga n'olutalo terunaba kulwanibwa. Okulalo lw'endowooza kitundu kubuwanguza.)
3. Okudamu kwa Dawudi eri Goliyasi kulaga ki? (1 Samwiri 17:32. Okudamu kwa Dawudi kwalaga nti yalina obukakafu n'okukiriza mu Mukama. Yakuba "Omufirisuuti ono" olw'okusomooza abantu ba Katonda.)
4. Okudamu kwa Sawulo kulaga ki? (1 Samwiri 17:33. Sawulo yalaba embeera eno mu kulaba kw'abantu. Gyaali kyaali nga ekitasoboka era ekyobusiru.)
5. Obukuumi Katonda bweyawa Dawudi emabega bwawa butya Dawudi obuvumu ku bintu by'obuliwo? (1 Samwiri 17:34-37. Mukama bwaba yakuuma Dawudi eri empalogoma n'eddubu bwebyalumba ekisibo kya Kitaawe, era yakola kye kimu nate. Dawudi yalina okukkiriza ku Katonda.)
6. Dawudi yawa nsonga ki bweyagamba nti Omufirisuuti ajjakuba nga empologoma n'eddubu byeyatta? (1 Samwiri 17:36. Goliyasi yatibwa mu engeri emu olw'okuba yavvoola eggye ya Katonda omulamu.)
7. Sawulo akontana atya n'ebigambo bye yagamba Dawudi nti "Mukama abeere nawe" ate namuwa ebyokulwanyisa bye? (1 Samwiri 17:37-39. Ekimu bukuumi okuva eri Mukama ate ekirala bukuumi okuva eri omuntu.)
8. Njawulo ki eri wa kati wa Dawudi ne Goliyasi bombi bwebaagenda mu lutalo? (1 Samwiri 17:39-47. Dawudi teyalina byakulwanyisa, Goliyasi yalina byonna; Dawudi yakwata muti, mayinja n'envumuulo egerageranyizibwa ku kitala kya Goliyasi, effumu n'engabo. Goliyasi nakolimira Dawudi mulinya ya bakatonda be; ate yye Dawudi yamulumba mulinya ya Mukama.)

9. Dawudi yagamba nti ekigendererwa ky'olutalo kyaali ki? (1 Samwiri 17:46-47. Nti nsi yonna emanye nga waliwo Katonda mu Isiraeri nti era Mukama talokola lwa kitala oba effumu.)
10. Lwaki Dawudi yakola ebyo eri Goliyasi? (1 Samwiri 17:45-47. Dawudi yalaga nti Goliyasi alwanyisa Mukama omuyinza w'ebintu byonna Katonda ow'eggye lya Isiraeri gwasomoozesa. Dawudi yakikakasa bulungi nti olutalo lujja kubeera bujulizi eri nsi emanye nti waliwo Katonda mu Isiraeri nti era olutalo luno lujjakulwangulwa ne Mukama alokola.)
11. Biki ebikola okukkiriza kwa Dawudi? (1 Samwiri 17:39-40, 46-47. Dawudi yali takwatibwaako bintu bya buliwo oba ebyo byayinza okubanabyo wabula yesiga Mukama nga yasobola okumukozesa nga bweyali era yali mukakafu nnyo ku biki ebigenda okuvaamu.)
12. Dawudi yabeerawo atya era yalwanirira atya ekitiibwa kya Katonda? (1 Samwiri 17:46-47. Yakikakasa bweyagamba nti olutalo lwa Mukama. Dawudi yesiga Mukama n'amuwa obuwanguzi ku Goliyasi.)
13. Okudamu kwa eggye Abafirisuti okukwata okukkiriza kwabo kulaga ki? (1 Samwiri 17:51. Besiga omusaaja omufu.)

Ebibuuzo ebyo kwogeraganya:

1. Biki ebitujjira n'ebileeta okutya n'okuzitowerelerwa obulamu bwaffe? (1 Samwiri 17:4-7) [Naffe, tusisinkana ebizibu nga Goliyasi, ebitasoboka mu maanyi gaffe.]
2. Kiki ekituleetera okubuusabuusa, okutya n'okubuuza Katonda nti obusobozi bwe buliwa okutulokola? (1 Samwiri 17:8-9) [Nga Abayisiraeri, naffe tugwamu amaanyi ne tuterebuka olutalo olw'oendowooza n'erutulema. Bwetwetunulira, bulijjo tujja kulemererwa, naye bwetutunulira Mukama, tubeera bagumuddala.]
3. Tusobola kuba tutya abakkakafu ebizibu nga bizze? (1 Samwiri 17:32) [Tuba n'obukkakafu mu Mukama, sso si kulwaffe ffe.]
4. Abo abatwetoolode bakola batya bwebatulaba nga tuyimiride okukiriza? Tubadamu tutya? (1 Samwiri 17:33) [Emirundi mingi abantu bwebatulaba nga tuyimiridde mu kukiriza oluusi tebaba bamatiivu era tebagala kufananako ngaffe. Newankubadde, biri bityo, ffe ekyo tekitumalaamu amaanyi. Tulina kuwuliriza Katonda sso si bantu.]
5. Biki byetuyinza okutunuulira nga byayita n'ebinyweeza okukiriza kwaffe eri Mukama n'olwebyo ebigenda okujja? (1 Samwiri 17:34-37) [Ebyayita bisobola okutulaga obwesigwa bwa Katonda gyetuli, era naye tulina okutunulira Yesu n'obwesigwa bwe okusinga byonna.]
6. Ddi lwetulabye obwesigwa bwa Mukama gyetuli?
7. Biki bwetutaddemu okukkiriza kwaffe mu kifo ky'okuteeka okukkiriza kwaffe eri Mukama? (1 Samwiri 17:38-39) [Oluusi tuteeka okukkiriza

kwaffe mu bantu abalala oba ffe benyini okweyamba. Okukkiriza tukuteeka mu busobozi bwaffe, ssente zaffe, oba amagezi gaffe.]

8. Njawulo ki eri wa kati w'okubeera mu bulamu obw'okukkiriza, n'obwobutakkiriza? (1 Samwiri 17:39-47) [Obulamu obw'okkiriza bwebwo obusoma, n'ebuwuliriza era n'ebugondera Ekigambo kya Katonda. Bwe bulamu obujjudde ebibala eby'Omwoyo Omutukuvu, obukkakafu eri Katonda gyabutwala. Obulamu obutaliimu kukkiriza bwesiga bintu ebiyiwa. Buba bulamu bwakubusabusa buba n'ebibuuzo tebwekakasa kiki kinaddirira.]
9. Kukkiriza ki kwetulaga mu Katonda nti tumwesiga ate bwetumala n'etwesalira amagezi amalala nga tutya nti ssinga anaba takoze? [Ekyo kiraga nti tetumwesigira ddala wabula twesiga obusobozi bwaffe mu embeera zaffe okusinga bwetulina mu Katonda.]
10. Obulamu bwaffe bulaga butya nti ddala Mukama ye Katonda ayinza ebintu byonna? (1 Samwiri 17:45-47) [Bwe tubeera mu bukakafu nti Katonda ali naffe, abantu basobola okukiraba. Bwetwogera obuyinza obuli mu Kigambo kya Katonda, abantu bawuulira okulangirira kwaffe okwamazima.]
11. Ani Katonda gwayinza okukozesa nga ekikozesebwa okulaga ekitiibwa kye? (1 Samwiri 17:42) [Katonda akozesa bonna, nga tafudeeyo ku myaka oba obusobozi obw'omuntu okusobola okukola ebikulu ebyamaanyi, ssinga obwesige bwabwe baba babutadde ku Yye.]
12. Mu bulamu bwo oliwo lwa kitiibwa kyaani?
13. Tuyinza kutuukirira tutya ebyo Mukama byatutade mu maaso okukola? (1 Samwiri 17:48) [Tulina kubikwata mu bwangu n'okubeera abetegefu okubikola.]

OLUSOMA VI

Abulamu Obw'Omwoyo N'obuweereza

71. Okusinza

Yokaana 4:4-26

Yokaana 4
4 Era kyamugwanira okuyita mu Samaliya. 5 Awo n'atuuka mu kibuga eky'e
Samaliya, kye bayita Sukali, ekiriraanye olusuku Yakobo lwe yawa omwana we
Yusufu: 6 era mwalimu oluzzi lwa Yakobo. Awo Yesu yali akooye olugendo,
n'amala gatuulirawo ku luzzi, obudde nga ssaawa mukaaga.

7 Omukazi Omusamaliya n'ajja okusena amazzi: Yesu n'amugamba nti Mpa
nnywe. 8 Kubanga abayigirizwa be baali bagenze mu kibuga okugula emmere. 9
Awo omukazi Omusamaliya n'amugamba nti Ggwe Omuyudaaya, kiki
ekikusabya okunywa eri nze omukazi Omusamaliya? (Kubanga Abayudaaya nga
tebatabagana na Basamaliya.)

10 Yesu n'addamu n'amugamba nti Singa obadde omanyi ekirabo kya Katonda
n'oyo akugamba nti Mpa nnywe bw'ali, ggwe wandimusabye, naye yandikuwadde
amazzi amalamu. 11 Omukazi n'amugamba nti Ssebo, tolina kya kusenya,
n'oluzzi luwanvu: kale oggya wa amazzi ago amalamu? 12 Ggwe oli mukulu
okukira jjajjaffe Yakobo, eyatuwa oluzzi luno, eyaaywangamu ye n'abaana be
n'ensolo ze?

13 Yesu n'addamu n'amugamba nti Buli muntu yenna anywa amazzi gano
ennyonta erimuluma nate: 14 naye anywa amazzi ago nze ge ndimuwa ennyonta
terimulumira ddala emirembe gyonna; naye amazzi ge ndimuwa ganaafuukanga
munda mu ye ensulo y'amazzi nga gakulukuta okutuuka ku bulamu
obutaggwaawo. 15 Omukazi n'amugamba nti Ssebo, mpa amazzi ago, ennyonta
ereme oktmnumanga, n'okukoma nkome okutambula olugendo luno lwonna
okusenanga.

16 Yesu n'amugamba nti Genda oyite balo, okomewo wano. 17 Omukazi
n'addamu n'amugamba nti Sirina baze. Yesu n'amugamba nti Oyogedde bulungi
nti Sirina baze; 18 kubanga walina babalo bataano, naye gw'olina kaakano si
balo: ekyo ky'oyogedde mazima. 19 Omukazi n'amugamba nti Ssebo, ndaba nti
oli nnabbi. 20 Bajjajjaffe liaasinzizanga ku lusozi luno; nammwe mugamba nti
Yerusaalemi kye kifo ekigwana okusinzizangamu.

21 Yesu n'amugamba nti Omukyala, nzikiriza, ekiseera kijja kye
batalisinzizangamu Kitaffe ku lusozi luno newakubadde mu Yerusaalemi. 22
Mmwe musinza kye mutamanyi; ffe tusinza kye tumanyi; kubanga obttlokozi
buva mu Buyudaaya. 23 Naye ekiseera kijja, era kituuse, abasinza amazima lwe

banaasinzizanga Kitaffe mu mwoyo n'amazima: kubanga Kitaffe anoonya abali
ng'abo okubeera ab'okumusinzanga. 24 Katonda gwe Mwoyo: n'abo abamusinza
kibagwanira okusinzizanga mu mwoyo n'amazima.

25 Omukazi n'amugamba nti Mmanyi nga Kristo ajja (gwe bayita Eyafukibwako
amafuta): ye bw'alijja alitubuulira ebigambo byonna. 26 Yesu n'amugamba nti
Nze nzuuno ayogera naawe.

Ebibuuzo Ebyo Kusoma: Okusinza
Yokaana 4:4-26

Okwanjula:
Emirundi egisinga obungi okusinza tukutabula n'enyimba n'okutendereza Mukama. Naye ate, okusinza kisiinga ko awo; okusinza embeera ya bulamu oba kitundu bulamu. Kirimu okutendereza Katonda na maloboozi gaffe, naye ate era kirimu n'ebilala bingi nga enkolagana yaffe ne Mukama. Engeri gyetukolagamu n'abalala engeri gyetubeeramu mu bulamu bwaffe obwa bulijjo nabyo kitundu kukusinza. Okusinza kwe kuwaayo ebyaffe byonna mu bulamu eri Mukama. Kitegeeza kuwa Katonda kitiibwa mu buli kimu kye tukola! (Yokaana 17:4) Yesu bweyali mu Samaliya, yayogera n'omukazi eyali azze ku luzi n'okusena amazzi. Naatandika okwogera naye ku kirabo kya Katonda, amazzi amalamu, obulamu bwe, era n'essomo eryokussinza. Obulamu bw'omukazi omuSamaliya bwakyuusibwa okuva mu kusinza byatamanyi okudda mu kusinza Yesu, era Masiya.

Ebigendererwa:

Okumanya
- Okutegera nti okusinza mbeera ya bulamu. Era bwe bulamu bwetubeeramu olw'ekitiibwa kya Katonda.
- Okuzuula omugaso gw'okusinza mu mwoyo n'mumazima; nga tugatta endowooza y'omumutima n'amazima ge Kigambo kya Katonda.

Endowooza
- Okufuna essanyu eryomugundu eriiva mu ensulo ezamazzi amalamu ebiri mu enkolagana enungi ne Yesu.

Ebikolwa
- Okuganya Omwoyo Omutukuvu afuge mu bulamu bwaffe.
- Okuwangaayo "emibiri gyaffe nga ssaddaaka ennamu, entukuvu era essanyusa Katonda---kuno kwe kusinza kwamwe okutufu okw'amagezi."

Enyiriri ezo kujjukira:
Abakkolosaayi 3:15-17 "Era emirembe gya Katonda giramulenga mu mitima gyammwe, era gye mwayitirwa mu mubiri ogumu; era mubeerenga n'okwebaza. Ekigambo kya Kristo kibeerenga mu mmwe n'obugagga mu magezi gonna; nga muyigirizagananga era nga mulabulagananga mwekka na mwekka mu zabbuli n'ennyimba n'ebiyiiye eby'Omwoyo, nga muyimbira Katonda mu kisa mu mitima gyammwe. Era buli kye munaakolanga, mu kigambo oba mu kikolwa, mukolerenga byonna mu linnya lya Mukama waffe Yesu, nga mwebaza Katonda Kitaffe ku bubwe."
Abaebbulaniya 10:25 "Obutalekanga kukuŋŋaana wamu, ng'abalala bwe bayisa,

naye nga tubuulirira; era nga tweyongeranga okukola ebyo bwe tutyo, nga bwe mulaba olunaku luli nga lunaatera okutuuka."

Ebiyandikibwa ebyetagisa okusoma:
Zabbuli 150; Yokaana 4:23-24; Ebikolwa 2:42-48; 16:13-33; Abaefeso 5:19-22; Abakkolosaayi 3:12-17; Abaebbulaniya 10:19-25

Ebibuuzo ebikwatagana n'olugero:

1. Yesu ganderera ki bweyagenda n'ayita e'Samaliya? Ekyo kirina enkwaso ki ku kusinza? (Yokaana 4:4. Okusinza tugendera kuwa Katonda kitiibwa mu byonna byetukola. Yesu yali kutte ekkubo eddala okugenda e Yerusalemi, naye lwaki yagendera oba yasalawo okuyita mu kkubo bino.)
2. Embeera ya Yesu eyokukoowa ekosa etya obusobozi bwe okubeerawo kulwa Kitaawe? (Yokaana 4:6-7. Ngo muntu, Yesu naye yalina omubiri oguliko ekkomo ku biki byayinza okukola, naye era yakozesa ku mukisa guno okulaga omukyala Katonda.)
3. Mateeka ki agobuzaalirama Yesu geyamenya bweyali ayogera n'omukazi Omusamaliya? (Yokaana 4:9, 27. Yesu ng'omuntu yali ayogeera n'omukyala, era ngo Muyudaaya yali ayogera n'amakazi Omusamaliya. Abayudaaya tebasisinkanaga na Basamaliya.)
4. Yesu yasalawo atya okukolaga oba okwogera n'omuntu bwebetakwatagana mu buyabuwangwa? (Yokaana 4:7-14. Yesu yasalawo okukozesa amazzi okusobola okukwatagana oba okufuna omwaganya okwogera n'omukyala Omusamaliya, ekintu ekyabulijjo, okusobola okumulaga amazima ga Katonda n'obwakabaka obweggulu.)
5. Yesu yawa ki omukazi Omusamaliya? (Yokaana 4:10, 14. Yesu yanyonyola omukyala nti asobola okumuwa amazzi amalamu agakulukuta okutuusiza ddala mu bulamu obutagwaawo.)
6. Biziyiza ki omukyala byeyalina ebyali bitamusobozesa kufuna mazzi gano ag'obulamu? (Yokaana 4:11. Omukyala ebintu abirabira ku ngulu oba mu mubiri Yalaba oluuzi nga luwanvu nnyo nga tewali na kya kusenyesa. Era nagerageranya Yesu n'obukulu bwa Yakobo.)
7. Yesu yaleetera atya omukazi okulowooza kubintu ebitaagwaawo okusinga okuwebwa amazzi? (Yokaana 4:13-15. Yesu amaleteera okulowoza ku mazzi amalamu; ekintu ekiyinza okuleta okunaazibwa okutagwaawo. Ne kigaba obulamu obutagwaawo.)
8. Okweyagaliza kw'omukazi ono okuwebwa amazzi ag'obulamu obutagwaawo kwasukundibwa kutya? (Yokaana 4:15. Yali ayagala okwemalako ennyonta eno eyo buliwo abeere nga takyadamu kugenda kwesenera nga mazzi nate.) \

9. Lwaki Yesu yagamba omukazi okugenda n'okuyita bba? (Yokaana 4:16-18. Yesu yabikula ebibi by'omukazi ebyayita n'ebiriwo nti era ne muw'ebyo yali tamatizibwa. Yalaga obwetaavu bw'omukyala bweyalina okubanabwo okusobola okusonyibwa n'okufuna obulamu obugya bwe yalina okumuwa.)
10. Kya kwewolereza ki ekyasembaayo omukazi kyeyawa Yesu? (Yokaana 4:19-20. Yayogera ku njawukana eziri wakati wa Abayudaaya na Abasamaliya era nga n'engeri zabwe ezokusinza n'eddini bwebyaali ebyenjawulo.)
11. Yesu yagamba ki omukyala ku lukwata okusinza? (Yokaana 4:21-25. Okusinza ssi kifo oba diini. Okusinza kyekyokuddamu eri ebyo Katonda byakoze okuleeta obulukozi n'amazima mu Kigambo kya Katonda. Era Yesu yagamba nti okusinza okutuufu tulina kusinza Kitaffe mu mwoyo n'emu mazima okwawukana ko n'enkola oba engeri ze ddiini.)
12. Wumbawumba engeri ebyawandikibwa bino byebinyonyola okuberawo wa Mukama? (Yokaana 4:6-22. Bisomo ze bimu mulimu okukoowa kw'omubiri, ebiziza bya bulijjo, okutabuka kw'ebirowoozo, ebirowoozo by'obuntu, n'abuteekateeka obukugira n'okubulwa amagezi oba okumanya.)
13. Kiki ekyamakulu ekiri mu enjogera ya Yesu nti yye Masiya? (Yokaana 4:25-26. Yalina obuyinza okunyonyola omukazi nti amanyi okusinza okutuufu bwekuli nti yali teyetaaga kulindirira nate.)

Ebibuuzo ebyo kwogeraganya:

1. Okusinza kyeki? Kwekutendereza, okugulumiza okussaamu ekitiibwa Katonda mu bigambo byaffe n'ebikolwa byaffe. Pawulo mu Abaruumi 12:1 anyonyola nti "Okusinza kwe kuwaayo ssaaddaka enamu entukuvu kwe kuwereza kwamwe okwamagezi."]
2. Tusalawo tutya oluusi okukwata amakubo agakosa engeri obulamu bwaffe gyewalibademu nga businza Katonda? (Yokaana 4:4) [Oluusi tusalawo okukwata amakubo agatunywereza mu buwereza oba ne tuwaba netubivaako. Tusobola okusalawo okusinza oba okukileka.]
3. Bwetuba tukoye, ekyo kikosa engeri gyetutabaganamu n'abantu abalala? (Yokaana 4:6-7)
4. Buzibu ki bwetufuna mu banaffe nga tugabana enjiri? (Yokaana 4:8) [Waliwo abantu mu bitundu byaffe netutakolagana nabo oba betutesembereza.]
5. Okusinza kulina kubeeramu ani? Watekedwa okuberawo abakugwanidde oba okusosola mu bantu? (Yokaana 4:9) [Okusinza kye kintu ekyenyigirwamu abantu bonna, abasajja, abakazi n'abaana okuva mu buli kifo, ggwanga n'ennimi kubanga mu Kristo tuli bitundu byamubiri gwe.]

6. Tuyinza kubuulira tutya enjiri ya Yesu eri abantu betutabagana nabo? (Yokaana 4:10) [Waliwo engeri enyangu nyingi eziyinza okututeerawo olutindo okutukirira abantu abo.]
7. Amazi amalamu gagerageranyizibwa gatya n'okusinza? (Yokaana 4:10 [Okusinza kye kintu ekyokudamu ekiiva mu nkolagana y'omuntu ne Yesu. Kizza obugya era kiwa emirembe.]
8. Biremesa ki byetulina ebiziyiza bwobigerageranya n'okusinza? (Yokaana 4:11) [Tulina ebiziyiza bingi ebitabula obwongo n'ebitulemesa okunonya n'okusinza Katonda, era n'ebitulemesa okubeera mu bulamu obutuukiridde mu Mukama waffe. Setaani, ffe benyini ne bakatonda abalala ebyo byonna biziyiza okuba mu kuzinza okutuufu. [Okuva 20:3-6; Matayo 4:8-10]
9. Ebigendererwa byaffe bituziyiza bitya okusinza Mukama? (Yokaana 4:15) [Oluusi tuba n'endowooza nti tusinza Katonda olwe'byo bye tufuna oba bwe tuwulira okusinga okuwaayo okusinza okutufu okusanyusa Katonda.]
10. Ensonga ki ze tulina okusinzizamu Katonda? (Yokaana 4:13-19) [Tulina ensonga nyingi ezokusinza n'okutendereza Mukama Katonda, okusookera ddala olw'obulokozi bwaffe, n'olwembala ya Katonda. Yamanyi byonna, alina amaanyi gonna, era ali buli wantu.]
11. Kyetagisa nnyo okuba nawantu bwetusisinkana okusinza? Lwaki? (Yokaana 4:21) [Ekifo ssi kikulu Katonda nga bwaali Omwoyo nga tabeera mu kkanisa ezizimbiddwa emikono gy'abaana ba bantu. Ali buli wamu, n'olwekyo ayinza okusinzibwa wonna wonna.]
12. Lwaki abasinza Katonda balina kumusinza mu Mwoyo n'emumazima? (Yokaana 4:23-24. Tulina okusinza Katonda mu mwoyo n'emumazima kubanga Katonda Mwoyo era Mazima. Okusinza eky'okudamu eri endowooza n'akutegeera kwaffe.]
13. Yesu yatuwa ensonga ki mu kitundu kino gye tuyinza okumutendereza n'okumwa ekitiibwa? (Yokaana 4:26) [Nga Yesu bweyakyogera mu lwatu nti yye Massiya eya agenda okujja, tulina okumusinza n'okumuwa ekitiibwa ng'oyo eyajja edda okutulokola okuva mubibi byaffe.]

72. **Okuyiga Baibuli**
Ekanisa mu Antiyokiya & Olugendo lwe Mawo
Ebikolwa 11:19-26 & Lukka 24:13-32

Ebikolwa 11
19 Abayudaaya bangi baali bazze eri Maliza ne Malyamu okubakubagiza
olwamwannyinaabwe. 20 Awo Maliza bwe yawulira nga Yesu ajja, n'agenda
okumusisinkana: naye Malyamu n'asigala mu nju. 21 Awo Maliza n'agamba
Yesu nti Mukama wange, singa wali wano, mwannyinaze teyandifudde.

22 Era kaakano mmanyi nga byonna by'onoosaba Katonda, Katonda anaabikuwa.
23 Yesu n'amugamba nti Mwannyoko ajja kuzuukira. 24 Maliza n'amugamba nti
Mmanyi nti alizuukirira ku kuzuukira kw'olunaku olw'enkomerero.

25 Yesu n'amugamba nti Nze kuzuukira, n'obulamu: akkiriza nze, newakubadde
ng'afudde, aliba mulamu: 26 Nze kuzuukira, n'obulamu: akkiriza nze,
newakubadde ng'afudde, aliba mulamu:

Lukka 24
13 Awo laba, ku lunaku olwo, babiri ku bo baali nga bagenda mu mbuga erinnya
lyayo Emawo, eyali ewalako ne Yerusaalemi, sutaddyo nkaaga. 14 Ne banyumya
bokka na bokka ebyo byonna ebibaddewo. 15 Awo olwatuuka baali nga
banyumya nga beebuuzaganya, Yesu yennyini n'abasembererera, n'agenda wamu
nabo. 16 Naye amaaso gaabwe ne gazibwa baleme okumutegeera.

17 N'abagamba nti Bigambo ki bye mubuuzaganya nga mutambula? Ne
bayimirira nga bawootedde. 18 Omu ku bo erinnya lye Kulyoppa n'addamu
n'amugamba nti Ggwe osula wekka mu Yerusaalemi atamanyi ebyabaamu mu
nnaku zino?
19 N'abagamba nti Bigambo ki?

Ne bamugamba nti Ebya Yesu Omunazaaleesi, eyali nnabbi ow'amaanyi mu bye
yakoleranga ne bye yayogereranga mu maaso ga Katonda ne mu g'abantu bonna:
20 e bakabona abakulu n'abakungu baffe bwe baamuwaayo okumusalira
omusango ogw'okumutta, ne bamukomerera. 21 Naye ffe twali tusuubira nti ye
alinunula Isiraeri. Ate ne ku bino byonna, leero zino ennaku ssatu ebigambo bino
kasookedde bibaawo. 22 Era n'abakazi abamu ab'ewaffe batuwuniikirizza,
abaakedde okugenda ku ntaana; 23 bwe bataasanze mulambo gwe, ne bajja ne
bagamba nti balabye okwolesebwa kwa bamalayika abagambye nti mulamu. 24
N'abamu ku abo abaabadde naffe bagenze ku ntaana, ne basanga bwe batyo
ng'abakazi bwe bagambye, naye ne batamulaba.

25 Kale ye n'abagamba nti Mmwe abasirusiru, abagayaavu mu mutima
okukkiriza byonna bannabbi bye baayogeranga; 26 tekyagwanira Kristo
okubonyaabonyezebwa ebyo, alyoke ayingire mu kitiibwa kye? 27 N'asookera
ku Musa ne ku bannabbi bonna, n'abategeeza mu byawandiikibwa ebyo byonna
ebyamuwandiikirwa ye.

28 Ne basembera kumpi n'embuga gye baali bagenda: ye n'aba ng'abayisa
okugenda mu maaso.
Ne bamuwaliriza nga bagamba nti Tuula naffe: kubanga obudde bugenda
kuwungeera, n'enjuba egoloobye kaakano. N'ayingira okutuula nabo.

30 Awo olwatuuka yali atudde nabo ku mmere, n'atoola omugaati n'agwebaza,
n'agumenyamu n'abawa.
31 Amaaso gaabwe ne gazibuka ne bamutegeera; n'abulirawo bo obutamulaba.
32 Ne beebuuzaganya nti Emitima gyaffe tegyabadde nga gitutyemuka munda
yaffe, bwe yabadde ayogera naffe mu kkubo, ng'atubikkulira ebyawandiikibwa?

Ebibuuzo Ebyo Kusoma: Okuyiga Baibuli

Ebikolwa 11:19-26 & Lukka 24:13-32

Okwanjula:

Ekintu ekikulu ekisookerwaako Abakristaayo abangi abo mu Antiyokiya kyebaali betaaga kwekusomesebwa. Pawulo ne Balunabba kyabatwalira omwaka mulamba okukikola. Nga Yesu amazze okuzukira okuva mu bafu, ekintu abayigirizwa be kyebasooka okwetaaga kwekunyonyolwa Ebyawandiikibwa. Yesu naakikola. Ekigambo kya Katonda, ekyatwesizibwa olw'okukula kwaffe okw'omwoyo kikulu nnyo olw'enkolagana yaffe eya buli lunaku ne Yesu. Okuyita mu Kigambo mwetumumanyira okuba omulamu kubanga Kye Kigambo kya Katonda ekiramu. "Kigambo n'afuuka omubiri, n'abeerako gye tuli" (Yokaana 1:14) Eky'omukisa omubi, twanguyirwa nnyo okuwabizibwa n'okumala ebiseera byaffe mu bintu ebilala ebitali Katonda oba Ekigambo kye. Kitukema n'okusigala nga twesigamye ku magezi gaffe n'okutegeera kwaffe mu kifo kyo kutunulira ebyawandikiibwa mu Baibuli. Baibuli by'ebigambo bya Katonda. Ekigambo kye ekikyuuka, kikkakafu era kikozesebwa buli kisera. Kikulu nnyo okuyiga Ekigambo kya Katonda n'okukikiriza kibeere "ettabaaza eri ebigere byaffe, er'omusana ogumulisa ekkubo yaffe" (Zabbuli 119:105).

Ebigendererwa:

Okumanya

- Okumanya nti Ekigambo ndabirwaamu, bbibiro, era ekituluŋamya obulamu bwaffe. Kitulaga obwetaavu bwaffe kulwa Mukama, kitukuumira mu makkubo amatufu, era krituluŋamya eri enkolagana ne Yesu.
- Okuzuula obwetaavu bwetulina okuyiga Ekigambo kya Katonda bulijjo tusobole okusigala nga tulina enkolagana Naye.

Endowooza

- Okulumwa ng'enjala olw'Ekigambo kya Katonda nga emmere ya bulijjo.

Ebikolwa

- Okuteekangawo ekiseera buli lunaku okusoma Ekigambo kya Katonda.
- Okufumitirizanga Ekigambo n'okwagala kye kulwobulamu bwaffe.

Enyiriri ezo kujjukira:

Zabbuli 119:9-11 "Omuvubuka anaalongoosanga atya ekkubo lye? Nga yeegendereza ng'ekigambo kiri. N'omutima gwange gwonna nkunoonyezza: Nkwegayiridde, nneme okukyama okuleka bye walagira. Nterese ekigambo kyo mu mutima gwange, Nneme okwonoona mu maaso go."

Matayo 4:4 "Naye n'addamu n'agamba nti Kyawandiikibwa nti Omuntu tabanga mulamu na mmere yokka, wabula na buli kigambo ekiva mu kamwa ka Katonda.'"

Ebiyandikibwa ebyetagisa okusoma:
Ekyamateeka 6:6-9; Yoswa 1:8; Zabbuli 42:1; 119:9-11; Matayo 4:1-11; Lukka 4:1-12; Ebikolwa 17:11; 2 Timoseewo 3:16-17; Abaebbulaniya 4:12

Ebibuuzo ebikwatagana n'olugero:

1. Obubaka bwaali bugenda wa ani? (Ebikolwa 11:19-21. [Baali baburi amawulire amalungi aga Yesu Kristo ekusookera ddala Abayudaya, n'euBuyonaani. Abantu bangi n'ebakkiriza bakyuukira Mukama. Kyaali kikulu nnyo okuleeta obubaka buno Buyonaani.
2. Kiki ekyava mu Kigambo kya Katonda okubona ensi yonna? (Ebikolwa 11:21-23. "Abantu bangi bakkiriza n'ebakyuukira Mukama". Abantu balokolebwa obulamu bwabwe n'ebulaga "obukkakafu bw'ekisa kya Katonda." Ekigambo ekiramu kyali kikyuusa obulamu bw'abantu.)
3. Balunabba ayogerwako atya? (Ebikolwa 11:24. Ayogerwako nga omusaja omulungi, ajjude Omwoyo Omutukuvu n'okukiriza. Empisa ze ngaziva mu mulimu gwa Katonda obuli mu bulamu bwe. Obulamu bwe bwalaga ekibala kya Katonda; "Enkummi n'enkummi za bantu nebajja eri Mukama".)
4. Lwaki Balunabba yagenda okununya Sawulo? (Ebikolwa 11:25-26. Yanoonya Sawulo okumukomyaawo mu Antiyokiya okuyamba ku buwereza.
5. Balunabba yayagala nnyo Sawulo kubanga yali wa njawulo; kubanga yali amanyi empisa za Abayudaaya ne za Abarumi nga asobola okuyigiriza obulungi.)
6. Kya makulu ki kye tufuna mu Balunabba ne Sawulo okuyigiririza omwaka omulamba? (Ebikolwa 11:26. Kigambo kya Katonda, kyekikyuusa obulamu era kye kizaamu amaanyi eri abakkiriza abakakyuuka. Era gwe musingi gw'okukkiriza. Abaruumi 10:17 agamba nti, "kale okukkiriza kuva mu kuwulira ne n'okuwulira mu Kigambo kya Kristo".)\
7. Kikulu ki ekiri mu Yesu okugatta abayigirizwa ababiri abatambuliranga awamu? (Lukka 24:13-16. Yesu yeyali emboozi gyebaali banyumyako. Yatambula nabo, naye tebamutegeera nabayigiriza ku Ye yenyini okuyita mu Byawandiikibwa.)
8. Kyewunyisa kitya nti amaaso gabwe gazibwa n'ebeerabira ekintu kyebaali bamanyi? (Lukka 24:17-24. Ekyo ssi kyebaali basuubira. Baali bamanyi nti Yesu "nabbi, wamanyi mu kigambo ne mu bikolwa

byekolanga mu maaso ga Katonda ne mu ga bantu bonna." Bamanya nti omukazi eyalaba entaana enjerere kwaali okwolesebwa kwa malayika eyagamba nti mulamu. Era bamanya nti n'ebannabwe abalala balaba entanna enjerere.)

9. Lwaki Yesu agamba, "Mmwe abasirusiru, abagayaavu mu mutima okukkiriza byonna bannabbi bye baayogeranga" (Lukka 24:25. Bamanya banabbi naye tebategeera nti Yesu ye yali Oyo gwebaali bogerako. Yali atambula era ngayogera nabo naye era tebamutegeera.)
10. Musa ne banabbi bogera ki ku Yesu? (Lukka 24:27. Banyonyola Yesu okuva kuntandikwa paka ku enkomerero emirundi mingi nga ebiro n'ebiseera bwebyayitangawo.)
11. Lwaki Yesu "yababikulira Ebyawandiikibwa"? (Lukka 24:27, 32. Basobole okutegeera enteekateeka ya Katonda bakkiririze mu Masiya eyazuukira.)
12. Kikulu ki ekiri mu Yesu okumenya emigati, n'eyebaza, n'agimenyamu nabawa? (Lukka 24:30. Yamenya emigati ku kiro ekyasembayo era nebweyaliisa 5000.)
13. Kiki kyebazuula amaaso gabwe nga gazibuse n'ebamutegeera? (Lukka 24:32. Bazuula nga emitima gyabwe gyabatyemuka Yesu bweyatambula nabo nababikulira Ebyawandiikibwa.)

Ebibuuzo ebyo kwogeraganya:

1. Tulina kubera mu embera ki mu Kigambo kya Katonda tusobole okukigabanako nabalala? (Ebikolwa 11:19-20; Lukka 24:27) [Kisera kyonna kisobola okuba ekiseera ekituufu okugabana ekigambo Kya Katonda n'abalala. Oba nga oli mu kkubo otambula, oba mu nsi eŋenyi, Ekigambo kya Katonda kikozesebwa mu embeera zonna, naye tetusobola kuyigiriza abalala ffe kyetutamanyi oba kyetutayiga.]
2. Tuyinza kukozesa tutya ebizibu okuleteera Katonda ekitiibwa? (Ebikolwa 11:19-21) [Tusobola okukozesa ebizibu okulaga abantu Yesu Kristo n'okwagala kwa Katonda nga tunonya amaaso ge n'okuteeka obwesige bwaffe mu Katonda.]
3. Baani bitulina okuwereza obubaka bwa Mukama? (Ebikolwa 11:19-21) [Obubaka bwa Mukama bwa bantu bonna, okuva mu Yudaaya okutuuka mu Yonaani. Ensibuko yo ne bweba etya wetaaga okumanya Yesu n'okubeera e'nkolagana eyasekinomu Naye.]
4. Amaanyi agatusobozesa okugenda okubunyisa enjiri gaani? (Ebikolwa 11:21) [Tutekeddwa okufuluma n'amaanyi ga Mukama n'Ekigambo Kye.]
5. Kiki kyetwaliyagadde okulaba mu bantu abalideewo nga bakkiriza Kristo? (Ebikolwa 11:22, 26) [Enkyukakyuka eteekwa okulabirlwa abo

ababetolodde basobole okuyitibwa Abakristayo (nga balinga Kristo) ebikolwa byabwe n'enjogera yabwe.]

6. Abantu bayinza okukakasa nti ddala wakyusibwa era Katonda yakukyusa? Ye ggwe olaba ki mu bulamu bwo?
7. Nngeri ki gyoyinza okusigala nga oli mutufu n'omutima gwo gwonna eri Katonda? (Ebikolwa 11:23) [Tusigala tuli besigwa ne Mukama ssinga tubeera mu Kigambo kye n'okutambula naye buli lunaku.]
8. Kitegeeza ki okujjuzibwa Omwoyo Omutukuvu? [Nti Omwoyo Omutukuvu ali mu ggwe era akolera mu ggwe olw'ekitiibwa kye.]
9. Kiki kyetwetagisa okuba nakyo okutuyamba mu buwereza okusobola okugenda mu maaso? (Ebikolwa 11:25-26) [Kikulu nnyo okuba n'omuntu akuyamba mu buwereza okukuzaamu amaanyi nga okola omulimu.]
10. Ddi lwetulina okuyigira ku balala era baani betulina okuyigiriza Ekigambo kya Katonda? (Ebikolwa 11:26) [Waliwo Abakristaayo abasobola okutuyigiriza Ekigambo kya Katonda era nga bwekitwetagisa naffe okuyigiriza abalala. Waliwo abantu bangi abetaaga okumanya Ekigambo kya Katonda ekyo tetusobola okukolera ddala.]
11. Yesu atambulira atya mu bulamu bwaffe? (Lukka 24:15) [Atubeera ku lusegere buli lwetukwata Ekigambo kye n'okugenda gyaali mu kusaba.]
12. Ddi lwetumalibwamu amaanyi nga tewali na nsonga? (Lukka 24:17) [Buli lwetulowooza nti twolekedde ebizibu nga tewali Yesu n'okwemererwa okumutulunira.]
13. Olina maaso agasobola okulaba Yesu byakola mu bulamu bwo? Tweyongera tutya okulaba Yesu emirundi n'emirundi? (Lukka 24:32) [Tweyongera okulaba Yesu emirundi n'emirundi buli lwetubeera mu Kigambo kya Katonda n'okumanya embala ya Kristo.]
14. Ebyawandiikibwa bitulaga bitya Yesu mu Ndagaano Empya N'enkadde? (Lukka 24:27) [Ebyawandiikibwa biraga Yesu; Endagaano Enkadde engemulaga mu maaso ate Endagaano Empya emulaga emabega.]
15. Omutima gwo gukutyemuka ddi nga basoma Ebyawandiikibwa? (Lukka 24:32)

73. Okusaba

Essala ya Mukama Waffe & Essala ya Dawudi

Matayo 6:5-15 & Zabbuli 54

Matayo 6
5 Era bwe musabanga, temubanga nga bannanfuusi: kubanga baagala okusaba
nga bayimiridde mu makuŋŋaaniro ne ku mabbali g'enguudo, era abantu
baba!abe. Mazima mbagamba nti Bamaze abo okuweebwa empeera yaabwe. 6
Naye ggwe bw'osabanga yingiranga mu kisenge munda, omalenga okuggalawo
oluggi olyoke osabe Kitaawo ali mu kyama, kale Kitaawo alaba mu kyama,
alikuwa empeera 7 Nammwe bwe musabanga, temuddiŋŋananga mu bigambo,
ng'ab'amawanga bwe bakola: kubanga balowooza nga banaawulirwa
olw'ebigambo byabwe ebingi. 8 Kale, temufaanana nga bo: kubanga Kitammwe
amanyi byc mwctaaga nga temunnaba kumusaba.

9 Kale, musabenga bwe muti, nti, Kitaffe ali ggulu, Erinnya lyo litukuzibwe.
10 Obwakabaka bwo bujje. By'oyagala bikolebwe mu nsi, nga bwe bikolebwa mu
ggulu.
11 Otuwe leero emmere yaffe eya leero.
12 Otusonyiwe amabanja gaffe, nga naffe bwe tusonyiye abatwewolako.
13 Totutwala mu kukemebwa, naye otulokole eri omubi. Kubanga obwakabaka,
n'obuyinza, n'ekitiibwa, bibyo, emirembe n'emirembe, Amiina. 14 Kubanga bwe
munaasonyiwanga abantu ebyonoono byabwe, Kitammwe ali mu ggulu
anaabasonyiwanga nammwe. 15 Naye bwe mutaasonyiwenga bantu ebyonoono
byabwe, ne Kitammwe taasonyiwenga byonoono byammwe.

Zabbuli 54
1 Ndokola, ai Katonda, n'erinnya lyo, Onsalire omusaago mu maanyi go.
2 Wulira okusaba kwange, si Katonda; Otege okutu eri ebigambo eby'akamwa
kange. 3 Kubanga bannaggwanga bangolokokeddeko, N'ab'ekyejo banoonyezza
emmeeme yange: Tebateese Katonda mu maaso gaabwe. 4 Laba, Katonda ye
mubeezi wange: Mukama ali wamu n'abo abanyweza emmeeme yange. 5
Aliwalana obubi obwo ku balabe bange: Obazikirize mu mazima go. 6 Ssaddaaka
ey'omwoyo ogw'eddembe gye ndikuwa ggwe: Neebazanga erinnya lyo, si
Mukama, kubanga ddungi. 7 Kubanga anziye mu kweraliikirira kwonna; N'eriiso
lyange lirabye bye njagala nga bituuse ku balabe bange.

Ebibuuzo Ebyo Kusoma: Okusaba
Matayo 6:5-15 & Zabbuli 54

Okwanjula:
Okusaba kikulu nnyo mu bulamu bwo mukkiriza. Yenkwaaso y'enkolagana yaffe ne Katonda. Yesu yayigiriza abayigirizwa be engeri yo kusabamu yabagamba Katonda okumuyita Kitaafe. Yayagala abayigirizwa okutegeera enkolagana eriwo wa kati wabo ne Taata owo muggulu. Yesu yabagamba okuyiwa emitima gyabwe eri Katonda, wadde mu bintu ebitono ennyo. Mu Zabbuli 54, Dawudi akowoola Mukama olw'obuyambi. Yaleeka Mukama amanye engeri gyeyali amaliddwamu amaanyi ate mu engeri yemu nga mukakafu kubanga Mukama yali abaddeko naye mu biseera ebyali ebizibu emabega. Okufananako ne Dawudi, naffe tusobola okuyita Mukama ekiseera kyonna, mu kifo kyonna, mu embeera zonna nga tumanyi nti atuwuulira. Newankubadde okusaba kwogera bwogezi ne Katonda, twerabira okuyiwa oba okuggulawo emitima gyaffe n'okubeera abesigwa gyaali. Ebigambo ebinene biwulikika nga bya mugaaso, naye Katonda tatunuulidde bikolwa oba ebigambo bingi ebisikiriza. Ayagala twogere bwogezi naye ng'abaana abobuwala n'obulemzi bwebaaliyogedde ne Taata wabwe. Yesu atuwa ekyokulabirako kya kino mu Ssaala ya Mukama Waffe. Atukubiriza okuyita Kitaawe, Taata waffe era nga Yye yenyini yatutabaganya.

Ebigendererwa:

Okumanya

- Okutegeera obwetaavu bw'okusaba n'okuba n'enkolagana ne Katonda. Okuzuula nti tulina okujja eri Katonda ekiseera kyonna mu kifo kyonna okumwebaza n'okuleta ebyetaago byaffe mu maaso Ge!
- Okumanya nti Katonda Taata waffe ate nga Mutukuvu, nti okusaba kwa'bwakabaka bwe, n'okwagala kwe, ebyetaago yaffe, amabanja gaffe n'bikemo byaffe.

Endowooza

- Okuba n'okukkiriza nti Katonda awuulire okusaba kwaffe era nga ajakutudamu mu kwagala kwe okutufu.
- Okukkiriza nti Katonda asobola okutuwa okusinga ne bwetusaba oba bwetulowooza.

Ebikolwa

- Okusisinkana Yesu bulijjo mu kusaba n'okugulawo emitima gyaffe gyaali.
- Okukuuma erinya lye nga ttukuvu, okwatula ebibi byaffe okunoonya obwakabaka kwe nga bwetufuba okusaba bitwagala okuva eri Mukama.

Enyiriri ezo kujjukira:

Matayo 7:7 “Musabe muliweebwa; munoonye, muliraba; mweyanjule, muliggulirwawo.”
2 Ebyomumirembe 7:14 “Abantu bange abatuumiddwa erinnya lyange bwe baneetaowazanga ne basaba ne banoonya amaaso gange ne bakyuka okuleka amakubo gaabwe amabi; kale naawuliranga nga nnyima mu ggulu ne nsonyiwa okwonoona kwabwe ne mponya ensi yaabwe..”

Ebiyandikibwa ebyetagisa okusoma:
2 Ebyomumirembe 7:14; Yeremiya 33:3; Matayo 7:7-11; 21:20-22; Lukka 18:1-5; Abaefeso 3:20; 1 Abasessaloniika 5:17; Abaebbulaniya 11:6; Yakobo 4:1-3; 1 Yokaana 5:14-22

Ebibuuzo ebikwatagana n'olugero:

1. Ndowooza ki eyetaagisa omuntu okusobola okusaba? (Matayo 6:5-8. Tetuteekwa kubeera nga bannanfuusi okusaba era batulabe, nti ffe tetuli nga baali abatamanyi Katonda, n'okwogerayogera ebigambo ebingi. Tulina okubeera abetoowazze, abatekulumbaza nga twesiga essaala zitusaba, kubanga Katonda ye Kitaffe era amanyi byetwetaaga.)
2. Lwaki kitugwanyira okweggala enzijji zaffe nga tusaba? (Matayo 6:6-8. Kubanga Kitaffe oyo, atalabika amanyi byetwetaaga. Ajakutusasula nga okwagala kwe bwekuli n'ebuyayana era ayagala enkolagana eya ddala eri ffe abaana Be.)
3. Njawulo ki eri wa kati w'empeera zino ebiri? (Matayo 6:5-6. Bannanfuusi bafuna empeera yabo erabikako na buli omu. Naye okusaba okutalabika kufuna empeera yakwo okuva eri Kitaffe ow'omuguulu.)
4. Mitwe ki emikulu gyetulaba mu Ssaala ya Mukama Waffe Yesu gyawa abayigirizwa be okubaluŋamya? (Matayo 6:9-13. Emitwe emikulu gili nti: Einlya lya Katonda litukuzibwe, bategeere obwakabaka Bwe n'okwagala kwe, ebyetaago byaffe era buli lunaku, okusonyiyibwa, n'obukuumi bwa Mukama eri obulamu bwaffe.)
5. Kiki Yesu kyeyagiriza abayigirizwa be basabe nga eri Katonda nga Kitaffe? (Matayo 6:9. Okuyita mu Yesu baweebwa obuyinza okufuuka abaana ba Katonda. Ekyo Yesu yakireteera okusoboka oba okubaawo.)
6. Lwaki Yesu yagamba abayigirizwa be Okutukuza erinya ya Katonda? (Matayo 6:9. Okutukuza erinya ya Katonda kwekumusaamu ekitiibwa n'okuberawo kwe kwonna. Okubeera omutukufu kitegeeza kwawukana na kibi. Erinya lya Katonda n'embala ye bitukuvu. Naye mu ssaala eno abayigirizwa benyini bakizuula nti erinya lye ttukuvu.)
7. Kitegeeza ki nti obwakabaka bwa Katonda bujje byayagala bikolebwe? (Matayo 6:10. Obwakabaka bwa Katonda weewo Katonda waberera kabaka. Nga yafuuga ensi yonna, naye abantu abamu baziyiza okwagala

kwe mu bulamu bwabwe. Okusaba nti "Okwagala kwo kukolebwe kuba kumulekera ffuge n'akwesiga kwagala kwe.)

8. Lwaki Yesu abayigiriza okusaba emmere ya buli lunaku? (Matayo 6:11. Katonda yemugabirizi w'emmere ya buli lunaku era balina kumwesigamako ye okugibawanga. Era nga yemugabirizi wa buli kyetaago kyebalinanga. Bayiga nti buli kintu kyonna kyalinga kirabo okuva eri Katonda.)
9. Lwaki abayigirizwa baalina okuyigirizibwa ku kusonyiyibwa kw'ebibi? (Matayo 6:12. Baalina okujuukira nti buli kibi kikontana ne Katonda. Era ssinga yali akuuma obubi nga tabusangula ebbanja byalibadde zzibu okusasula. Mu ssala eno basaba Katonda ekisonyiwo n'okujjukira okukola kye kimu kyokusonyiwa eri omuntu yenna abakoseza oba abasobeza.)
10. Lwaki basaba Katonda obutabatwala mukukemebwa? (Matayo 6:13. Mukama takema muntu yenna, naye bakitegeera nti bakemedwa era nga betaaga obukuumi wa Katonda eri Setaani, eri ensi ne mu butonde bwabwe obw'ekibi. Laba Yokobo 1:13. Yesu yasisinkana buli kikemo n'awangula Setaani ku musalaba era ekyo kye kifo kyokka kyokuyimiriramu.)
11. Lwaki Yesu yatuwa okulabula olw'okusonyiwa abalala? (Matayo 6:14-15. Bwebatasobola kusonyiwa balala, basuubira batya Mukama okubasonyiwa? Olw'okuba buli kibi kikolebwa nga kinyiza Mukama, ebibi abantu byebali bakola abayigirizwa byali tebyenkana bbo byebakola eri Mukama.)
12. Biki eby'enjawulo Dawudi byeyasaba oba byeyegayirira eri Mukama? (Zabbuli 54:1-2. Dawudi asaba Katonda amulokole, amweyimirire, amuwulire era amuwulirize.)
13. Dawudi yamanyira ku ki nti alokoledwa? (Zabbuli 54:1. Yamanya nti alokoledwa olw'erinya ya Mukama.)
14. Dawudi ayogera atya ku Katonda? (Zabbuli 54:1, 4-7. Dawudi akizuula nti Katonda w'amaanyi, mwesigwa era mulungi. Yemuyambi wa Dawudi, amukuuma era omununuzi.)
15. Dawudi yali mu embeera ki weyakowoolera Mukama? (Zabbuli 54:3. Abasajja ababi abatakowa balumba nga Dawudi nga bagala okumalawo obulamu bwe.)
16. Dawudi yagamba Mukama nti agenda kukola ki? (Zabbuli 54:6. Dawudi yasaba eri Mukama nga amugamba nti ajakutendereza nga erinya lye n'okuwangayo ssaddaka gyaali.)

Ebibuuzo ebyo kwogeraganya:

1. Ani gwotunulidde olw'okubeerwa n'obukuumi? Otunulira Mukama, oba bantu balala?
2. Otwaalako obudde oba ekiseera n'okowoola Mukama mu buli mbeera yonna, oba omukowoola olwo lwokka lw'ofunye ebizibu?
3. Lwaki tutekeddwa okwegendereza nga tusaba? (Matayo 6:5-8) [Bwetubatusaba kuteekwa okuba abawombeefu nga amaaso gaffe tegatunulidde ngeri gyetusabamu. Wabula tulina okusaba nga tetukoowa era nga tusaamu Katonda ekitiibwa.]
4. Tulina kusaba n'ani? (Matayo 6:6, Ebikolwa 12:5) [Tusobola okusaba ffeka nga sekinoomu eri Katonda oba nga tuli wamu nga bakiriza.]
5. Ddi lwosaba nga oli wekka?
6. Kitegeeza ki Katonda okuba Kitaafe? (Matayo 6:9) [Amanyi ebyetaago byaffe, awulira okusaba kwaffe era natuddamu bwetumunoonya.]
7. Tuyinza kukuuma tutya erinya lya Mukama nga Ttukuuvu? (Matayo 6:9) [Bwetusaba n'obwetoowaze. Engeri gyetwogeramu n'abalala ebikwata ku Mukama oba engeri gyetukozesamu erinya lye. Bwetumanyibwa nga Bakristayo, engeri gyetweyisaamu n'ebyetwogera biyinza okugulumiza erinya lya Mukama Waffe Yesu, oba okulivoola.]
8. Tuyinza kuwaayo tutya obulamu bwaffe eri obwakabaka bwa Katonda n'okwesiga okwagala kwe? (Matayo 6:10) [Tuwaayo obulamu bwaffe eri Yesu twetumusaba okuyijgira mu bulamu bwaffe nga tulokoka. Mu engeri emu tumuwa effuge okuffuga obulamu bwaffe obw'omu maaso.]
9. Tumanya tutya Katonda nga omugabirizi wa byona? (Matayo 6:11) [Tumanya nga tumwebaza mu kusaba n'olwebyo byatuwa.]
10. Tulaba tutya nga Katonda atukiriza okuleeta ebyetaago yaffe n'okusaba kwaffe mu maaso Ge? (Matayo 6:11) [Tulaba okwagala kwe kubanga atuyita okusaba n'okuyayana okutuwulira. Atugabirira bulijjo.]
11. Bikemo ki byetusisinkana? (Matayo 6:13) [Ebikemo byebimu ebijja eri buli muntu. 1 Yokaana 2:16 agamba kwekuyayana kw'omubiri, okw'egomba kwa maaso n'malala agomu bulamu buno.]
12. Lwaki kirungi okusonyiwa nga buli lunaku abantu abatusobya? (Matayo 6:14-15) [Kubanga ekibi kikoligo kijjawo enkolagana yaffe ne Katonda n'abantu abalala. Si ffe balamuzi, naye Mukama era ajakusalira buli muntu omusango ogw'ensonga.]
13. Embeera ki ezitasoboka oba ssala ki Katonda gyatasobola kudamu? Lwaki? (Ebikolwa 12:6-12) [Teri embeera nzibu nnyo eri Mukama. Alina amaanyi gonna. Yatonda eggulu n'ebintu byonna ebiramu.]
14. Okitwala otya bwolaba Katonda ngadamu okusaba mu bulamu bwo?
15. Kiki kyewalizemu ssinga Katonda adamu kusaba kwaffe? (Ebikolwa 12:17) [Bwetulaba Katonda ngadamu okusaba kwaffe, ffe tudamu n'okutendereza olw'obulungi bwe n'okusaasira kwe. Netubuulirako n'abalala engeri Katonda gyazemu okusaba kwaffe.]

16. Mu kusaba, tulina kukola ki nga tetusabiriza busabiriza Katonda bintu? (Zabbuli 54) [Tusobola okumwebaza olw'obwesigwa bwe, n'ebintu byetulabye ngakola mu bulamu bwaffe n'olwekyo kyaali.]

74. Empisa z'omwoyo
Okulumirizibwa kwa Danyeri
Danyeri 1:1-20

Danyeri 1
1 1 Mu mwaka ogw'okusatu mu mirembe gya Yekoyakimu kabaka wa Yuda;
Nebukadduneeza kabaka w'e Babulooni n'ajja e Yerusaalemi, n'akizingiza. 2
Mukama n'awaayo Yekoyakimu kabaka wa Yuda mu mukono gwe, era n'ebintu
eby'omu nnyumba ya Katonda ebimu: n'abitwala mu nsi Sinaali mu ssabo lya
katonda we: n'aleeta ebintu mu ggwanika lya katonda we.

3 Kabaka n'agamba Asupenaazi omukulu w'abalaawe be, ayingize ku baana ba
Isiraeri, ab'omu zzadde lya kabaka n'ery'abakungu: 4 abavubuka abataaliko
bulema, wabula ab'amaaso amalungi, era abategeevu mu magezi gonna, era
abakabakaba mu kutegeera, era abaamanya ebiyigirizibwa, era abasaanira
okuyimirira mu nnyumba ya kabaka: era abayigirizenga amxgezi
ag'Abakaludaaya n'olulimi lwabwe 5 Kabaka n'abalagira omugabo ogwa bulijjo
ogw'oku mmere ya kabaka, n'ogw'oku mwenge gwe yanywanga, era babaliisize
emyaka esatu: bwe giriggwaako balyoke bayimirire mu maaso ga kabaka.

6 Ne muba mu abo, ku baana ba Yuda, Danyeri, Kananiya, Misayeri, ne Azaliya.
7 N'omukulu w'abalaawe n'abatuuma amannya: Danyeri n'amutuuma
Berutesazza: ne Kananiya n'amutuuma Saddulaaki: ne Misayeri n'amutuuma
Mesaki: ne Azaliya n'amutuuma Abeduneego.

8 Naye Danyeri n'ateesa mu mutima gwe obuteeyonoonyesanga n'emmere ya
kabaka, newakubadde n'omwenge gwe yanywanga: kyeyava asaba omukulu
w'abalaawe aleme okweyonoonyesanga. 9 Ne Katonda n'alabisa Danyeri ekisa
n'okusaasirwa mu maaso g'omukulu w'abalaawe. 10 Omukulu w'abalaawe
n'agamba Danyeri nti Ntidde mukama wange kabaka, eyabalagira bye
munaalyanga ne bye munaanywanga: kubanga kiki ekiriba kimulabya amaaso
gammwe nga tegafaanana bulungi ng'abavubuka abenkana nammwe obukulu?
Bwe gutyo omutwe gwange gwandirabye akabi eri kabaka.

11 Danyeri n'alyoka agamba omusigire, omukulu w'abalaawe gwe yafuza
Danyeri; Kananiya, Misayeri, ne Azaliya: nti 12 Okemere abaddu bo ennaku
kkumi, nkwegayiridde: batuwenga ebijanjaalo okulya, n'amazzi okunywa. 13
Amaaso gaffe galyoke gakeberwe w'oli, n'amaaso g'abavubuka abaalyanga ku
mmere ya kabaka: era nga bw'oliraba, okole bw'otyo eri abaddu bo. 14 Awo
n'abawulira mu bigambo ebyo, n'abakemera ennaku kkumi.

15 Awo ennaku ekkumi bwe zaggwa, amaaso gaabwe ne gafaanana bulungi, era
baali nga bagezze omubiri, okusinga abavubuka bonna abaalyanga ku mmere ya
kabaka. 16 Awo omusigire n'abaggyako emmere yaabwe, n'omwenge gwe
bandinyweddenga, n'abawa ebijanjaalo. 17 Naye abavubuka abo abana, Katonda
n'abawa okumanya n'okutegeera mu kuyiga kwonna n'amagezi: Danyeri n'aba
omukabakaba mu kwolesebwa kwonna ne mu birooto.

18 Awo ennaku bwe zaggwa, kabaka ze yagamba okubayingiza, omukulu
w'abalaawe n'abayingiza mu maaso ga Nebukadduneeza. 19 Kabaka n'anyumya
nabo: ne mu abo bonna ne mutalabika abaali nga Danyeri, Kananiya Misayeri, ne
Azaliya: kyebaava bayimirira mu maaso ga kabaka. 20 Ne mu buli kigambo
eky'amagezi n'eky'okutegeera, kabaka kye yababuuza, yabalaba nga basinga
emirundi kkumi abasawo, n'abafumu bonna abaali mu bwakabaka bwe bwonna.

Ebibuuzo Ebyo Kusoma: Empisa z'omwoyo
Danyeri 1:1-20

Okwanjula:
Nga woyagala okubeera mu bulamu obwewereddeyo ddala eri Mukama, otekeddwa okugenda mutendekero ery'empisa ez'omwoyo. Gwemutendera ogw'okufiisa embala yaffe ey'ekibi n'okubeera abalamu mu Mwoyo. Empisa ez'omwoyo nzibu. Zirimu obulumi, okw'efiriza, n'okwefuga; tezekiriranya kunnono za Baibuli n'ewankubadde waliwo obwetaavu obwamaanyi okwefanaanyiriza. Danyeri yatwalibwa ng'omuwambe e Babulooni, ekyaalimunyiziza nyo. Ya yawulibwa okuva mutendekero lya kabaka, ekyaali mwegulumisiza. Danyeri yawebwa emmere yava nga ku mezza ya kabaka, eyali mufudde omuluvu. Naye mu byonna, "Danyeri yasalawo obuteyonoonyesa." Danyeri ne mikwano gye basalawo mu kifo kyo kulya emmere ya kabaka eyali ewongeddwa eri ebifaananyi, besiga Mukama n'ebalya ebijanjaalo. Bateeka wabbali ebikemo eby'omubiri basobole okubeera mu bulamu obutukuvu okuweesa Katonda ekitiibwa. Ebikemo bya Danyeri kifaananyi ekiraga engeri Yesu gyeyawangulamu Setaani mu bikemo ebyo muddungu.

Ebigendererwa:

Okumanya
- Okumanya nti Katonda yatuwa omwoyo ow'okwefuga era twetaga amaanyi ge mu kulwana entalo.
- Okuzuula nti buli lwe tuyimirira ne Mukama, tuyimirira naye yekka, era tubeera na byonna.

Endowooza
- Obutayayanira kintu kirala kyonna okusinga Yesu.
- Okwagala empisa ezo ezituteeka ebuziba mu nkolagana yaffe ne Mukama.

Ebikolwa
- Okubeera mu bulamu obuffugibwa omwoyo n'okweyigiriza empisa ezo kutambuliramu n'ewankubadde nga waliwo engeri enyangu gyetusobola okugobereramu okuyayana kw'omubiri.
- "Olw'okukangavvulwa kyemunaavanga mugumiikiriza; Katonda abakola ng'abaana" Abaebbulaniya 12:7

Enyiriri ezo kujjukira:
Tito 2:11-12 "abantu bange abatuumiddwa erinnya lyange bwe baneetaowazanga ne basaba ne banoonya amaaso gange ne bakyuka okuleka amakubo gaabwe amabi; kale naawuliranga nga nnyima mu ggulu ne nsonyiwa okwonoona kwabwe ne mponya ensi yaabwe."

Ebiyandikibwa ebyetagisa okusoma:
Olubereberye 39:1-12; Engero 25:28; Matayo 6:16-18; 1 Abakkolinso 7:3-5; 9:24-27; Abaggalatiya 5:22-23; 2 Timoseewo 1:7; Tito 2:2, 6, 11-14; Abaebbulaniya 11:24-26; Yakobo 1:2-4

Ebibuuzo ebikwatagana n'olugero:

1. Lwaki Katonda yasindika abantu be mu bunyage? (Danyeri 1:1-2. Abayisiraeri baali bavude ku Mukama nga bakyukidde bakatonda abalala. Bajeemera ebiragiro bya Katonda n'ebagaana n'ebannabbi be beyabatumira.)
2. Bantu ki abatwalibwa mu bunyagge n'ebaletebbwa mu Babulooni? (Danyeri 1:3-4. Abawambe baali abavubuka abatto abava mu lulyo olulangira n'abebitiibwa abataaliko bulemu, ababalagavu, abangu bo kuyigiriza kwonna, abalina okumanya abangu b'okutegeera, nga basanira okuwereza mu lubiri lwa kabaka.)
3. Ebisanyizo n'obusobozi abavubuka byebalina n'okuyiga olulimi byogerwaako bitya? (Danyeri 1:3-4. Mukama yabawa okutegeera amangu. Betegekera omulimu era ngabamazze okuzimba empisa ey'okwefuga.)
4. Mutendera ki ogwebigezo omulala gwebaalina okwoolekera? (Danyeri 1:4-6. Baalina okwolekera omutendera ogw'okufulibwa Abababiloni n'okuyiga olulimi lwabwe n'enjigiriza, ebikemo by'omubiri eby'emmere ya kabaka n'okumanyiira amanya gebabawa mu Babulooni.)
5. Lwaki Danyeri "yasalawo obuteyonoonyesa n'emmere n'ebyokunywa bya kabaka?" (Danyeri 1:8. Kubanga byaali biwongeddwa nga saddaka eri bakatonda be Babulooni ekyaali ekibi eri Katonda.)
6. Danyeri yassamu atya ekitiibwa era yefuga atya eri abo abali bamukulira? (Danyeri 1:8,12. Yasaba olukusa, ne yeyogerako nga bwaali omuddu n'asaba bamukeme n'ebitali kabaka byeyalagira.)
7. Byakusoomoza ki Danyeri ne mikwano gye byebafuna mu kugezesebwa kuno? (Danyeri 1:12-14. Okukkiriza kwabwe ne Katonda wabwe byombi byagezesebwa. Basalawo obutalya emmere enungi. Baalina okuteekawo enjawulo mukaseera akatono nnyo. Waliwo okuwalizibwa okuba nga bafanana nebavubuka bannaabwe.)
8. Katonda yabasisinkana atya mu kigezo kyebaalimu? (Danyeri 1:9, 15, 17. Wadde abavubuka bano abana baavayo mu kukkiriza Katonda yeyabawa obuwanguzi. Katonda yaleetera Danyeri okuganja n'okusasirwa eri omukulu. Yabaleetera okulabika obulungi okusinga n'abali abalala. Katonda nawa abavubuka gano abana okumanya n'okutegeera okwa buli ngeri.)

9. Ekigezo kino n'empisa ey'omwoyo byaleetera bitya Katonda ekitiibwa? (Danyeri 1:8-20. Omukulu w'abakuumi, abakuumi n'abavubuka abalala balaba Danyeri n'emikwano gye engeri gyebefugamu, gyebawamu Katonda ekitiibwa n'ebalabika bulungi nnyo okusinga abalala mu nnaku 10 zokka.)
10. Waliwo enkwaso yonna wa kati w'ekigezo n'emmere n'okumanya Katonda kweyawa abasajja bano abana? (Danyeri 1:17. Baibuli tetugamba nti Katonda yabawa okumanya kubanga tebalya emmere. Katonda yabawa ekirabo eky'okumanya kubanga bali betegeefu era nga bagala Katonda okubakozesa olw'ekitiibwa kye mu maaso ga kabaka n'obwakabaka bwe bonna.)
11. Katonda yagulumizibwa atya mu maaso ga kabaka n'obwakabaka bwonna? (Danyeri 1:18-20. Mu bbanga lya myaka 3, tewaali yali yenkana basajja bano abana. Basobola okuddamu ebibuuzo byonna byebabuuzibwa nga era bakubisaamu bali abasookawo mu bwakabaka emirundi 10. Yakobo 1:5 agamba, "Naye oba ng'omuntu yenna ku mmwe aweebuuka mu magezi asabenga Katonda atamma awa bonna so takayuka; era galimuweebwa.")

Ebibuuzo ebyo kwogeraganya:

1. Lwaki Katonda aganya ebintu ebibi okututukako mu bulamu bwaffe? (Danyeri 1:1-2) [Katonda aganya ebintu ebibi okututukako mu bulamu bwaffe tusobole okuda gyaali, okumwesigamako n'okumuleteera ekitiibwa.]
2. Tusobola okuba obulungi ssinga tulina ebintu bya Katonda? (Danyeri 1:1-2) [Ssi kubeera n'abintu bya Katonda, (nga Yowakimu yalina ebintu by'omuyekalu), naye kubeera na nkolagana yaffe ne Mukama yekka.]
3. Tweyisa tutya ssinga ebintu ebisanyusa mu ensi eno bituwereddwa? (Danyeri 1:5) [Naffe tukemebwa nga Danyeri n'okwegomba okw'omubiri, okw'egomba kwa maaso n'amalala ago mu bulamu buno. Gino gyegimu ku mikisa ejituleetera okunonya Mukama n'okugulumiza Katonda.]
4. Ebintu **eby'omwoyo nga okusiiba, okusaba, okufumitiriza n'okusirikirira** bituyamba mu kutambula yaffe ne Mukama? (Danyeri 1:8-12) [Empisa zino zituyamba okuteeka oba okufiisa okwegomba kwaffe okw'omubiri n'okunonya obwakabaka bwa Katonda okusooka. Zibikula kiki ddala ekifuga mu mitima gyaffe, zitusobozesa n'okukula n'okwenyika Mukama. Laba 1 Abakkolinso 9:24-27 empisa ez'omubiri; Matayo 6:16-18 olw'okusiiba ne 1 Abakkolinso 7:3-5 olw'empisa ezokwegatta.]
5. Tuziyiza tutya ebikemo? (Danyeri 1:12) [1 Abakkolinso 10:13 yegamba, "Siwali kukema okubakwata okutali kwa bantu: naye Katonda

mwesigwa, ataabaganyenga kukemebwa okusinga bwe muyinza; naye awamu n'okukemebwa era anassangawo n'obuddukira; mulyoke muyinzenga okugumiikiriza,"]

6. Katonda alabikira atya mu bintu ebitutukako? (Danyeri 1:9, 17) [Katonda abeerawo, era akolera mu embera ze tuyitamu n'atuwa amagezi n'okutegeera okusobola okudamu mu kisera ekituufu. Laba Abaebbulaniya 4:15]
7. Oyagala okuyimirira n'okulemera ku kintu kyomanyidde ddala nti kitufu?
8. Kitundu ki ebintu eby'omwoyo nga okusiiba, okusaba, okufumitiriza n'okusirikirira kyebituyambemu okuteekewateekewa okukozesebwa Katonda? [Okukula nga tusemberera Katonda okumuliriza okuyita mu empisa kituyigiriza okwagala kwa Katonda n'okujawo ebiziyiza eby'omubiri gwaffe n'ensi ne Setaani.]
9. Obulamu bwaffe buletera butya Katonda ekitiibwa n'ewankubade nga ensi temutegeera? (Danyeri 1:12) [Tusobola okwasa omusana gw'okwagala gwa Katonda eri ensi etwetoolode. Ajakwakira ekitiibwa mu bukulu mu kusaasira n'emukwefuga kwaffe. Abantu basobola okulaba enjawulo Yesu gyakola mu bulamu bwaffe.]
10. Katonda asobola kutukozesa mu engeri ki nga bweyakozesa Danyeri? (Danyeri 1:8-20) [Asobola okutukozesa ssinga obulamu bwaffe buba bw'anjawulo kubw'ensi era nga tumwesiga okutuyisa mubigezo mu kukiriza kwaffe. Asobola okukozesa abantu abawombeefu abasamu ekitiibwa ne abakozesa amagezi Mukama gagaba. 2 Timoseewo 2:15 agamba, "Fubanga okweraga ng'osiimibwa, Katonda, omukozi atakwatibwa nsonyi, ayisa wakati ekigambo eky'amazima."
11. Olabye otya Katonda nga yeraga mubwesigwa bwe gyoli mu bulamu obw'abulijjo?
12. Abantu bakulaba batya bwebatunulira obulamu bwo? Balaba Katonda ngakola mu bulamu bwo?

75. Yagala amaka go

Yesu ku musalaaba kulwa Mariyamu ne Yokaana & Omwaana Eyazaawa

Yokaana 19:25-27 & Lukka 15:11-32

Yokaana 19
25 Naye awo awali omusalaba gwa Yesu waali wayimiridde nnyina, ne muganda
wa nnyina, Malyamu muka Kuloopa, ne Malyamu Magudaleene. 26 Awo Yesu
bwe yalaba nnyina, n'omuyigirizwa gwe yali ayagala ng'ayimiridde kumpi,
n'agamba nnyina nti Omukyala, laba, omwana wo! 27 Oluvannyuma n'agamba
omuyigirizwa nti Laba nnyoko! Awo okuva mu ssaawa eyo omuyigirizwa oyo
n'amutwala eka ewuwe.

Lukka 15
11 N'agamba nti Waaliwo omuntu eyalina batabani be babiri: 12 omuto
n'agamba kitaawe nti Kitange, mpa omugabo gw'ebintu oguŋŋwanidde. Kale
n'abagabira eby'obulamu bwe.

13 Awo oluvannyuma lw'ennaku si nnyingi, oyo omwana omuto n'akuŋŋaanya
ebibye byonna, n'atambula n'agenda mu nsi ey'ewala; n'asaasaanyiza eyo ebintu
bye mu mpisa embi. 14 Awo bwe yamala okubirya byonna, enjala nnyingi
n'egwa mu nsi omwo, n'atanula okudaagana. 15 N'agenda ne yeegatta n'omwami
ow'omu nsi eyo; oyo n'amusindika mu kyalo kye okulundanga embizzi. 16 Ne
yeegombanga okukkuta ebikuta embizzi bye zaalyanga: ne watabaawo muntu
amuwa.

17 Naye bwe yeddamu, n'agamba nti Abaweereza bameka ab'empeera aba
kitange abakkuta emmere ne balemwa, nange nfiira wano enjala! 18 Nnaagoloka
ne ŋŋenda eri kitange, ne mmugamba nti Kitange, nnyonoonye eri eggulu ne mu
manso go; 19 sikyasaana kuyitibwa mwana wo; nfuula ag'omu ku baweereza bo
ab'empeera.

20 N'agolokoka n'ajja eri kitaawe. Naye yali ng'akyali wala, kitaawe
n'amulengera, n'amusaasira, n'adiiukana mbiro, n'amugwa mu kifuba,
n'amuaywegera nnyo.

21 Oyo omwana n'amugamba nti Kitange, nnyonoonye eri eggulu ne mu maaso
go; sikyasaana kuyitibwa mwana wo.

22 Naye kitaawe n'agamba abaddu be nti Mugende muleete mangu olugoye
olusinga zonna, mulumwa mbaze: mumunaanike empeta ku ngalo, n'engatto mu
bigere bye: 23 muleete n'ennyana eya ssava, mugitte, tulye, tusanyuke; 24

kubanga omwana wange ono yali afudde, azuukidde; yali azaaye, azaawuse. Ne
batandika okusanyuka. 25 Naye omwana we omukulu yali mu kyalo; bwe yajja
ng'anaatera okutuuka ku nnyumba, n'awulira eŋŋoma n'amazina. 26 Ku baddu
n'ayitako omu, n'amubuuza ebyo bwe bibadde. 27 N'amugamba nti Muganda wo
azze: ne kitaawo amuttidde ennyana eya ssava kubanga amuzaawudde nga
mulamu:

28 Naye n'asunguwala, n'atayagala kuyingira: kitaawe n'afuluma n'amwegayirira.
29 Naye ye n'addamu n'agamba kitaawe nti Laba, emyaka gino mingi nga
nkuweereza, so sikusobyanga n'akatono ky'ondagidde; nange ennaku zonna
tompanga na kabuzi ka kusanyuka ne mikwano gyange; 30 naye omwana wo
oyo, eyalya eby'obulamu bwo wamu n'abenzi, bw'azze, ng'omuttira ennyana eya
ssava.

31 Ye n'amugamba nti Mwana wange, ggwe bulijjo ng'oli wamu nange, era
byonna ebyange bye bibyo. 32 Naye okujaguza n'okusanyuka kwa nsonga:
kubanga muganda wo oyo yali afudde, azuukidde; era yali azaaye, azaawuse.

Ebibuuzo Ebyo Kusoma: Yagala amaka go

Yokaana 19:25-27 & Lukka 15:11-32

Okwanjula:

Yesu bweyali afira ku musala, yali afaayo nyo kulwamaama we okusinga ye yenyini. Nga Yesu bweyayogera ne Yokaana ne Mariamu, yali afaayo ku byetaago by'ensi nakwasa Yokaana maama we, amulabirire ye Yesu afeeyo ku byetaago bya maama we eby'obulamu obutagwaawo bweyafira musalaba. Okwagala okwekika ekyo tekubako bukkwakkulizo. Kwe kwagala okugaba nga tekufuddeyo ku biki byekunafunamu. Okwagala okutaliiko bukkwakkulizzo kwogerwaako ne mu Lukka 15 okwabaana ababiri ababula. Abaana bano bombi balina okwagala okuliko obukkwakkulizzo. Baali bakodo ate nga beyagaliza bokka era kyetaagisa taata okugenda okubakomyaawo awaka. Katonda awadde buli kinomu kuffe amaka agokulabirira. Twetise obuvunanyizibwa bwa bazadde baffe, bakyala baffe oba abaami n'abaana baffe. Obuvanyizibwa obusooka kwe kubaagala nga Kristo bweyayagala ekkanisa; okutuusiza ddala ku kufa. Okwagala kwe o'kwamaanyi okutaliiko bukkwakkulizzo kwe kutusobozesa okwagala amaka gaffe obuterekereza.

Ebigendererwa:

Okumanya

- Okuteegera okwagala kwa Katonda okutaliiko bukkwakkulizo okutuyisa abaana be.
- Okuzuula nti Katonda ye Kitaafe ow'omuggulu era ffe mu Kristo tuli kitundu ku maka ge.
- Okujjukira obuvunanyizibwa obwatuweebwa Katonda ku maka gaffe ne kyetaago ekyokwagalibwa.

Endowooza

- Okutendereza Mukama olw'abo abali mu maka batuwadde.
- Okwagala ab'oluganda basajja na bakazi bonna mu Mukama waffe abakola omubiri gwa Kristo, "ge maka ga Katonda"

Ebikolwa

- Okuwereza, okugabirira, okusamu ekitiibwa n'okwagala abo abali ekitundu ku maka gaffe.
- Okusonyiwa, okulaga ekisa n'okwewaayo kulwabo bonna.

Enyiriri ezo kujjukira:

Matayo 6:14 "Kubanga bwe munaasonyiwanga abantu ebyonoono byabwe, Kitammwe ali mu ggulu anaabasonyiwanga nammwe."

Makko 3:35 "Kubanga buli muntu yenna anaakolanga Katonda by'ayagala, oyo ye muganda wange, ye mwannyinaze, ye mmange."

Ebiyandikibwa ebyetagisa okusoma:
Okuva 20:12; Ekyamateeka 6:4-9; Makko 3:31-35, 10:29-30; Lukka 9:57-62; Abaefeso 5:22-6:4; Abakkolosaayi 3:17-21; 1 Timoseewo 3:4-5, 5:8

Ebibuuzo ebikwatagana n'olugero:

1. Abo abaali ku musabala okubeerawo kwabwe kwategeeza ki? (Yokaana 19:25-26. Kwalaga nti bayagala Yesu, bamukiririzaamu, era nga banakuwalira wamu.)
2. Lwaki Yesu yakwasa maama we Yokaana ne Yokaana namukwasa maama we? (Yokaana 19:26-27. Yesu yakwasa Yokaana obuvunanyizibwa okulabirira maama we; obwali badde obwa mutabaani we asooka. Yesu yakwasa maama we obuvunanyizibwa bwa Yokaana kubanga yali amwetaaga.)
3. Okudamu kwa Yokaana kulaga ki? (Yokaana 19:27. Yokaana yali mwesigwa eri obuvunanyizibwa bwe ne Mariamu naye nalabirira Yokaana.)
4. Kitegeeza ki omuvubuka bweyayanguyiriza okusaba ebintu bye okuva ewa Kitaawe? (Lukka 15:12-13. Omuvubuka omuto yagamba nti ayagala nnyo ssente okusinga amaka. Bweyasaba eby'obusika ebiwebwaayo ng'omuntu afudde, era nasaba bamuwe eby'obusika bwa taata we nga alinga asaba Kitaafe afe.)
5. Okuwa omwana eby'obusika, tata yali alaga ki? (Lukka 15:12. Yayagala mutabani we, naye teyawaliriza mutabani kumudiza kwagala.)
6. Omuvubuka yayiga ki bweyamala okusasanya ebyobugagga bwe? (Lukka 15:13-16. Yayiga nti eby'obugagga tebiwangaala, nti era yali yetaaga obuyambi era nekyeyali yetaaga ba mu maka ge. Era yayiga nti tosobola kugula kwagala oba essanyu.)
7. Enjala, obuswaavu n'obutaba nakintu byamulaga ki? (Lukka 15:14-19. Byamulaga nti eka yali alina byonna, nti yali ayonoonye, nti era yali yetaaga okusonyiyibwa kitaawe, nti era yali tasaanira kintu kyonna.)
8. Ebizibu byeyasanga byamufuukira bitya omukisa? (Lukka 15:17-19. Omuvubuka yeddamu n'omutima ogw'enenya. Yalaba nga yali tasaanira kintu kyonna.
9. Enjogera yo muvubuka yali etya? (Lukka 15:18-19. Nti ekibi kye kyaali eri Katonda ne kiraga omutima gwe. Yasuubira okuyisibwa nga omupangise oba aweebwa empeera.)
10. Kiki ekitali kya bulijjo taata kyeyaddamu? Era lwaki? (Lukka 15:20-24. Kitaawe yali amulindirira, ngajudde okusaasira nadukka okusisinkana mutabani we, nayita abaddu okuleeta ekyambalo, empeta n'engato bamwambaze era nalagira okutta ennyana n'okuyita abantu bamusanyukireko. Omwana yali "afudde" naye kati mulamu, yali abuzze

naye kati azaawuse. Taata yalaga okwagala okusukirifu n'okusaasira ebitasaanidde mwana oyo.)

11. Omwana omukulu yagamba ki ebyo byonna nga bimaze okukolebwa? Lwaki? (Lukka 15:25. Omwana omukulu yanyiiga nnyo era yali mukambwe. Yalina ekiruyi ku lwa muganda we.)
12. Lwaki Taata yafuluma okugenda okusisinkana mutabani we omukulu n'okumuyita okuyingira mu nggyu? (Lukka 15:28-32. Taata yamwagala naye. Taata yayagala amaka gaddemu okubeera awamu, nga tegawukanye.)

Ebibuuzo ebyo kwogeraganya:

1. Tuyinza kuyamba tutya amaka gaffe bwegabeera mu kugezesebwa? (Yokaana 19:25) [Okubeera nabo mu kugezesebwa kikola nnyo okusinga okwogera obwogezi ebigambo.]
2. Buvunanyizibwa ki bwetulina eri amaka gaffe? (Yokaana 19:26-27) [Okulabirira abazadde baffe, abaami, n'abakyala baffe, abaana nga tubawa omukisa ogusooka. Bwetukola ekyo eky'okubagala, tubatwagala Katonda.]
3. Okwagala kwo eri amaka go kufanana n'okwo Yesu kwalina eri e kkanisa? [Okwagala kwa Yesu eri e kkanisa kwewaayo nga ssaddaka ate nga tekuliiko bukkwakkulizo. Bwetubeera n'okwagala kwa Kristo, tuba n'ekika ekyokwagala ekyekisa eri ffeka na ffeka ekikulukuta okuva eri eteeka ya Katonda, n'okwagala okukkakafu okufaayo eri abalala.]
4. Abo maka gaffe tubagalenga mu embeera zokka ezitwanguyira okubaagaliramu? [Nedda, tulaba nga Yesu yalaga abo mu maka ge okwagala ne bweyali ng'awanikiddwa ku musalaba yali mwetegefu okufa. Taata yayaniriza omwana eyazaawa okudda ekka n'ewankubade nga yali amuvuddeko n'agenda nayonoona n'ebintu bye yali nabyo.]
5. Twonoona tutya eby'obugagga Kitaafe ow'omugulu bwe yatuwa? (Lukka 15:12-13) [Naffe, nga omwana omukulu, twekumira ebintu bya Katonda netubyediza. Twefaako nnyo okusinga bwetufa ku Katonda n'abo mumaka ge. Tugezaako okugula essanyu n'okwagala n'etwonoona ebirabo bya Katonda.]
6. Bigezo ki Katonda byaleka nebija mu bulamu bwaffe bisobole okulaga obwetaavu bwaffe gyaali? (Lukka 15:14-16) [Aleeka obulumi bw'angeri nyingi ne bujja buli lwetumuvaako. Ebizibu eby'endowooza n'ebyobuliwo bikozesebwa okutuleta okudda mutegeera kwaffe.]
7. Kiki ky'ojjukira ku Taata wo?
8. Katonda afanana atya Taata w'omwana eyazaawa? (Lukka 15:20) [Kitaffe owo muggulu anoonya era ayayanira abaana be okudda gyaali. Ajjude okusaasira n'okwagala okutagwanidde.]

9. Biki byetugezezaako okwewolereza eri Mukama nga Omwana ono byeyewolereza eri Kitaawe?
10. Katonda atulaba ddi nga tuli mu bwetaavu? (Lukka 15:20) [Nebwetuba nga tuli wala nnyo.]
11. Kitaafe atudamu atya buli lwetujja gyaali mu bwetaavu? (Lukka 15:32) [Ajja mangu okutusisinkana, natuwambatira natwaniriza mu maka Ge.]
12. Bwetulaba ekisa kya Katonda ekitagwanidde nga kiri ku muntu, tudamu tutya? (Lukka 15:27-28)
13. Mirundi emeka gyetubadde nga omwana oli omukkulu? (Lukka 15:28-30) [Twemulugunya n'etukwatibwa ekiruyi oba ennugu nga tulaba nti ebintu tebikwatiddwa mu bwekanya.]
14. Enkolagana ayo ne bazadde bo, mwami wo oba mukyala wo oba abaana eri etya? [Abaefeso 5:22-33; 6:4]
15. Oyinza kulaga otya okwagala okwokwewaayo era okutaliiko bukwakulizo eri mwami wo oba mukyala oba abaana? [Yogera, kola, saba era muliireko wamu. Tekka ebyetaago byabwe mu maaso gebibyo.]
16. Ogabirira otya maka go? [1 Timoseewo 5:8]
17. Kitaawo ow'omugulu akwogera ko ki?

76. Yagala Baliranwa bo
Omusamaliya Omulungi
Lukka 10:25-37

Lukka 10
25 Kale, laba, omuyigiriza w'amateeka n'ayimirira ng'amukema ng'agamba nti Omuyigiriza, nkolenga ki okusikira obulamu obutaggwaawo?
26 N'amugamba nti Kyawandiikibwa kitya mu mateeka? Osoma otya?

27 N'addamu n'agamba nti Yagalanga Mukama Katonda wo n'omutima gwo gwonna, n'emmeeme yo yonna, n'amaanyi go gonna, n'amagezi go gonna; ne muliraanwa wo nga ggwe bwe weeyagala wekka.

28 N'amugamba nti Ozzeemu bulungi; kola bw'otyo, onoobanga n'obulamu.

29 Naye ye obutayagala kuwangulukuka, n'agamba Yesu nti Muliraanwa wange ye ani?

30 Yesu n'addamu n'agamba nti Waaliwo omuntu eyali ava e Yerusaalemi ng'aserengeta e Yeriko; n'agwa mu batemu, ne bamwambula, ne bamukuba emiggo, ne bagenda ne bamuleka ng'abulako katono okufa. 31 Awo kabona yali
ng'aserengetera inu kkubo eryo nga tamanyiridde; kale bwe yamulaba,
n'amwebalama n'ayitawo. 32 N'Omuleevi bw'atyo bwe yatuuka mu kifo ekyo,
n'amulaba, n'amwebalama n'ayitawo. 33 Naye Omusamaliya bwe yali
ng'atambula, n'ajja w'ali: awo bwe yamulaba n'amukwatirwa ekisa, 34
n'amusemberera, n'amusiba ebiwundu bye, ng'afukamu amafuta n'omwenge;
n'amussa ku nsolo ye, n'amuleeta mu kisulo ky'abagenyi, n'amujjanjaba. 35 Awo
bwe bwakya enkya n'atoola eddinaali bbiri, n'aziwa nnannyini nnyumba n'amugamba nti Mujjanjabe; n'ekintu kyonna ky'oliwaayo okusukkawo, bwe ndikomawo ndikusasula.

36 Kale olowooza otya, aluwa ku abo abasatu, eyali muliraanwa w'oyo eyagwa mu batemu?

37 N'agamba nti oli eyamukolera eby'ekisa.
Yesu n'amugamba nti Naawe genda okole bw'otyo.

Ebibuuzo Ebyo Kusoma: Yagala Baliranwa bo

Lukka 10:25-37

Okwanjula:

Omukugu mu by'amateeka yali asobola okutegeera n'okukkiriziganya n'okwagala kwa Katonda n'abalala, naye ku engeri Yesu gyeyanyonyolamu okwagala kwassukirira ekyo ekyaali kisuubirwa. Okwagala omugwiira afa oba okukozesa Omusamaliya nga eky'okulabirako okw'okwagala okwassukirira oba okwagenda ewala. Okwagala baliranwa baffe kiyinza okulabika nga ekyangu olw'omukwano gwetulina n'ebyetusubira okubafunamu. Naye okwagala Yesu kwatusubira kwe kufaayo eri abantu betutamanyi, abo abatasobole na kutusasula era n'eri abalabe baffe. Mu kwagala kuno okussukirivu Yesu mwalabikira. Kuno kwe kwagala kwatulaga. Yesu yeyatusitula natuwonya nasasula ebbanja lye twaali tutasobola kusasula. Okulaga baliranwa baffe okwagala kiraga bulazzi ffe kyetwasooka okufuna. Mu Matayo 25:40, Yesu yagamba nti, "Nga bwe mwakola omu ku abo baganda bange abasinga obuto, mwakikola nze."

Ebigendererwa:

<u>Okumanya</u>

- Okutegeera nti okwagala kwetulina eri abalala kuvira ddala ku ensulo ey'okwagala Mukama waffe kweyatuyiira.
- Okumanya nti okulaga okwagala kintu kya buli lunaku ffe tusalawo.

<u>Endowooza</u>

- Okubeera n'okwagala kwa Yesu eri abantu, ssi nsonga bya myaka ki, bali batya, bafanana batya oba bava wa.
- Okufaayo kubalala n'okusinga bwetwefaako.

<u>Ebikolwa</u>

- Okunonya abo abetaaga okwagala kwa Kristo n'okusaasira kwe.
- Okuwa abalala okwagala okw'okwesadaaka Kristo kweyatuwa.

Enyiriri ezo kujjukira:

1 Yokaana 4:7-9 "Abaagalwa, twagalanenga: kubanga okwagala kuva eri Katonda; na buli muntu yenna ayagala yazaalibwa Katonda era ategeera Katonda. Atayagala tategeera Katonda; kubanga Katonda kwagala. Ku kino okwagala kwa Katonda kwe kwalabisibwa gye tuli, kubanga Katonda yatuma mu nsi Omwana we eyazaalibwa omu tulyoke tube abalamu ku bw'oyo. "

Ebiyandikibwa ebyetagisa okusoma:

Matayo 25:35-40; Yokaana 13:34-35; Abaruumi 5:6-8;
1 Abakkolinso 13:4-8; Abafiripi 2:1-11; 1 Yokaana 4:7-19

Ebibuuzo ebikwatagana n'olugero:

1. Omukulu w'amateeka ekigezo kino kyamwefulira kitya? (Lukka 10:25, 37. Yayagala okwetukuza yekka oba okweraga nti yali mutuufu teyalina musango.)
2. Ekibuzo nti "Kiki kyenyiza okukola okusikira obulamu obutagwawo?" kisuubirwamu ki? (Lukka 10:25. Yali atebereza nti bwetukola ebintu ebingi ebirungi, awono lwetunasikira obulamu obutagwaawo.)
3. Lwaki omusajja yabuuza ekibuuzo eky'okusikira obulamu obutagwaawo nga ate amanyi ekyokuddamu? (Lukka 10:26-27. Yamanya nti kizibu okugoberera amateeka n'okugatukiririza ddala, Yesu yakakasa era yamanya nti tekisoboka kukuuma mateeka.)
4. Omusajja ono yalaga atya okwagala kwe eri Katonda atalabika? (Lukka 10:27. Yalaga okwagala kwa Katonda okwanamadala bweyayagala abantu abatondebwa mu kifananyi kya Katonda.)
5. Njawulo ki eri wa kati wa banyazi, kabona n'Omuleevi? (Lukka 10:30-32. Abanyazi batulugunya omusajja omubiri olw'embala yabwe embi. Kabona n'Omuleevi tebafaayo era tebakwatibwaako embeera y'omusajja gyeyalimu era nakyo kyava ku mbala yabwe eyobubi.)
6. Lwaki kabona n'Omuleevi bebalama omusajja ono? (Lukka 10:31-32. Baali basajja bannaddiini abebitiibwa ebya wa ggulu nnyo mu kintundu. Okulaba omuntu afudde kyali kitegeeza nti bwebamukwatako bajjakuba abatali balongoofu. Bafaayo nnyo ku buyonjo obweddiini okusinga omuntu eyatondebwa mu kifananyi kya Katonda.)
7. Omusamaliya Omulungi yalaga atya okwagala bweyalaba omusajja okubiddwa? (Lukka 10:33-34. Yamusaasira namujanjaba nasiba ebiwundu bye. Omusamaliya nateeka omusajja ku nsolo ye, namutwala mu kisulo kyabagenyi namulabiririra eyo.)
8. Lwaki Omusamaliya Omulungi yawa omukuumi essente namusuubiza n'okumuwa endala ezinaaba zetagisibwa? (Lukka 10:35. Omusamaliya yafaayo nnyo ku musajja okusinga ye bweyefaako.)
9. Ebyo Omusamaliya bweyakola biraga ki? (Lukka 10:33-35. Biraga okwagala okw'amazima mu mutima gwe. Ne kiraga nti kabona n'Omuleevi tebalaga kwagala. Yalaga okwagala kwa Katonda kwalina gyetuli bwekwenkana oba gyekukoma.)
10. Lwaki Yesu yabuuza Omukulu w'amateeka nti "aani muliranwa w'oyo?" (Lukka 10:37. Kyalaga Omukulu w'amateeka obutaba n'akwagala eri abantu n'omutima omukakanyavu eri Katonda. Omukulu w'amateeka teyayogera nti "Omusamaliya" olwo bukakanyavu bw'omutima gwe yagamba nti "oli eyamukolera eby'ekisa".)

Ebibuuzo ebyo kwogeraganya:

1. Okufananako n'omukulu w'amateeka, ngeri ki gyetugezaako "okukole ebintu" tusobole okusikira obulamu obutagwaawo kulwaffe oba mu maanyi gaffe?
2. Okwagala kwaffe tulina kukusanga wa? (Lukka 10:26) [Okwagala kwaffe kuva wa Yesu. Yatwagala nasukka. Ye yatusitula, natuwonya, nasasula ebanja lyatwali tutasobola kusasula. Okwagala baliranwa baffe kiraga ffe kyetwasooka okufuna. 1 Yokaana 4:19 agamba, "Tubagala kubanga ye yasooka okutwagala."]
3. Tuyinza kulaga tutya Katonda n'abantu okwagala mu bikolwa? (Lukka 10:27.) [Nga tutudde ne tulaba ebyetaago bwabwe, n'etubisisinkana, n'etubetikirako omugugu, n'okwewaayo nga tulaga okufaayo gyebaali.]
4. Lwaki tulina "okwagala baliranwa baffe" era lwaki kizibu? (Lukka 10:27, 37) [Tulina okubaagala kubanga Mukama waffe yatulagira ate era Katonda kwagala. Kikalubiriza kubanga kikontana n'enkula yaffe kubanga okwagala tekuli mu yyo. Kwagala kwa Yesu kwoka okuli muffe kwekukifuula ekyangu nga ojeko okweyagaliza ffe benyini.]
5. Ngeri ki naffe zetweyisamu okufananako abanyazi, kabona n'Omuleevi? (Lukka 10:30-32) [Oluusi abantu tubatwala bwetutyo bwetutyo n'etutabafaako. Tutambula kulwabwe naye tetutafaayo ku byetaago byabwe, ebibakosa, oba engeri gyetuyinza okubayambamu. Netufa kubitukwatako okusinga ebyabalala.]
6. Twoolesa tutya okwagala kwa Katonda bwetulaga abalala okwagala? (Lukka 10:33-35) [Twoolesa okwagala kwa Katonda nga tufaayo eri abalala nga tetufudeeyo ku ani, kikyaali wadde okwelowoozaako mu engeri yonna.]
7. Ebintu byaffe biyinza kutulemeza bitya okulondawo ani owokuyamba? [Oluusi tulowooza oba tuwuulira nga kituswaza okutukirira omuntu owawansi okumuyamba. Twerowoozako nnyo okusinga n'ebwekitugwanira.]
8. Kitegeeza ki okwagala muliranwa wo? (Matayo 7:12 agamba, "Mu buli kintu, kolera abalala ekyo kyewaalyagadde bakukolere.")
9. Okusinzira ku lugero luno obuvunanyizibwa bwaffe bwe buliwa? (Lukka 10:33) [Okusaba Katonda okutusonyiwa olwabo betulumiza n'ebetutambuliddeko n'okumusaba atuwe okwagala okwa buli lunaku kutunatwala eri baliranwa baffe.]

77. Yagala Ekkanisa yo
Ekkanisa Eyasooka
Ebikolwa 2:42-47 & Ebikolwa 18:1-11

Ebikolwa 2
42 Ne baba nga banyiikiriranga okuyigirizibwa kw'abatume, ne mu
kusseekimu, ne mu kumenya emigaati ne mu kusaba. 43 Buli muntu n'atya:
eby'amagero bingi n'obubonero ne bikolebwanga abatume. 44 Bonna abakkiriza
baali wamu, ne baba nga bassa kimu mu byonna, 45 eby'obugagga byabwe
n'ebintu bye baali nabyo ne babitunda ne bagabiranga bonna nga buli muntu bwe
yali yeetaaga. 46 Nabo nga banyiikiriranga bulijjo n'omwoyo gumu mu yeekaalu,
nga bamenya emigaati mu nnyumba eka, ne balyanga emmere n'essanyu
n'omutima ogutalina bukuusa, 47 nga batenderezanga Katonda, nga
basiimibwanga abantu bonna. Mukama n'abongerangako bulijjo abaalokokanga.

Ebikolwa 18
1 Awo oluvannyuma lw'ebyo n'ava mu Asene n'atuuka e Kkolinso. 2
N'alaba omuntu Omuyudaaya erinnya lye Akula, eyazaalirwa mu Ponto, yali
kyajje ave mu Italiya, ne mukazi we Pulisikira, kubanga Kulwawudiyo: yali
alagidde Abayudaaya bonna okuva mu Ruumi: n'ajja gye baali 3 era kubanga
baalina omulimu gumu n'abeeranga nabo ne bakolanga omulimu; kubanga
omulimu gwabwe baali bakozi ba weema. 4 N'awakaniranga mu kkuŋŋaaniro
bulissabbiiti, n'asendasendanga Abayudaaya n'Abayonaani.
5 Naye Siira ne Timoseewo bwe baava e Makedoni, Pawulo
n'awalirizibwa ekigambo, ng'ategeeza Abayudaaya nga Yesu ye Kristo. 6 Bwe
baamutangira ne bamuvuma, n'akunkumula engoye ze n'abagamba nti Omusaayi
gwammwe gubeere ku mitwe gyammwe: nze ndi mulongoofu: okutanula kaakano
nnaagenda eri ab'amawanga.
7 N'avaayo, n'ayingira mu nnyumba y'omuntu erinnya lye Tito Yusito,
atya Katonda, ennyumba ye eriraanye ekkuŋŋaniro. 8 Era Kulisupo, omukulu
w'ekkuŋŋaaniro, n'akkiriza Mukama waffe n'ennyumba ye yonna; n'Abakkolinso
bangi bwe baawulira ne bakkiriza ne babatizibwa.
9 Mukama waffe n'agamba Pawulo ekiro mu kwolesebwa nti Totya naye
yogeranga, tosirikanga, 10 kubanga nze ndi wamu naawe; so tewali muntu
anaakulumbanga okukukola obubi: kubanga nnina abantu bangi mu kibuga muno.
11 N'amalayo mwaka n'emyezi mukaaga ng'ayigirizanga ekigambo kya Katonda
mu bo.

Ebibuuzo Ebyo Kusoma: Yagala Ekkanisa yo

Ebikolwa 2:42-47 & Ebikolwa 18:1-11

Okwanjula:

Ebikolwa essula 2 atulaga e kkaanisa buli muntu gyeyalya agadde okubeera ekitundu ku yo. Abantu nga bakula mu Kigambo kya Katonda, ebyamagero nga birabika, abantu nga bagabana ebyabwe, buli muntu ngasanyukira n'abakkiriza n'ebeyongeranga okwegatta ku kkanisa. Ebikolwa essula 18 anyonyola ekifananyi ekyenjawulo. Abantu mu Kolinso nga bavumi, ekuŋaniro n'elyawukanamu, e kkanisa ya Bakristaayo n'etandika okukuŋaanira awaddako n'omukulu wa kuŋaniro neyegata ku kkanisa eyo empya. Era ne Pawulo najukizibwa okweyongeranga okubuulira n'obutatya. Nga abo mu kkanisa, tuli kitundu ku mubiri gwa Kristo. Nga tukyaali boonoonyi, waliwo esuubi kulw'ekkanisa kubanga Yesu gwe mutwe gw'omubiri. Ffe ebitundu ku mubiri, bwetumugondera, olw'ono omubiri gwonna gujja kukolera wamu, naye bwetugaana Mukama, omubiri gwonna gulafuubana. Engero zino ebiri zituzaamu amaanyi n'ezituyigiriza okufaayo eri ekkanisa esobole okulabika ng'omugole wa Kristo nga bweyakisuubira okubeera.

Ebigendererwa:

Okumanya

- Okulaba e kkanisa nga amaka gaffe ne Katonda nga Kitaffe ow'omuggulu.
- Okujjukira nti ekkanisa gwe mubiri ga Kristo era Yye gwe mutwe. Ekkanisa bwebakabaka bwe mu nsi.

Endowooza

- Okwenyumiririza n'okusanyukira mu kukuŋaana mu makkanisa gaffe n'okutabagana n'abakkiriza wonna wonna mu nsi.

Ebikolwa

- Okusinza n'okugabana Yesu nga abakkiriza abakolera awamu.
- Okuyimirira awamu okuyamba abo betukuŋaana nabo nga omubiri gwa Kristo mu byetaago byabwe eby'omubiri n'ebyomwoyo.
- Okunonya okutabagana ne Bakristaayo abalala abaali ku Kigambo kya Katonda.

Enyiriri ezo kujjukira:

Yokaana 13:34-35 "Etteeka eriggya mbawa nti Mwagalanenga; nga bwe nnabaagalanga mmwe, era nammwe mwagalanenga. Bonna kwe banaategeereranga nga muli bayigirizwa bange, bwe munaabanga n'okwagalana mwekka na mwekka. ."

1 Yokaana 3:17-18 "Naye buli alina ebintu eby'omu nsi, n'atunuulira muganda we nga yeetaaga, n'amuggalirawo emmeeme ye, okwagala kwa Katonda kubeera

kutya mu ye? Abaana abato, tuleme okwagalanga mu kigambo ne mu lulimi, wabula mu kikolwa ne mu mazima."

Ebiyandikibwa ebyetagisa okusoma:
Yokaana 13:34-35; Abaruumi 12:3-8; 1 Abakkolinso 12; Abaebbulaniya 10:23-25; 1 Yokaana 3:11-20; 4:7-21

Ebibuuzo ebikwatagana n'olugero:

1. **Ekigambo kya Mukama** kyabeera kitya ekitundu ku kkanisa eyasooka? (Ebikolwa 2:42; Ebikolwa 18:5, 11. Mu Ebikolwa 2, "Bewaayo nnyo eri okuyigiriza kw'abatume". Mu Kolinso, Pawulo yewaayo obuterekamu okuyigiriza nga n'amalayo omwaka mulamba ne kitundu nga bayigiriza Ekigambo kya Katonda.)
2. **Okukuŋaana** kwa Bakiriza mu kkanisa eyasooka kwaali kwa mugaaso ki? (Ebikolwa 2:42-46; 18:7, 8. Beweerayo ddala mu kukuŋaana nga Abakiriza bonna nga baliwamu balinanga byonna wamu era buli lunaku beyogeranga okugenda nga mumpya za yekaalu. Ne mu Kkolinso, basisinkananga buli weeki.)
3. **Okusinza** kwaali nga kutya mu kkanisa eyosooka? (Ebikolwa 2:42, 47; 18:7. Bamenya nga emigaati okujjukira Yesu, basaabanga n'ebatendereza n'ebatuuka n'okuyitibwa abasinza ba Katonda.)
4. Ebyawandikibwa tulaga bitya nti **okufuluma kwabwe** kwaali kitundu ku ki kyebaali? (Ebikolwa 2:45, 47; 18:4, 8. Baalina endowooza enyanjulukufu nga bafaayo kwabo abalina nga ebyetaago. N'okufaayo kwabwe okufuluma kwalabibwa olw'okuganja kwebaalina eri abantu bonna. Mu Kolinso Pawulo agezaako okusendasenda Abayudaaya n'okuyigiriza Abayonani; Abakkolinso bangi bakkiriza n'ebabatizibwa.)
5. Katonda **yeraga atya** okuyita mu bano abakkiriza abaali bakula? (Ebikolwa 2:43, 47; 18:5, 8-10. Mukama yalabisibwa okuyita mu "byamagero n'obubonera ebyakolebwanga" n'omuwendo gwa bakkiriza ogwabeyongeranga bulijjo. Mu Kolinso, Pawulo yabuulira nti Yesu ye Kristo. Bangi abamuwulira n'ebakkiriza n'ebabatizibwa.)
6. Ekkanisa eyedda yatuuka etya ku ssa ery'okuba nga baali kimu nga tewali yetaaga kintu kyonna kyonna? (Ebikolwa 2:45. Abakkiriza baatunda ebintu byabwe basobole okuyamba bakkiriza banabwe.)
7. **Endowooza** y'Abakristaayo yali etya bwebamenya emigaati n'ebaliira awamu? (Ebikolwa 2:46. Abakkiriza bakuŋaana nga wamu n'ebagabana emmere n'esanyu n'emitima egituukiride nga batendereza Katonda, n'ebaganja eri abantu bonna.)
8. Ekkanisa eraga etya nti basisikananga ebyetaago **ebyaddala ebikwatikako**? (Ebikolwa 2:45; 18:3, 7. Mu Yerusalemi, bawanga buli muntu nga bweyetaaganga. Mu Kolinso, Pawulo yabeerayo ne Akula ne

Pulisikira, ne Tito Yusito n'awaayo amaka ge negabeera ekifo eky'okusisinkanirangamu.)

9. Lwaki ekkanisa y'omu Kolinso yafuna emitawana n'eyawukanamu? (Ebikolwa 18:6. Abayudaaya, abo mu Kolinso, bawakana ne Pawulo n'ebamuvuma. Pawulo n'akunkumula ebiyambalo bye mukubawakanya n'avaayo. Abantu bagaana okukiriza Mukama n'okumugoberera. Obutakanya bulijjo buva mu kugana kugondera Mukama n'ebujeemu okulowooza nti tuli batufu.)
10. Obubaka bwa Mukama buzaamu butya Pawulo amaanyi? (Ebikolwa 18:9 Obubaka bwa Mukama bwazaamu Pawulo amaanyi kubanga yamusuubiza okubeera n'aye n'okumukuumanga.)

Ebibuuzo ebyo kwogeraganya:

1. **Ekigambo kya Katonda** kikyuusa kitya obulamu bwaffe? (Ebikolwa 2:42; Ebikolwa 18:5, 11) [Ekigambo kya Katonda kikyuusa obulamu bwaffe nga kituyigiriza Katonda, nga kituwa ensonga ey'okusinza. Nga kitulaga ki kye tuli era kitutwala okumanya ebyetaago bya bantu abatwetolodde.]
2. Abamu banyonyola batya **okukuŋaana** mu makanisa leero? (Ebikolwa 2:42-46; 18:7, 8) [Ebiseera bimu kuyinza okuba okujudde "emitima ejisanyuka" ate ebiseera ebirala n'ekutama kubanga kubeeramu abantu abakola ebibi. Ssonga bwetukuŋaana nga tugondera okwagala kwa Katonda, aleetera okukuŋaana kwaffe okuba okulungi era okuwoomu.]
3. **Okusinza** kuyinza kuba kutya ekintu ekirungi nga ssi kinyumu bunyumu? (Ebikolwa 2:42, 47; 18:7) [Ekkanisa yedda yalina okusinza nga kwangu. Yali atunullidde kusomesa Kigambo kya Katonda, okujjukira ssaddaka ya Yesu, okubatiza, okusaba n'okutenderezanga Katonda.]
4. Tuyinza **kutukirira** tutya ensi gyetulina oba abantu abatwetolodde? (Ebikolwa 2:45, 47; 18:4, 8) [Tusobola okubatukirira nga tusisinkana ebyetaago byabwe n'etugabana nabo Yesu byakoze mu bulamu byaffe.]
5. Endowooza enyanjulukufu yandifananye etya mukkanisa yeffe leero? (Ebikolwa 2:44-47) [Ebikolwa essuula 2 anyonyola okukuŋaana okulungi, okuyigiriza n'okusinza. Anyonyola abantu abajudde essanyu obumu era abagabana. Endowooza enyanjulukufu yeyo abantu webabeerera abasanyufu, nga besimbu era ng'abantu babegatako.]
6. Abantu bayinza **kulaba batya Katonda** nga yelaga mu kkanisa zaffe? (Ebikolwa 2:43, 47; 18:5, 8-10) [Okuyita mu kubuulira Ekigambo kya Katonda mu bwesigwa okusinza ok'amazima bileetera abantu okulokoka.]

7. Kiki ekidirira ssinga Ekigambo kya Katonda nga tekikyaali ensonga mu kukuŋaana kwaffe kwetubeeramu nga ekkanisa? [Tufuuka nga abakuŋanidde mu binyumu.]
8. Abantu abali mu makanisa gaffe aga bulijjo tuyinza kubalaga tutya okwagala? Ekkanisa yonna okutwalirawamu? (Abaruumi 12:6-8)
9. Lwaki okugenda mu kkanisa bulijjo kyetaagisa eri buli Mukiriza? [Kikulu nnyo obulamu bw'omukiriza okubeera n'okukuŋaana olw'okuzibwamu amaanyi n'okubeerawo awamu gw'omubiri gwa Kristo. Abaebbulaniya 10:23-25 agamba, "Temulekangaayo kukuŋaana nga abalala bwebayisa".]
10. Oyinza kuyamba otya ekkanisa yo?
11. Kiki ekivamu kukuŋaana awamu ng'omubiri gwa Kristo mu kugabana Ekigambo kya Katonda? (Ebikolwa 2:46-47) [Emitima emyesimbu era egisanyuka, okwagala nga okusinza n'okutendereza Katonda n'okuwŋana ebitiibwa fekka n'efekka.]
12. Katonda aluŋamya atya ekkanisa zaffe n'okuziwa amaanyi okugenda mu maaso olw'obuwereza? (Ebikolwa 2:47; Ebikolwa 18:10) [Katonda tulina okumuteeka wakati mu buli kintu kyonna kyetukola okuyita mu Kigambo Kye ne mu Mwoyo We. Twetaaga okuluŋamizibwa kwe n'obukuumi bwe.]
13. Oyinza kuyamba otya abo abenyigidde mu buwereza?
14. Lwaki obuwereza n'okufaayo eri ekkanisa bizibu? (Ebikolwa 18:6) [Okufaayo eri ekkanisa kiyinza okuba olutalo kubanga waliwo abo abawakanyiza ddala obuwereza, n'okutuuka ku ddaala ery'okubuvuma. Ne Setaani afuba nnyo okwonoona n'okuzikiriza okwagala kwa Katonda mu Bakristaayo.]
15. Wandyetaaze okuzibwaamu amaanyi okuva eri Mukama olw'obuwereza bwo? (Ebikolwa 18:9-10) [Nga Katonda bweyagamba Pawulo nti, "Totya; genda maaso n'okwogera, tosirika. Kubanga Ndi wamu nawe."]

78. Obumu bw'ekkanisa
Olukiiko mu Yerusalemi & Okwawukana kw'ekanisa
1 Abakkolinso 3:1-11 & Ebikolwa 15:1-12

1 Abakkolinso 3
1 Nange, ab'oluganda, ssaayinza kwogera nammwe ng'ab'omwoyo, naye
ng'ab'omubiri, ng'abaaua abawere mu Kristo. 2 Nnabanywesa mata, so si mmere;
kubanga mwali temunnagiyinza: naye era ne kaakano temunnagiyinza; 3
kubainga mukyali ba mubiri: kubanga mu mmwe nga bwe mukyalimu obuggya
n'okuyomba, temuli ba mubiri, era temutambula ng'abantu obuatu? 4 4 Kubanga
omuntu bw'ayogera nti Nze ndi wa Pawulo; u'omulala nti Nze ndi wa Apolo; nga
temuli bantu buntu?

5 Kale Apolo kye ki? ne Pawulo kye ki? Baweereza buweereza ababakkirizisa;
era buli muntu nga Mukama waffe bwe yamuwa. 6 Nze nnasiga, Apolo
n'afukirira; naye Katonda ye yakuza. 7 Kale bwe kityo asiga si kintu,
newakubadde afukirira; wabula Kaonda akuza. 8 Naye asiga n'ajfukirira bali
bumu: naye buli muntu aliweebwa empeera ye ye ng'omulimu gwe ye bwe
guliba. 9 Kubanga Katonda tuli bakozi banne: muli nnimiro ya Katonda, muli
nnyumba ya Katonda.

10 Ng'ekisa kya Katonda bwe kiri kye nnaweebwa, ng'omukoza w'abazimbi
ow'amagezi n'asima omusingi; n'omulala n'azimbako. Naye buli muntu
yeekuumenga bw'azimbako. 11 Kubanga tewali muntu ayinza kusima musingi
mulala wabula ogwo ogwasimibwa, ye Yesu Kristo.

Ebikolwa 15
1 Awo abantu ne bava e Buyudaaya ne bayigiriza ab'oluganda nti Bwe
mutaakomolebwenga ng'empisa ya Musa bw'eri, temuyinza kulokoka. 2 Bwe
waali empaka enayingi n'okwawukana kw'endowooza wakati wa Pawulo ne
Balunabba, ku luuyi olumu, n'abo abaava e Buyudaaya, ne balagira Pawulo ne
Balunabba n'abalala ku bo okugenda e Yerusaalemi eri abatume n'abakadde
olw'empaka ezo. 3 Awo abo bwe baamala okusibirirwa ab'ekkanisa ne bayita mu
Foyiniiki ne Samaliya, nga bannyonnyolera ddala okukyuka kw'ab'amawanga: ne
basanyusiza ddala ab'oluganda bonna. 4 Bwe baatuuka e Yerusaalemi,
ab'ekkanisa n'abatume n'abakadde ne babasembeza, ne babuulira byonna Katonda
bye yakoleranga awamu nabo. 5 Naye ne bagolokoka abamu ab'omu kitundu
ky'Abafalisaayo abakkiriza, nga bagamba nti Kigwana okubakomolanga
n'okubalagira okukwatanga amateeka ga Musa.

6 Abatume n'abakadde ne bakuŋŋaana okwetegereza ekigambo ekyo. 7 Bwe
waali okwawukaila kw'endowooza kungi, Peetero n'ayimirira n'abagamba nti

Abasajja ab'oluganda, mmwe mumanyi nti okuva mu nnaku ez'edda Katonda yalonda mu mmwe ab'amawanga bawulire mu kamwa kange ekigambo eky'enjiri ne bakkiriza. 8 Ne Katonda amanyi emitima n'abategeeza bwe yabawa Omwoyo Omutukuvu era nga ffe; 9 n'atayawula ffe nabo, bwe yalongoosa emitima gyabwe olw'okukkiriza. 10 Kale kaakano mukemera ki Katonda, okuteeka ekikoligo mu bulago bw'abayigirizwa bajjajjaffe kye bataayinza kutwala newakubadde ffe? 11 Naye tukkiriza okulokolebwa lwa kisa kya Mukama waffe Yesu, era nabo bwe batyo.

12 Ekibiina kyonna ne kisirika; ne bawulira Balunabba ne Pawulo nga bannyonnyola obubonero n'eby'amagero byonna Katonda bye yabakozanga mu mawanga.

Ebibuuzo Ebyo Kusoma: Obumu bw'ekkanisa

1 Abakkolinso 3:1-11 & Ebikolwa 15:1-12

Okwanjula:
Ekkanisa mu Kolinso nayo yalafubana n'emitawana mingi nga naffe gyetulina mu makkanisa gaffe leero. Waliwo endowooza ez'enjawulo ku bukulembeze bwa Apolo n'obwa Pawulo nga bakayanira obukulu waliwo obugya n'okuyomba wakati wabwe kubanga ekkanisa yali evudde ku musinji gwa Yesu. Olutalo lwe lumu lwaliwo ne mu Antiyokiya ku kukomola. Bwebaleeta ensonga zabo mu kkanisa Eyerusalemi ekyo kyalina obusobozi okwawulamu Ekkanisa Eyedda. Oluvanyuma lwabatume n'abakadde okuteesa ku nsonga, bazuula nga ekyokudamu kyaali kukomyaawo kkanisa ku Yesu n'ekisa kye. Nga maka, n'ekkanisa esobola okufuna ebizibu kubanga abantu baayo boonoonyi. Kikulu nnyo okukomyawo ebizibu ku musingi gumu, nga Ye Yesu, asobole okugonjoola ensonga. Obumu bwe kkanisa tekitegeeza ku bulwa bizibu, naye kubakusalawo kukolera wamu okugonjoola ebizibu. Tetuduuka bituwakanya naye, tutunuulire Yesu nga engeri y'okubiterezaamu. Abaruumi 15:5 agamba "Era Katonda w'okugumiikiriza n'okusanyusa abawe mmwe okulowoozanga obumu mwekka na mwekka mu ngeri ya Kristo Yesu:"

Ebigendererwa:

Okumanya
- Okutegeera nti Kristo gwe mutwe gw'omubiri, era waliwo omubiri gumu.
- Okuzuula nti tuli baddu ba Mukama nga nekigendererwa kya kumuwa kitiibwa.

Endowooza
- Okusiima enjawulo Katonda zatadde mu buli kinnomu ku ffe nga ebitundu by'omubiri gwe.

Ebikolwa
- Okuwuliriza n'okutegeera endowooza y'abalala.
- Okuzzangamu amaanyi abo luganda n'ebanyinaffe mu mubiri gwa Kristo.
- Okwegatta nga omubiri okusobola okutuukirira nsi kulwa Kristo.

Enyiriri ezo kujjukira:
1 Peetero 3:8 "Eky'enkomerero, mwenna mubeerenga n'emmeeme emu, abasaasiragana, abaagalana ng'ab'oluganda, ab'ekisa, abawombeefu:"

Ebiyandikibwa ebyetagisa okusoma:
Zabbuli 133; Abaruumi 12:3-8; 1 Abakkolinso 6:5-8, 12; Abaefeso 4:1-7; Abaebbulaniya 10:23-25; 1 Peetero 3:8-11; 1 Yokaana 3:11-20; 4:7-21

Ebibuuzo ebikwatagana n'olugero:

1. Pawulo alaba atya ekkanisa y'Omukolinso? (1 Abakkolinso 3:1-4. Yabagamba nti abalaba nga abaana abato mu Kristo, ab'ensi, abalina obugya, abayomba era abantu obuntu.)
2. Empisa za Pawulo ne Apolo zinyonyolwa zitya? (1 Abakkolinso 3:5-9. Balina endowooza y'obuddu nga bakolera omulimu ogwa batumibwa. Bakizuula omulimu gwebaali bakola tebagulinaako mugaso kubanga Katonda yekka yasobola okugukuza. Nga bakolerera ekigendererwa kimu, kitiibwa kya Mukama.)
3. Buzibu ki obuli mu kutunuulira bakulembeze ababiri? (1 Abakkolinso 3:3-4. Okugoberera abakulembeze ababiri bulijjo kireeta okwawukana mu ma kkubo. Bwetuba tugoberera Yesu, olw'onno wabaawo omukulembeze omu n'omusingi gumu.)
4. Omukulembeze ayamba atya ekkanisa? (1 Abakkolinso 3:5-9. Alina okuwereza ekkanisa, obusimba ensigo ez'okukkiriza mu bantu, afukirira okukkiriza okwo n'Ekigambo kya Katonda nga alabirira abantu ba Katonda okusobola okukola mu bwakabaka obwo.)
5. Abakulembeze bakosa oba balumya batya ekkanisa? (1 Abakkolinso 3:3-4. Baganya obugya, okuyomba n'endowooza ey'ekito okukula. Ekigera kyonna eky'amalala mu muntu kyonona ekigendererwa oba omulimu Katonda gwakoze.)
6. Obuvunanyizibwa bw'omukulembeze bwakanya butya obwa Katonda? (1 Abakkolinso 3:5-11. Omukulembeze akola ekyo kyokka ekimuweereddwa okukola. N'omulimu ogwo kisa kya Katonda. Katonda yekka yasobozesa abantu okukkiriza era yabaleetera okukula. Omusingi gwenyini omutufu ye Yesu yekka.)
7. Katonda afuna atya ekitiibwa kye? (1 Abakkolinso 3:9-11. Ekkanisa bwekolera awamu, abantu balokolebwa, Ekigambo kya Katonda kiyigirizibwa n'ekkanisa ennamu eya Katonda ezimbibwa.)
8. Lwaki Pawulo alabula ku engeri ey'okuzimba ku musingi gwa Kristo? (1 Abakkolinso 3:10. Kubanga tewali musingi mulala okujjako Yesu Kristo.)
9. Lwaki omutwe gw'okukomola gwaali gwa mugaaso nnyo? (Ebikolwa 15:1. Yali nsonga ya bulokozi. Kaali kabonero akokungulu akalaga okubeera omu kubomu kibiina ekyo mu Buyudaya. Kyaali kizibu nnyo mu mpisa za Abayudaaya okukkiriza nti Bannamawanga nabo basobola okulokoka. Era kyaali kizibu nnyo okubuuka oba okuteeka wabbali empisa ey'okukomola Katonda gyeyali yanyweeza ne Ibulayimu.)
10. Enjigiriza abantu gyebaleeta okuva mu Buyudaaya eri Abantu ba Antiyokiya yabakosa etya? (Ebikolwa 15:1. Yaleeta okubusabusa ku engeri abantu gyebalokolebwaamu. Yaleeta ebibuuzo n'okubusabusa

kubasomesa ababiri abaali mu Antiyokiya. N'ekiwaliriza ensonga okuzireeta mu Yerusalemi.)

11. Ekkanisa mu Antiyokiya yakwata etya empaka zino ezajijira? (Ebikolwa 15:2-3. Ekkanisa yalonda Pawulo ne Balunabba, nabakkiriza abalala, okugenda Eyerusalemi okulaba abatume n'abakkadde kukukomolebwa kwa Bannagwanga abakkiriza.
12. Obujulizi bwa Pawulo ne Balunaba buzaamu butya amaanyi obumu bw'ekkanisa? (Ebikolwa 15:3-4. Pawulo ne Balunaba bayogera byonna Katonda byeyabakoleramu n'engeri Bannagwanga gyebakyuukamu. Baali batunulidde mulimu gwa Mukama ekyaleeta obumu obwo.)
13. Abatume n'abakulembeze bayogera ki ku Bakiriza abaali aba Bafalisaayo? (Ebikolwa 15:6-11. Basisinkana okufaayo n'okuteesa ku kibuuzo ekyaali mu ddiiro. Peetero n'anyonyola nti Katonda yakkiriza bannagwanga ngabawa Omwoyo Omutukuvu era teyayawula bannamawanga n'Abayudaaya. Peetero n'agamba nti **kuyita mu kisa kya Mukama waffe Yesu kyokka mwetufunira obulokozi.)**

Ebibuuzo ebyo kwogeraganya:

1. Kifananyi ki ekkanisa kyewa ensi ssinga tulwanagana, tuyomba n'okukayana mu maaso gabwe? (1 Abakkolinso 3:1-4) [Ensi yetulaba nga tufanana nayo, oba n'okujisingako nga tuli bannanfuusi nga twefuula ababalaga okwagala n'emirembe ssonga mu ffe mujjude obusungu n'okuyomba.]
2. Tulina kukwata tutya enkayana n'obutakaanya nga bigolokose mu kkanisa? (1 Abakkolinso 3:5; Ebikolwa 15:2, 8, 11) [Tulina okutwala embala eyo ey'obuddu n'etukkakkana mu maaso ga Katonda. Netutwala ensonga zaffe eri abakulembeze n'etunoonya Mukama. Enkyenkomerero ensonga zaffe oba ebivaamu bisobole okuleeta obumu mu kkanisa okuyita mu Kigambo kya Katonda.
3. Buzibu ki bwetufuna buli lwetugoberera obukulembeze bwa bantu mu kifo kya Yesu? (1 Abakkolinso 3:3-4) [Tutandika okwegerageranya n'abalala. Era n'emwekyo muvaamu obuja, obukyayi, n'enyombo.]
4. Tweraba tutya mu bifo byaffe mu buwereza bwa Katonda? (1 Abakkolinso 3:5-6) [Tuteekwa okweraba nga abaddu obuddu ba Mukama waffe Yesu Kristo abalondebwa okukola kyetuteekeddwa okukola.]
5. Ngeri ki endala zoyinza okuwerezamu mu kkanisa yo?
6. Tuyamba tutya oba tulumya tutya ekkanisa? (1 Abakkolinso 3:3-9) [Tuyamba ekkanisa amaaso gaffe bwetugateeka ku Yesu netuyamba abantu okukula. Tulumya oba tukosa ekkanisa buli lwetubiteekamu amalala. Buli kibala ekirabika kijja kubanga Katonda yakitonze era tekiba kyaffe.]

7. Tusigala tutya nga tuli bumu mu buweereza? (Ebikolwa 15:3-4, 11-12) [Tutekeddwa okuteeka amaaso gaffe ku bulokozi bwaffe okuyita mu Yesu ne mirimu Katonda gyakola.]
8. Ngeri ki zolabyeemu Katonda ng'akoleraddala mu kibiina kyo?
9. Lwaki ekitiibwa n'etendo bigwanidde okuweebwa Mukama singa wabawo ekintu kyonna ekirungi ekivudde mu buwereza bwaffe? (1 Abakkolinso 3:7) [Katonda yekka yansaanidde okufuna ekitiibwa kubanga yaleeta ebibala era yakuza obuwereza.]
10. Tulina kukola ki mu kkanisa bwetuba nga tetumanyi oba tetutegeera obuwereza bwaffe kyebuli? (1 Abakkolinso 3:5-8) [Tulina kunoonya Katonda kubanga yalonda era yasalawo omulimu gwetunaakola era yakolera mu ffe. Abakristaayo abalala bebayinza okutuyambako okulaba engeri Katonda gyatuwadde omukisa oba gyatuluŋamyaamu.]
11. Obuweereza bwaffe bulina kusimbibwa ku musingi ki? (1 Abakkolinso 3:10-11; Ebikolwa 15:11) [Obulamu bwaffe n'obuwereza bulina kuzimbibwa ku musingi Kristo. Tulokoka lwa kisa kya Katonda kyokka. Lwerwazi olugumu emisingi emirala gyonna musenyu.]

❖ Ebyawandikiibwa ebikwata ku Bannabbi Ab'obulimba: Ekyamateeka 13:1-3 Yeremiya23:16-18

- *Omulimu gwa Nnabbi w'obulimba mulimu ki?*

  Matayo 7:15-23 2 Peetero 2:1-3

- *Kiki ekiribeerawo mu nnaku ezoluvanyuma?*

  2 Timoseewo 4:2-4 2 Timoseewo 3:1-5
  Matayo 24:23-24 Okubikkulirwa 13:11-18
  Okubikkulirwa 19:20 2 Abakkolinso 11:2-4, 13-15

79. Okusaaba okw'okuwonya
Yesu yawonya bangi
Lukka 7:1-22

Lukka 7
1 Awo bwe yamala okwogerera ebigambo bye byonna mu bantu, n'ayingira e
Kaperunawumu. 2 Awo waaliwo omwami w'ekitongole omuddu we gwe yali
ayagala ennyo yali ng'alwadde ng'agenda kufa. 3 N'oyo bwe yawulira ebigambo
bya Yesu n'atuma bakadde b'Abayudaaya gy'ali ng'amusaba okujja okulokola
omuddu we. 4 Nabo bwe bajja eri Yesu, ne bamwegayirira nnyo, ne bagamba nti
Asaanidde ggwe okumukolera ekyo; 5 kubanga ayagala eggwanga lyaffe,
n'ekkuŋŋaaniro ye yalituzimbira. Awo Yesu n'agenda nabo. Awo bwe yali nga
tali wala z'ennyumba, omwami oyo n'atuma mikwano gye gy'ali, ng'amugamba
nti Ssebo, teweeteganya kujja, kubanga nze sisaanira ggwe kuyingira wansi wa
kasolya kange: 7 era kyenvudde nnema okwesaanyiza nzekka okujja gy'oli, naye
yogera kigambo bugambo, n'omwana wange anaawona. 8 Kubanga nange ndi
muntu mutwalibwa, nga nnina basserikale be ntwala: bwe ŋŋamba omu nti
Genda, agenda, n'omulala nti Jjangu, ajja, n'omuddu wange nti Kola kino, akola.

9 Yesu bwe yawulira ebyo n'amwewuunya n'akyukira ebibiina ebyali
bimugoberera n'agamba nti Mbagamba nti Sirabanga kukkiriza kunene nga kuno
newakubadde mu Isiraeri. 10 Awo abantu abaatumibwa bwe baakomawo mu
nnyumba, ne basanga omuddu ng'awonye. 11 Awo olwatuuka bwe waayitawo
ebbanga ttono n'agenda mu kibuga ekiyitibwa Nayini; abayigirizwa be n'ekibiina
kinene ne bagenda naye. 12 Awo bwe yasembera ku wankaaki w'ekibuga, laba,
omulambo nga gufulumizibwa ebweru, gwa mwana nnyina gwe yazaala omu, ne
nnyina oyo nga nnamwandu; n'abantu bangi ab'omu kibuga omwo nga bali naye.
13 Awo Mukama waffe bwe yamulaba n'amusaasira, n'amugamba nti Tokaaba.
14 N'asembera n'akoma ku lunnyo: bali abaali beetisse ne bayimirira. N'agamba
nti Omulenzi, nkugamba nti Golokoka. 15 Oyo eyali afudde n'agolokoka,
n'atuula n'atanula okwogera. N'amuwa nnyina. 16 Obuti ne bubakwata bonna, ne
bagulumiza Katonda; nga bagamba nti Nnabbi omukulu ayimukidde mu ffe: era
Katonda akyalidde abantu be. 17 N'ekigambo kye ekyo ne kibuna mu Buyudaaya
bwonna ne mu nsi yonna eriraanyeewo. 18 Awo abayigirizwa ba Yokaana ne
bamubuulira ebigambo ebyo byonna. 19 Yokaana n'ayita abayigirizwa be babiri
n'abatuma eri Mukama waffe; ng'agamba nti Ggwe wuuyo ajja, nantiki tulindirire
mulala? 20 Awo abantu abo bwe baatuuka gy'ali, ne bagamba nti Yokaana
Omubatiza atutumye gy'oli ng'agamba nti Ggwe wuuyo ajja, nantiki tulindirire
mulala? 21 Awo mu kiseera ekyo n'awonya bangi endwadde n'okubonaabona ne
dayimooni, n'abazibe b'amaaso bangi n'abawa okulaba. 22 Yesu n'addamu
n'abagamba nti Mugende, mubuulire Yokaana ebyo bye mulabye, ne bye
muwulidde; abazibe b'amaaso balaba, abalema batambula, abagenge

balongoosebwa, abaggavu b'amatu bawulira, abafu bazuukira, abaavu babuulirwa enjiri.

Ebibuuzo Ebyo Kusoma: Okusaaba okw'okuwonya
Lukka 7:1-22

Okwanjula:
Tuli mu nsi etunyigiriza omuli endwadde n'okufa. Ekibi kyayonoona buli kitundu ky'obutondebwa n'ekitwaaliramu n'eby'obulamu. Naye newankubadde, Katonda akolera mu nsi ey'omwoyo asobola okukola okusinga ffe byetusobola okukola ku nsi eno. Tetuganyirwa buganyuwa mu Katonda okubeera ayinza byonna naye era ye Katonda aliwo mu buntu; ayagaliraddala ffe okumutegera n'okumuyita mu biseera byonna. Tusobola okumukowoola mu kusaba eri ebyo byetulowooza nti tebisoboka nga tumanyi nti gyaali bisoboka. Mu lugero luno, Omwami W'ekitontongele asaaba Yesu okumuwonyeza omuddu we. Yesu awonya omuddu era nasaamu ekitiibwa okukkiriza okw'amaanyi Omwami W'ekitontongele kweyalina. Era Yesu azuukiza Omwana wa Nnamwandu nga tasabiddwa n'akukikola. Yesu yalaga amaanyi agasinga ku ndwadde n'okufa era atugamba nti "musabe kintu kyonna mu linya lyange nange njakukikola". (Yokaana 14:14)

Ebigendererwa:

Okumanya

- Okumanya nti Yesu alina obuyinza oba amaanyi ku kibi, endwadde n'okufa.
- Okutegeera nti bwetusaba, Katonda tadamu nga bwetwagala naye tumwesige olw'engeri yonna gyaba atuzeemu.

Endowooza

- Okuba n'okusaasira eri abo abatwetoolodde abalwadde n'abalumwa oba abali mu kunyigirizibwa nga tubaleeta eri Mukama waffe mu kusaaba. Okwesigiraddala Katonda n'okumwebaaza olw'ebyo byatuwa ng'atusabye.

Ebikolwa

- Okusaba mu kukkiriza olw'ebyo betwetaaga n'obukakafu nti Mukama waffe asobola okukola okusinga bwetusaba ne bwetulowooza.

Enyiriri ezo kujjukira:
Yakobo 5:16 "Kale mwatuliraganenga ebibi byammwe mwekka na mwekka, musabiraganenga, mulyoke muwone. Okusalia kw'omuntu omutuukirivu kuyinza nnyo mu kukola kwakwo."
1 Yokaana 5:14-15 "Era buno bwe bugumu bwe tulina eri ye, nti bwe tusaba ekintu nga bw'ayagala, atuwulira: era bwe tumanya ng'atuwulira buli kye tusaba, tumanyi nga tulina ebyo bye tumusabye."

Ebiyandikibwa ebyetagisa okusoma:

Okuva 15:26; 1 Bassekabaka 17:7-24; Matayo 15:22-28; Makko 5:25-34; Lukka 18:1-5; Ebikolwa 28:27-28; Abaebbulaniya 11:6; Yakobo 5:14-20; 1 Yokaana 5:14-15

Ebibuuzo ebikwatagana n'olugero:

1. Ebyawandikiibwa byogera bitya ku muddu? (Lukka 7:1-2. Yali muddu w'Omwami W'ekitontongele. Yali wa mugaaso nnyo, naye yalwala ngali kumpi n'okufa.)
2. Kiki kye tumanyi Kumwami W'ekitontongele? (Lukka 7:3-9. Yali awulidde ku Yesu. Yali assibwaamu ekitiibwa abakkulu ba Bayudaaya. Yali mwetoowaze era nga awa ekitiibwa eby'obuwangwa bwabwe. Yali ategeera obuyinza kubanga naye yenyini yali mu kulembeze wa basirikale 100. Yamanya nti Yesu asobola okulagira endwadde era nga alina okukkiriza okunene.)
3. Abakulembeze begayirira ki Yesu? (Lukka 7:4. Bawuulira nga abalina ebbanja eri Omwami w'eKitontongele kubanga yali abazimbidde essinzizo nga era ayagala nnyo eggwanga lyabwe.)
4. Kiki ekitali kya bulijjo mu bubaka bwo Omwami W'ekitontongele eri Yesu? (Lukka 7:6-8. Abakulu Babaruumi tebassangamu kitiibwa Bbannabi ba Bayudaaya abatambulanga obutambuzi. Yali mwetoowaze, era ekitaali kya bulijjo. Omulimu gwe gwaali gwa kufuga mu nsi erabikako, naye amanya nti Yesu ye yali afuga nsi etalabika ey'endwadde.)
5. Omwami we Kitongole yalaga atya okukkiriza kwe mu buyinza gwa Yesu? (Lukka 7:7. Omwami W'ekitontongele yalaga okukkiriza kwe bweyagamba nti Yesu ayogere bwogezi ekigambo n'omuddu we anawoona.)
6. Lwaki Yesu yewuunya okudamu kw'Omwami W'ekitontongele? (Lukka 7:9. Yye ng'Omuruumi yalina okukkiriza kungi okusinga Abayisiraeri. Yategeera amaanyi n'obuyinza Yesu byeyalina ku ndwadde ate nga abalala bangi tebakitegeera. Yebala nga tasaanira na Yesu kujja mu nyumba ye.)
7. Okuwonyezebwa kwogera ki ku Yesu? (Lukka 7:10. Yesu alina obuyinza ku ndwadde; obuyinza bwe tebwesigamizibwa ku birabika ko Yye anoonya abantu abalina okukkiriza.)
8. Omukyala eyali afiiridwa omwana yaali mu mbeera ki? (Lukka 7:11-12. Yali nnamwandu n'omwana eyali afudde yali omwana omu yekka gweyalina. Yali asigadde awo nga talina muntu yenna wakumulabirira n'ennaku ye yali mpitirivu.)
9. Omuntu bweyasitulibwanga okufulumizibwa kyaali kitegeeza ki? (Lukka 7:12. Kitegeeza nti entununsi zaali ziweddemu nga tewali n'akussa mukka oyo aba mufu. Essanduke n'emikolo egyolumbe

gyategeeza nti baali tebakyalina suubi mu bulamu. Okufa kye kyaali eky'enkomerero; tebalina nsonga ya suubi ddala.)

10. Yesu engeri gyeyadamu omukyala eraga ki? (Lukka 7:13. Yategeera obulumi omukyala bweyali ayitamu namulumirwa nga omuntu.)
11. Amaanyi ga Yesu eri okufa galaga ki bweyayogera obwogezi ekigambo? (Lukka 7:14. Kiraga nti Yye Katonda nti era tetuteekwa kutya kufa oba ekizibu kyonna ekiri mu maaso gaffe.)
12. Biki ebyava mukyamagero kino eky'okuzuukira? (Lukka 7:16. Abantu batendereza Katonda, nga bagamba nti, "Katonda azze okuyamba abantu Be.")
13. Lwaki Yokaana yabuuza Yesu oba nga Ye yye? (Lukka 7:19. Okuva mu kkomera, Yokaana yali talaba bigenda mu maaso. Mu kkomera yali yetaaga okuzzibwaamu amaanyi ne Masiya eyasuubizibwa.)
14. Okudamu kwa Yesu okwangungu kw'afuuka kutya okw'amaanyi? (Lukka 7:22. Mu kifo kya Yesu okumudamu ekigambo yamulaga mirimu egyaali gikolebwa. Obujjulizi bw'obulamu obwakyusibwa n'okulangirira amawulire Amalungi byaali by'amaanyi okusinga ekintu kyonna kyeyali mugambye.)

Ebibuuzo ebyo kwogeraganya:

1. Bizibu ki mu bulamu bwo byewetaaga okuleeta eri Yesu?
2. Okusaba kwa Omwami W'ekitontongele kutalaga ki eri okusaba? (Lukka 7:6-7) [Ekyo kyetuli ssi kye kitusaniza Katonda okutufaako. Ku kkiriza mu Yesu yekka kye kitusanyiza okufuna oba okusaba ekintu kyonna eri Katonda. Newankubadde tetusanira, tusobola okwesiga obuyinza n'amaanyi ga Katonda okuwonya abalala.]
3. "Ebikolwa ebirungi" eby'Omwami W'ekitontongele byaleteera Yesu okuwonya omuddu we? (Lukka 7:4-7) [Nedda. Kukkiriza kwaffe mu Yesu kwekutuganya okufuna ekintu kyonna. Yesu tayogera ku bikolwa ebirungi eby'Omwami W'ekitontongele naye ayogera ku kukkiriza kwe.]
4. Okukkiriza nga bwekutuganya okukkiriza nti Mukama asobola okuwonya, Katonda asobola okukolera n'awatali kukkiriza kwaffe? (Lukka 7:13-15) [Ye. Okukkiriza kirabo ekiva eri Katonda era asobola okukomyaawo omuntu mu bulamu n'okutonda okukkiriza awo wekutabadde. Awatali Kristo mu mitima gyaffe, tubeera bafu mu mwoyo. Tetulina kyetusobola kukola okubeera abalamu, naye Yesu atugamba nga bweyagamba omuvubuka nti, "Nkugamba nti, golokoka!"]
5. Oba Yesu alina obusobozi okuwonya, lwaki wakyaliwo endwadde n'okufa? [Matayo 13:54-58 agamba nti Yesu teyakola byamagero bingi mu kibuga kyewaabwe kubanga tebaalina kukkiriza. Mirundi mingi

abantu tebakyukira Yesu kubawonya. Bagezaako engeri endala zonna, naye nga tebagenze oba tebasabye Yesu kubawonya.]

6. Bulijjo kwagala kwa Katonda okuwonya? [Nedda. Mu 2 Abakkolinso 12:7-9 Pawulo teyawonyezebwa olw'erigwa eryaali mu mubiri gwe. Mu 1 Yokaana 5:14-15 yagamba nti Ajakutuwa ebyo byetusabye ssinga tusaba nga okwagala kwe bwekuli. Mu Yokaana 9:1-3, Yesu yagamba abayigirizwa be nti omusajja abadde muzibe okuva lweyazaalibwa emirumu gya Katonda giryoke girabisibwe mu ye. Mu Yokaana 11:4, Yesu yagamba nti okufa kwa Lazalo nakwo kwaali kwa kuweesa Katonda kitiibwa.]
7. Okukkiriza kwaffe kulabisibwa kutya? (Lukka 7:9) [Okukkiriza kulabika mu kusaba bwetukowoola Mukama. Kusobola okulabika ebigezo nga bizze n'etwesigama ku Mukama olw'okutuzaamu amaanyi. Era kulabika bwetubuulira abantu ku bukkulu bwa Katonda.]
8. Embeera ki egezezaako okulinyisa okukkiriza kwo? Kiki ekireteera okukkiriza kwo okukula?
9. Tukola ki bwetulwala? (Lukka 7:4) [Twegayirira nnyo Yesu atusaasire. Yakobo 5:13-16 atujjukiza "okuyita abakadde ba kkanisa okutusabira n'okutisiiga amafuta mu linya lya Mukama" no "kwatuliragana ebibi byaffe ffeka na ffeka tusobole okuwonyezebwa".]
10. Katonda agulumizibwa atya mu ndwadde n'ebizibu byetusanga? [Ebiseera ebimu agulumizibwa okuyita mu byamagero nga ebyokuwonya, oluusi agulumizibwa mu bujjulizi bwetuwa olw'ebyo byakoze. Yokaana yasalibwako omutwe mu kkomera naye ate Katonda yagulumizibwa mu bulamu bwe.]
11. Kiki kye tuyiga mu embala ya Katonda buli lwe tutunulira okusaasira kwa Yesu eri abantu bwe yali nga kyaali ku nsi? (Lukka 7:13) [Yesu nga bweyasaasira n'amwambi n'omuddu, era naffe bwatyo atufaako.]
12. Mutima ki gwolina eri abo abalumwa abakuli okumpi? Ofaayo otya gyebali?
13. Bwetulaba Katonda nga akola ebyamagero, ffe tuyinza kwogera tutya? (Lukka 7:16) [Nga ekibiina, tusobola kutendereza butendereza Katonda olw'okuja okuyamba abantu be.]
14. Nga Yokaana, naffe tulina okubuusabuusa. Tuyinza kulwanyisa tutya entalo ez'okubuusabuusa? (Lukka 7:19) [Ekigambo kya Kayonda n'obujulizi biwangula okubuusabuusa.]
15. Yesu bwaba nga yasobola okuwonya abazibe ba maaso, abalema, abagenge, bakiggala n'azuukiza abafu, kiki kye yali yakoze mu bulamu bwo?

80. Okujulira

Peetero ne Yokaana mu Maaso ga Bakulu

Ebikolwa 4:1-21

Ebikolwa 4
1 Bwe baali nga boogera n'ekibiina, ne bajja gye baali bakebona n'omukulu wa yeekaalu n'Abasaddukaayo, 2 nga banakuwadde nnyo kubanga baayigiriza ekibiina era baabuulira ku bwa Yesu okuzuukira mu bafu. 3 Ne babassaako emikono ne babassa mu kkomera okutuusa enkya: kubanga bwali buwungedde. 4 Naye abamu bangi abaawulira ekigambo ne bakkiriza, omuwendo gw'abasajja ne baba ng'enkumi ttaano.

5 Awo bwe bwakya enkya abakulu n'abakadde n'abawandiisi ne bakuŋŋaanira mu Yerusaalemi: 6 ne Ana kabona asinga obukulu, ne Kayaafa ne Yokaana ne Alegeezanda, ne bonna ab'ekika kya kabona asinga obukulu: 7 ne babateeka wakati, ne babuuza nti Maanyi ki oba linnya ki eribakoza mmwe hyo?

8 Awo Peetero bwe yajjula Omwoyo Omutukuvu, n'abagamba nti Abakulu b'abantu n'abakadde, 9 bwe tubuulirizibwa leero olw'okukola obulungi omuntu omulwadde, ekimuwonyezza; 10 mutegeere mwenna n'ekibiina kyonna eky'Abaisiraeri nti mu linnya lya Yesu Kristo Omunazaaleesi, gwe mwakumerera mmwe, Katonda gwe azuukiza mu bafu, ku bw'oyo ono ayimiridde nga mulamu mu maaso gammwe. 11 Oyi lye jjinja eryanyoomebwa mmwe abazimbi, erifuuse ekkulu ery'oku nsonda. 12 So tewali mu mulala bulokozi, kubanga tewali na linnya ddala wansi w'eggulu eryaweebwa abantu eritugwanira okutulokola.

13 Awo bwe baalaba obugumu bwa Peetero ne Yokaana, ne babategeera okuba abantu abatamanyi kusoma era abataayigirizibwa nnyo, beewuunya, ne babeetegereza nga baali wamu ne Yesu. 14 Era bwe baalaba omuntu eyawoayezebwa ng'ayimiridde nabo, tebaalina kykuddamu. 15 Naye ne balagira bave mu lukiiko, ne basala amagezi bokka nga bagamba nti 16 Tunaakola tutya abantu bano? Kubanga bakoze akabonero akayatikiridde, ekigambo ekyo kimanyiddwa abantu bonna abatuula mu Yerusaalemi, so tetuyinza kukyegaana. 17 Naye kireme okwengeranga okubuna mu bantu, tubakange balemenga okwogera mu linnya eryo n'omuntu yenna yenna.

18 Ne babayita ne babalagira balemenga okwogera n'akatono newakubadde okuyigirizanga mu linnya lya Yesu. 19 Naye Peetero ne Yokaana ne baddamu ne babagamba nti Oba nga kirungi mu maaso ga Katonda okuwulira mmwe okusinga Katonda, mwogere; 20 kubanga ffe tetuyinza kulema kwogeranga bye twalaba bye twawulira.

21 Nabo, oluvannyuma lw'okwongera okubakanga, baabata, nga tebalaba kye banaabalanga okubabonereza, olw'ekibilina; kubanga bonna baali batendereza Katonda olw'ekyo ekikoleddwa.

Ebibuuzo Ebyo Kusoma: Okujulira
Ebikolwa 4:1-21

Okwanjula:
Peetero ne Yokaana baagenda mu yekalu okusaba bwebayingira, n'ebawoonya omusajja eyazaalibwa nga mulema. Nga bamaze okukozesa omukisa ogwo okubuulira abantu ebikwata ku Yesu n'amaanyi agali mu linya lye, bateekebwa mu kkomera olw'ebyo byebayogera. Naye wadde, ekyo kyabaawo, ekkomera lyabawa omukisa okubuulira abafuzi, abakulu, n'abayigiriza b'amateeka n'ekabona asinga obukulu n'abenyumba ye ebikwata ku Yesu. Leero, naffe tusobola okusisinkana ebituziyiza bingi okubuulira abantu ku Yesu, ate nga bwebubaka ensi yaffe bweyetaaga okuwulira. Oba biseera byakugezesebwa oba byasanyu, mu buli embeera yonna esobola okulaga omulimu Yesu Kristo bwakola mu bulamu bwaffe. Ekigendererwa kyaffe ku nsi ssi kumanya Yesu kyokka, naye era n'okubuulirako abalala basobole okumutegeera. Obubaka bwa Peetero eri abakulembeze bwaali bwa lwatu, "So tewali mu mulala bulokozi, kubanga tewali na linnya ddala wansi w'eggulu eryaweebwa abantu eritugwanira okutulokola."

Ebigendererwa:

Okumanya
- Okumanya nti Mukama awa buli omu akkiriza obujjulizi n'abalala bwebetaaga okuwuulira.
- Okuteegera nti buli lwetuziyiza n'okunyooma omulima gwa Katonda tuba tuwakanya Katonda.

Endowooza
- Okubeera n'ekisa n'amaanyi nga tujulira ku Yesu

Ebikolwa
- Okukozesa buli mukisa n'okugezesebwa mu bulamu okubuulira abantu abalala ku bukulu bwa Katonda.
- Okugondera Katonda okusinga abantu na ddala nga abantu bagezaako okuzikiza Enjiri ya Kristo.

Enyiriri ezo kujjukira:
Matayo 10:19-20 "Naye bwe banaabawangayo, temweraliikiranga nti Tunaagamba tutya? nti Tunaayogera ki? kubanga muliweebwa mu kiseera ekyo bye mulyogera. Kubanga si mmwe mwogera, wabula Omwoyo gwa Kitammwe ye ayogerera mu mmwe."
1 Peetero 3:15-16 "naye mutukuzenga Kristo mu mitima gyammwe okubeera Mukama wammwe; nga mweteekateeka bulijjo okuddamu buli muntu ababuuzanga ensonga ey'okusuubira okuli mu mmwe, naye n'obuwombeefu n'okutya: nga mulina omwoyo omulungi; olw'ebyo bye baboogerako obubi,

balyoke bakwatibweaga ensonyi abavuma empisa zammwe ennungi ez'omu Kristo."

Ebiyandikibwa ebyetagisa okusoma:
Matayo 10:19-20; 28:18-20; Ebikolwa 1:8, 2:22-38; 14:1-7; Abaruumi 1:16; 1 Abakkolinso 15:1-6; 1 Peetero 3:15-16

Ebibuuzo ebikwatagana n'olugero:

1. Lwaki kyewunyesa okukwatibwa olw'okuwonya omuntu n'okubuulira ku Yesu mu yekalu? (Ebikolwa 4:1. Yekalu kye kifo abantu mubayinza okujja n'ebafuna okuwonyezebwa, okusaba n'okwogera kwebyo Katonda byakoze. Kye kyaali badde ekifo ekyaniriza byonna.)
2. Lwaki kabona nabakulu ba yekalu bakwata Peetero ne Yokaana **olw'okwogera ku Yesu**? (Ebikolwa 4:1-2. Abakulembeze bano benyini bebakomerera Yesu. Kati bayizibwa bubi nga Peetero ne Yokaana balangaririra okuzuukira kwa Yesu. Gyebali okwogera nti Yesu ye Masiya, kyaali kikontana ne dini yabwe.)
3. Kuwakanyizibwa ki Peetero ne Yokaana kwebafuna? (Ebikolwa 4:3, 7, 18. Abakulembeze ba Bayudaya babateeka mu kkomera, nebabawozesa n'ebabalagira baleme okuddamu okw'ogera ku linya erya Yesu.)
4. **Bubaka ki** obwo obwaleeta embeera okufanana bwetyo? (Ebikolwa 4:10-12. Bwaali, Yesu gwemwakomerera, gwemwagaana n'emujeemera oyo eyazuukizibwa mu bafu. Yali Yesu nga ye Masiya n'amaanyi agali mu linya lye gebatakkiriza. Balangirira nti twali mu mulala bulokozi.)
5. Ekibiina **kyaddamu** kitya bwekyawulira obubaka n'okulangirira okw'amawulire amalungi aga Yesu Kristo? (Ebikolwa 4:4. Bangi abawulira obubaka bakkiriza n'ebeyongera ku muwendo gwaabo abasooka okukkiriza.)
6. Abakulu, abayigiriza b'amateeka n'abo mu maka ga kabona asinga obukulu **baddamu** batya eri obubaka obwo? (Ebikolwa 4:13-17. Bewuunya Peetero ne Yokaana obuvumu bwebaalina. Basigala nga tebalina kya kwogera kubanga omusajja eyawonyezebwa yali ayimiridde awo nabo. N'ebatabulwa n'ebatamanya kya kubakolera. Baali tebagala kukkiriza wadde nga balaba ekyamagero ekyeyogerera kyokka ekiteganika n'ebaguguba n'ebalagira Peetero ne Yokaana okulekerawo okwogera mulinya lya Yesu.)
7. **Maanyi** ki gebaali bajuliza? (Ebikolwa 4:7-19. Abakulembeze bewuunya amaanyi agokuwonya gyegava. Peetero abaddamu mu maanyi ago Mwoyo Omutukuvu. Okuwonyezebwa kubaddewo mu maanyi agali mu linya lya Yesu. Abakulu bagezaako okukozesa obuyinza bwabwe okugana Peetero ne Yokaana, naye Obuyinza n'amaanyi ga Katonda byaali waggulu wa byonna.)

8. Lwaki Peetero yalaga nti okuwonyezebwa n'ekitiibwa byali bya Yesu? (Ebikolwa 4:10. Olw'okubanga teyali Peetero nti yeyawonya omusajja, yali tasobola kutwala kitiibwa kyonna eky'okuwonya. Olw'okuba Yesu yeyawonya omusajja, Peetero yali tasobola kwesigaliza kitiibwa olw'omulimu omulungi ogwakolebwa.)
9. Kiki ekyaali emabega w'ekibuuzo Peetero ne Yokaana kyebabuuza nti "tutye mmwe oba Katonda"? (Ebikolwa 4:19-20. Bwaali buvunanyizibwa bwa bakabona n'abakulu okwegayiririranga abantu eri Katonda. Naye ate baali bafuuse kiziyiza. Baali tebagala kukkiriza n'akumanya nti ekyamagero ekyo kyava wa Katonda.)

Ebibuuzo ebyo kwogeraganya:

1. Bintu ki ebitali bya bulijjo byetusanga nga tubuulira abantu ku Yesu? (Ebikolwa 4:1) [Tusanga okuziyizibwa okwamaanyi mu maka gaffe n'abo mu maka gaffe. Era tusobola okwanirizibwa n'abantu abalala oba bonoonyi.]
2. **Bubaka** ki bwetulina okulangirira oba okubuulira abatwetooloodde? (Ebikolwa 4:2, 12) [Obubaka obw'amawulire amalungi aga Yesu gegetaagisa okulangirira eri ensi yonna. Kubanga okuyita mu Yesu, mwetufunira okusonyiyibwa ebibi byaffe, essuubi ly'okuzuukira, obulokozi n'okuwonyezebwa.]
3. Oyinza kugabana otya Yesu Kristo n'abantu abakuli okumpi?
4. Kiki ekikwatikako ky'ofune mu mikisa gyofune okw'ogera?
5. **Kuwakanyizibwa** ki kwetunafuna nga tugabana amawulire ga Yesu? (Ebikolwa 4:3, 7, 18) [Nga Peetero ne Yokaana, Abakristaayo bangi bafuna okutisibwatisibwa, ekkomera, ebibonerezo n'okugezesebwa.]
6. Abatwetooloodde bayinza kwogera ki bwetugabana nabo Amawulira Amalungi ag'Enjiri ya Yesu Kristo? (Ebikolwa 4:1-4) [Ensi erina bingi eby'okwogera. Abo Omwoyo Omutkuvu bakoleramu bajja eri Obulokozi n'ebewunya okusaasira, okwagala n'ekisa kya Yesu Kristo. Naye abo abawakanya omulimu gwa Katonda batawanyizibwa Enjiri era n'ebagyogerera bubi.]
7. Lwaki tetutekeddwa kutya nga tubuuziddwa ebikwata kukkiriza kwaffe? (Ebikolwa 4:8) [Kubanga tulina **amaanyi** ag'Omwoyo Omutukuvu agali mu ffe. Tuwereza Katonda ayinza byonna alina obuyinza mu nsi. Matayo 10:19-20 agamba Katonda ajakutuwa ebigambo mu kiseera ekituufu.]
8. Tuyinza kubeera tutya abajulirwa ba Yesu bwetuba nga tubuuziddwa ku bulamu bwaffe n'abiki byetukola? (Ebikolwa 4:10-11) [Tusobola okuba abajulirwa ba Yesu wadde batubuuziza ebibuuzo n'etugumira ebizibu nga tulaga abantu Yesu Kristo n'okumuwa ekitiibwa mu bulamu bwaffe.

Tuteekwa okubeera abetegefu bulijjo okubanga nekyokudamu eri esuubi lyetulina. 1 Peetero 3:15-16]

9. Lwaki Katonda akozesa abantu aba bulijjo okulaga ekitiibwa kye? (Ebikolwa 4:13) [Katonda akozesa abantu aba bulijjo okukola emirume gye kitegerekeke nti ssi muntu yakikoze naye Mukama Omuyinza w'abyona.]
10. Tulina kukola ki nga Abakristaayo ssinga Mukama waffe atugamba okukola ekintu ensi kyewakanya? (Ebikolwa 4:19-20) [Nga Abakristaayo, tulina okusalawo kuwuliriza Ekigambo kya Mukama okusinga ebigambo by'abantu kubanga Katonda yekka yafuga obulamu buno n'obwo obugenda okujja.]
11. Bintu ki Katonda bwakugambye okukola? Era ozzeemu otya?

81. Okubuulira Enjiri

Paulo mu Maaso ga Kabaka Agulippa

Ebikolwa 26:1-29

Ebikolwa 26
1 Agulipa n'agamba Pawulo nti Okkirizibwa okuwoza ensonga zo. Awo Pawulo
n'alyoka agolola omukono n'awoza nti 2 Bye nnavunaanibwa Abayudaaya
byonna, kabaka Agulipa, nneesiimye kubanga ŋŋenda okubiwoza leero w'oli; 3
era okusinga kubanga omanyi empisa n'ebibuuzibwa byotlna ebiri mu
Bayudaaya: kyenva nkwegayirira ogumiikirize oktunpulira.

4 Kale empisa zange okuva mu buto ezaasooka okubeeranga mu ggwanga lyaffe
ne mu Yerusaalemi, Abayudaaya bonna bazimanyi; 5 abantegeera okusooka
edda, singa baagala okutegeeza, bwe nneegenderezanga mu kitundu ekisinga
obuzibu eky'eddiini yaffe, ne mbeera Mufalisaayo. 6 Iye basuubira okutuukako
ebika byaffe ekkumi n'ebibiri, nga banyiikira okuweerezanga Katonda emisana
n'ekiro: olw'essuubi eryo, kabaka, Abayudaaya kyebavudde bampawaabira. 7
Kiki ekibalowoozesa nti tekiyinzika Katonda okuzuukiza abafu? 8 Kiki
ekibalowoozesa nti tekiyinzika Katonda okuzuukiza abafu?

9 Mazima nze nalowoozanga nzekka nga kiŋŋwanidde okukolanga obubi
ebigambo bingi ku linnya lya Yesu Omunazaaleesi. 10 N'okukola nu nkolanga
bwe ntyo e Yerusaalem nze ne nsibanga mu makomera abatukuvu baamu bangi,
bwe nnaweebwa obuyinza eri bakabona abakulu. era bwe battibwa, ne nzikiriza
okubatta. 11 Era bwe nnababonerezanga emirundi mingi mu makuŋŋaaniro
gonna ne mbawalirizanga okuvvoola; ne mbasunguwaliranga nnyo ne
mbayigganyanga okutuukai mu bibuga eby'ebweru.

12 Awo bwe nnali nga ŋŋenda e Ddamasiko nga nnina obuyinza n'okulagirwa
okwava eri bakabona abakulu, 13 mu ttuntu, kabaka, ne ndaba mu kkubo
omusana ogwava mu ggulu ogusinga okwaka kw'enjuba ne gumasamasa ne
gunneetooloola n'abaali batambula nange. 14 Ne tugwa fenna wansi ne mpulira
eddoboozi nga lyogera tlange mu lulimi Olwebbulaniya nti Sawulo, Sawulo,
onjigganyiza ki? kye kizibu ggwe okusamba ku miwunda.

15 Nze ne ŋŋamba nti Ggwe ani, Mukama wange? Mukama waffe n'agamba nti
Nze Yesu, gw'oyigganya ggwe. 16 Naye golokoka, oyimirire ku bigere byo:
kyenvudde nkulabikira, nkulonde obeerenga omuweereza era omujulirwa w'ebyo
mw'ondabidde era ow'ebyo mwe anaatulabikiranga, 17 nga nkuwonya mu bantu
ne mu b'amawaaga, nze gye nkutuma okuzibula amaaso gaabwe, 18 nga
nkuwonya mu bantu ne mu b'amawaaga, nze gye nkutuma okuzibula amaaso
gaabwe,

19 Kale, kabaka Agulipa, saalema kugondera okwolesebwa okw'omu ggulu: 20
naye nnasooka okubuulira ab'omu Ddamasiko ne mu Yerusaalemi, era n'ensi
yonna ey'e Buyudaaya n'eb'amawanga okwenenya n'okukyukira Katonda, nga
bakolonga ebikolwa ebisaanidde okwenenya. 21 Abayudaaya kyabaava
bankwata mu yeekaalu ne bagezaako okunzita. 22 Kale bwe nnafuna okubeerwa
okwava eri Katonda, okutuusa ku lunaku luno nnyinuridde nga ntegeeza abato
n'abakulu, nga soogera kigambo wabula bannabbi ne Musa bye baayogere nga
bigenda okujja; 23 ne kigwanira Kristo okubonyaabonyezebwa; era ye
bw'alisooka mu kuzuukira kw'abafu okubuulira omusana abantu n'ab'amawanga.

24 Bwe yawoza bw'atyo Fesuto n'agamba n'eddoboozi ddene nti Olaluse,
Pawulo: okusoma okwo okungi kukukyuea okuba omulalu. 25 Naye Pawulo
n'agamba nti Siraluse, Fesuto omulungi ennyo, na,ye njogera ebigambo
eby'amazima eby'obuntu bulamu. 26 Kubalnga kabaka amanyi ebigambo bino,
gwe njogerera mu maaso ge n'obugumu. Kubanga tnmanyi ebigambo bino
tebyekwese eri kabaka n'ekimu; kubanga ekyo tekyakolebwa mu bubba. 27
Okkiriza bannabbi, kabaka Agulipa? Mmanyi ng'okkiriza.

28 Agulipa n'agamba Pawulo nti Oyagala okunsendasenda onfuule Omukristaayo;

29 Pawulo n'agamba nti Nandisabye Katonda olw'okusendasenda okutono oba okunene si ggwe wekka era naye ne bonna abampulira leero okufuuka nga nze awatali kusibibwa kuno.

Ebibuuzo Ebyo Kusoma: Okubuulira Enjiri

Ebikolwa 26:1-29

Okwanjula:

Okujjulira kwe kubuulira abantu Yesu yakoze. Okubuulira enjiri kwe kutandiika okutegeeza abantu ku Yesu, n'okubaaniriza okumutwala nga Omulokozi n'okukkiriza Katonda. Ekyomukisa omubi, Abakristaayo bangi tebagala kutandika kubuulira enjiri. Ensonga ezabulijjo ezigana Abakkiriza okugabana okukkiriza kwawe mulimu: okutya okuganibwa, okutya okuyigganyizibwa oba okutya olw'obutamanya kiki kya kw'ogera. Ebyo byonna biiva mu kutya. Wadde nga okutya we kuli, kikulu nnyo okujjukira nti, "Ali mu ggwe w'amaanyi okusinga oyo ali mu nsi." Tusobola okuba abavumu era abakakafu okugabana okukkiriza kwaffe nga Pawulo bweyakikola mu kitabo kino eky'Ebikolwa. Mu kyawandiikibwa kino, Pawulo awezesebwa olw'okukkiriza kwe mu Yesu, naye ate agukozesa ng'omukisa okunyonyola Yesu eri Kabaka Agulipa nga mugamba okwenenya n'okudda eri Kristo. Mu Abaruumi 10:24, Pawulo awa ensonga lwaki akozesa buli mukisa gwafuna okunyonyola Kristo, nga agamba nti "Balikkiriza batya omuntu gwebatawulirangako?"

Ebigendererwa:

Okumanya

- Okumanya nti Katonda ayagala abantu bonna okulokoka n'okutuuka mukutegeera amazima.
- Okuteegera nti Katonda ayagala okutukozesa okugabana enjiri ya Yesu eri nsi yonna.

Endowooza

- Emitima gyaffe girumwe kulwabo abayinza okugenda mu Geyena olwobutakiriza Yesu kubanga yebamumanya.
- Tusanyukirenga obulokozi obwa buli mmeeme ebadde ey'okugula.

Ebikolwa

- Okugenda mu nsi n'okulangirira ekisonyiwo ky'ebibi, eddembe okuva mu kulumirizibwa, amaanyi kubituwamba, omulamu obugya n'esuubi ey'obulamu obutagwaawo mu Yesu Kristo.
- Okusaba Mukama ow'amakungula awereza abakoze mu nnimiro abantu bonna basobole okulokoka.

Enyiriri ezo kujjukira:

Matayo 9:37-38 "N'alyoka agamba abayigirizwa be nti Eby'okukungula bye bingi, naye abakozi be batono. Kale musabe Omwami w'eby'okukungula, asindike abakozi mu by'okukungula bye.'"

Ebiyandikibwa ebyetagisa okusoma:
Matayo 9:36-38; Makko 16:15-18; Lukka 15:7; Ebikolwa 1:8; 1 Abakkolinso 15:1-7; 1 Timoseewo 2:4; Philemon 1:6; 1 Peetero 3:15-16; 1 Yokaana 4:4

Ebibuuzo ebikwatagana n'olugero:

1. Lwaki Pawulo aguyita mukisa okuyimirira mu maaso ga Kabaka Agulipa? (Ebikolwa 26:2-3. Kulwa Pawulo bulijjo bwabanga mukisa okubuulira abantu ku Yesu. Gwali mukisa gwanjawulo okubuulira kabaka kubanga yali amanyiridde empisa z'ekiYudaya.)
2. Lwaki Pawulo yasaba Kabaka Agulipa okumuwuliriza n'obuguminkiriza? (Ebikolwa 26:3. Kubanga ebintu bya Katonda biri nga bya busirusiru eri endowooza ya bantu. Okutegera ebintu by'omwyo, olina kugulawo mutima eri Omwoyo wa Katonda n'Ekigambo kya Katonda.)
3. Kiki eky'enjawulo ekiri mubyafaayo bya Pawulo? (Ebikolwa 26:5-7. Pawulo yakulira mu nsi ye, eye Talusisi, n'emu Yerusalemi. Yali mukabinja Akamateeka amakakali, mu diini ba Abayudaya, Abafalisaayo baali bamumanyi bulungi. Yawereza Katonda n'obwesigwa ngera alindirira Masiya eyali ajja. Eryo y'esuubi lyeyali akiririzaamu.)
4. Lwaki kyaali kizibu nnyo kabaka Agulipa n'ebanne okukiririza mu kuzuukira kwa bafu? (Ebikolwa 26:8. Tewali n'omu eyali yezuukizaako okuva mu bafu. Abayudaaya okukkiriza kyali kitegeeza nti ddala kituufu batta Masiya.)
5. Lwaki Pawulo ayogera ku kuziyizibwa okwayita mu linya lya Yesu Omunazaaleesi? (Ebikolwa 26:9-10. Pawulo yateegera ekigendererwa kya Bayudaaya abaali bamuwakanya. Yali amanyi omulimu gwa bakulu abali mu buyinza, n'abalamuzi, n'ebibonerezo ebiwebwa abasobeza n'okuyigganyizibwa. Ng'amanyi omulimu gwa kabaka nga gwakulamula mu mazima ne Pawulo naye nga yali agezezaako okukola kyekimu. Pawulo okwogera ebyafaayo bye kyaleetera abangi okumukiriza.)
6. Kiki ekyaleetera Pawulo okukyuuka okuva mu bye yali akola? (Ebikolwa 26:12-16. Pawulo bweyasisinkana Yesu, kyamukyuusa okuva mu kubeera omuwaabi wa Abayudaaya nafuuka omulwanirizi wa Yesu, okulumiriza kw'ekibi kye, ekisa kya Katonda n'okuyita kwa Katonda okwaali ku bulamu bwe.)
7. Yesu yatuma Pawulo kukola ki? (Ebikolwa 26:16-18. Yesu yagamba Pawulo okubeera omuwereza we era omujjulizi w'ebyo byalabye n'ebyo byagenda okumulaga. Pawulo teyatumwa eri bantu be (Abayudaya) bokka, naye n'eri Abamawanga amaaso gabwe gasobole okuzibuka

bakyuke okuva mu kizikiza okudda mu kitangaala, bafune okusonyiyibwa kw'ebibi n'okutukuzibwa olw'okukiririza mu Yesu.)

8. Lwaki okudamu kwa Pawulo eri okwolesebwa kukulu nnyo? (Ebikolwa 26:19-20. Yagondera okwolesebwa okwava eri Katonda.Ye yenyini yamanya omugaso gw'okwenenya, n'olwekyo yalina okuyita abalala okukola kye kimu. Pawulo mu engeri endala yagezaako okusembereza omukisa guno eri Kabaka Agulipa.)
9. Pawulo agamba nti obubaka bwe bwesigamiziddwa ku ki? (Ebikolwa 26:22. Atuzaayo ku Kigambo kya Katonda, essira alisa ku Musa ne Bbanabi, nga ensibuko y'obubaka bwe. Agamba nti ebyawandiikibwa ebyo biraga okufa n'okuzuukira kwa Kristo.)
10. Pawulo bamwogerako ki okusinzira ku bujulizi bwe kulwa Yesu Kristo? (Ebikolwa 26:24. Fesuta yalowooza nti Pawulo awunze alalusse, naye Agulipa yakitegeera nti Pawulo amusendasenda akkirize.)
11. Pawulo yakwata atya ebyamusomooza? (Ebikolwa 26:25. Pawulo teyaza muliro, naye yabikwata n'obukakamu, naye ate nga yekuuma.)
12. Pawulo yamanya ki ku kabaka Agulipa n'okutegeera kwe olw'ebyo byebamugamba? (Ebikolwa 26:26-27. Pawulo yalyamanyi nti Kabaka Agulipa amanyiddeddala ebyawandiikibwa nti era yali akkiririza mu Bannabbi.)
13. Enjogera ya Pawulo eyasembaayo yagamba etya? (Ebikolwa 26:28-29. mu bigambo ebyo, tulaba omutima gwa Pawulo ogw'amazima n'ekigendererwa olw'obujjulizi bweyawa. Okuyayana kwa Pawulo, era nga okwa Katonda, kwaali nti "abantu bonna bolokoke batuuke mukutegerera ddala amazima." Laba 1 Timoseewo 2:4. ne Laba Matayo 9:36-38)

Ebibuuzo ebyo kwogeraganya:

1. Ddi lwetukitwala nti kya mukisa okugabana Enjiri? (Ebikolwa 26:2-3) [Omukisa gwa kiseera kyonna, omulimu gwa Katonda tugulaba nga abantu bagala okuwuuliriza, bwebalaba obwetaavu bwabwe eri Yesu, Nga balese obulamu bwabwe obukkadde n'ebafuna okuzaalibwa obujja mu Yesu.]
2. Odamu otya ssinga omuntu akugamba omubulire ku kiki ky'okkiriza?
3. Tukozesa tutya obulamu bwaffe obwedda nga obujjulizi okusobola okutuukirira abantu kulwa Yesu Kristo? (Ebikolwa 26:5-11) [Nga tunyonyola abantu engeri gyetwalimu n'engeri Yesu gyakyuusizaamu obulamu bwaffe. Amakubbo getwatambulirangamu gasobola okubalaga amaanyi ga Kristo agasobola okukyuusa omwonoonyi okufuuka omugoberezi kwa Katonda.]
4. Bani boyinza okutuukirira n'obabuulira ku Yesu Kristo?

5. Okukyusibwa kwa Pawulo kutulaga kutya obusobozi obw'abalala okukyusa obulamu bwabye? (Ebikolwa 26:12-14) [Tulaba nti newankubadde Pawulo yali kuludda olwawakanyanga Yesu Kristo, Mukama waffe yamwebikkulira asobole okumulokola. Mu ngeri emu, Katonda ayagala nnyo okwebikkulira oyo atakkiriza asobole okumulokola. Katonda ye yajja okunoonya n'okulokola ekyo ekyabula (Lukka 19:10).]
6. Olaba otya obwesigwa bwa Katonda mu bulamu bwo era oyinza kukozesa otya obujulizi obo okubagana n'abalala?
7. Nga Pawulo, kiki kyetwetaaga okukakasa obubaka bwaffe kyebwesigamyeko? (Ebikolwa 26:22) [Tulina okukakasa nti buli lwetugabana obujulizi bwaffe, tubwesigamya ku Kigambo kya Katonda.]
8. Yesu yatuwa mulimu ki ku bikwata ku Enjiri? (Ebikolwa 26:16-18) [Yatuwa omulimu omukulu oguli mu Matayo 28:19-20. "Kale mugende; mufuule amawanga gonna abayigirizwa, nga mubabatiza okuyingira mu linnya lya Kitaffe n'Omwana n'Omwoyo Omutukuvu; nga mubayigiriza okukwata byonna bye nnabalagira mmwe: era, laba, nze ndi wamu nammwe ennaku zonna, okutuusa emirembe gino lwe giriggwaawo."]
9. Tudamu tutya eri abantu abalala bwebatusekera n'ebatuŋoola olw'akiki kye twakkiriiza? Era Lwaki? (Ebikolwa 26:24-25) [Tulina kubikwata n'obukakamu naye ate nga tulibavumu abatekkiriranya. Tetutekkedwa kuba n'andowooza yabukawu, oba obusiru naye tunonye okufanana nga Pawulo bweyagabana n'obuvumu n'esanyu Yesu Kristo newankubadde byaali bizibu nnyo. Endowooza eno enungi ejakuleeta bangi eri Katonda.]
10. Endowooza ki gyetulina okuba nayo eri abantu ababula abatalina Kristo nga Mukama w'obulamu bwabwe? (Ebikolwa 26:28-29) [Tulina okubagala nga abantu ab'omu maka g'obwakabaka bwa Katonda oba okubanakuwalirako nga tulaba bawukana ne Katonda. Bwetubanga tetufaayo oba tetukwatibwako nabo abatamanyi Yesu twetaga kusaba Mukama asooke atukyuuse ffe.]

82. Okuyitibwa kwa Katonda

Okuyita kwa Katonda eri Yeremiya & Yona nga agenda Enineve

Yeremiya 1:4-10 & Yona 1-4

Yeremiya 1

4 Awo ekigambo kya Mukama ne kinjijira nti

5 Bwe nnali nga sinnakubumba mu lubuto nakumanya,

era nga tonnava mu lubuto nakutukuza;

nkutaddewo okuba nnabbi eri amawanga.

6 Awo nze ne ndyoka njogera nti Woowe, Mukama Katonda! laba, siyinza
kwogera: kubanga ndi mwana muto.
7 Awo nze ne ndyoka njogera nti Woowe, Mukama Katonda! laba, siyinza
kwogera: kubanga ndi mwana muto. 8 Tobatyanga: kubanga nze ndi wamu
naawe okukuwonya, bw'ayogera Mukama.

9 Awo Mukama n'agolola omukono gwe n'akoma ku kamwa kange; Mukama
n'aŋŋamba nti Laba, ntadde ebigambo byange mu kamwa ko: 10 laba, leero
nkutaddewo okuba omukulu w'amawanga era ow'amatwale ga bakabaka,
okusimbula n'okumenya n'okuzikiriza n'okusuula; okuzimba n'okusimba.

Yona 1

1 Awo ekigambo kya Mukama kyajja eri Yona, omwana wa Amittayi, nga
kyogera nti 2 Golokoka, ogende e Nineeve ekibuga ekyo ekinene okirangirire;
kubanga obubi bwabwe bulinnye butuuse mu maaso gange. 3 Naye Yona
n'agolokoka okuddukira e Talusiisi okuva mu maaso ga Mukama; n'aserengeta e
Yopa n'alaba ekyombo nga kigenda e Talusiisi; awo n'abawa empooza yaakyo
n'asaabala omwo agende nabo e Talusiisi ave mu maaso ga Mukama. 4 Naye
Mukama n'asindika empewo ennyingi ku nnyanja, omuyaga omungi ne guba ku
nnyanja ekyombo ne kyagala okumenyeka. 5 N'abo abaavuga ne batya ne
bakaabirira buli muntu katonda we; ne basuula mu nnyanja ebintu ebyali mu
kyombo bakiwewule. Naye Yona yali ng'asse mu kisenge eky'omu kyombo,
ng'agalamidde, yeebase otulo. 6 Awo omugoba w'ekyombo n'ajja gy'ali
n'amugamba nti Obadde otya, ggwe omwebasi? golokoka, osabe Katonda wo, era
mpozzi Katonda anaatujjukira tuleme okuzikirira.

7 Ne boogera buli muntu ne muganda we nti Jjangu tukube akalulu tulyoke
tutegeere gwe tulangibwa akabi kano okutubaako. Awo ne bakuba akalulu,
akalulu ne kagwa ku Yona. 8 Awo ne bamugamba nti Kale tubuulire gwe
tulangibwa akabi kano okutubaako; omulimu gwo mulimu ki? ova wa? ensi
yammwe nsi ki? ekika kyammwe kika ki? 9 N'abagamba nti Ndi Mwebbulaniya;
ntya Mukama, Katonda ow'omu ggulu eyakola ennyanja n'olukalu.

10 Awo abantu ne batya nnyo ne bamugamba nti Kino kiki ky'okoze ggwe?
Kubanga abantu baamanya nti adduse mu maaso ga Mukama, kubanga yali
ng'aba buulidde. 11 Awo ne bamugamba nti Tunaakukola rurya ennyanja
etuteekere? kubanga ennyanja yali ng'egenda yeeyongera okufuukuuka ennyo. 12
N'abagamba nti Munsitule munsuule mu nnyanja; kale ennyanja eneebateekera;
kubanga mmanyi nti omuyaga guno omungi gubakutte okubalanga nze.

13 Naye abantu ne bavuga nnyo okuddayo okugoba ettale; naye ne batayinza;
kubanga ennyanja yagenda yeeyongera bweyongezi okufuukuuka okubaziyiza.
14 Kyebaava bakaabirira Mukama ne boogera nti Tukwegayiridde, ai Mukama,
tukwegayiridde tuleme okuzikirira ku lw'obulamu obw'omuntu ono; so
torussaako musaayi ogutaliiko musango; kubanga ggwe, ai Mukama, ggwe okoze
ky'oyagala. 15 Awo ne basitula Yona ne bamusuula mu nnyanja; awo omuyaga
ogwali ku nnyanja ne gufa. 16 Awo abantu ne batya nnyo Mukama; ne bawaayo
ssaddaaka eri Mukama ne beeyama obweyamo.
17 Mukama n'ateekateeka ekyennyanja ekinene kimire Yona; Yona n'amala mu
lubuto olw'ekyennyanja ennakn ssatu emisana n'ekiro.

Yona 2
1 Awo Yona n'asaba Mukama Katonda we mu lubuto olw'ekyennyanja.
2 N'ayogera nti Nakaabirira Mukama kubanga nalaba ennaku, N'anziramu; Mu
lubuto lw'emagombe nakoowoola; N'owulira eddoboozi lyange.
10 Awo Mukama n'alagira ekyennyanja ne kisesetna Yona ku lukalu.

Yona 3
1 Awo ekigambo kya Mukama ne kijja eri Yona omulundi ogw'okubiri, nga
kyogera nti 2 Golokoka, ogende e Nineeve, ekibuga ekyo ekinene, okibuulirire
okubuulira kwe nkugamba. 3 Awo Yona n'agolokoka n'agenda e Nineeve nga
Mukama bwe yamugamba. Era Nineeve kyali kibuga kinene nnyo nnyini
olugendo lwa nnaku ssatu okukibunya. 4 Yona n'asooka okuyingira mu kibuga
n'atambula olugendo lwa lunaku lumu n'ayogerera waggulu n'agamba nti Ennaku
amakutni ana bwe ziriyitawo, Nineeve kirizikirira. 5 Abantu ab'omu Nineeve ne
bakkiriza Katonda ne balangirira okusiiba ne bambala ebibukutu, bonna okuva ku
mukulu okutuuka ku muto. 6 Ebigambo ne bituuka ku kabaka ow'e Nineeve,
n'agolokoka ku ntebe n'ayambulamu ekyambalo kye ne yeebikkako ebibukutu
n'atuula mu vvu.
10 Katonda n'alaba emirimu gyabwe nga bakyuse mu kkubo lyabwe ebbi;
Katonda ne yejjusa obubi bwe yali ayogedde okubakola; n'atabubakola.

Yona 4
1 Naye Yona n'atasiima n'akatono n'anyiikaala. 2 N'asaba Mukama n'ayogera nti
Nkusaba, ai Mukama, saayogera bwe ntyo nga nkyali mu nsi y'ewaffe. Kyennava

nnyanguwa okuddukira e Talusiisi; kubanga nategeera nti oli Katonda mulungi
ajjudde okusaasira alwawo okusunguwala, alina ekisa ekingi, era ataleeta bubi. 3
Kale nno, ai Mukama, nkwegayiridde, onziyeko obulamu bwange; kubanga
waakiri nfe okusinga okuba omulamu. 4 Mukama n'ayogera nti Ggwe okoze
bulungi okusunguwala? 5 Awo Yona n'afuluma mu kibuga n'atuula ku luuyi
olw'ekibuga olwolekedde ebuvanjuba n'asiisira eyo ekisiisira n'atuula omwo mu
kisiikirize kyakyo okutuusa lw'aliraba ekibuga bwe kiriba. 6 Mukama Katonda
n'ategeka ekiryo n'akimeza awali Yona kimusiikirize ku mutwe gwe, kimuwonye
ennaku ze yali alabye. Awo Yona n'asanyuka nnyo lolw'ekiryo. 7 Naye Katonda
n'ategeka ekiwuka obudde bwe bwakya enkya, ne kiruma ekiryo ne kiwotoka. 8
Awo olwatuuka enjuba bwe yavaayo, Katonda n'ategeka embuyaga
ez'obuvanjuba ez'olubugumu, omusana ne gwokya Yona mu mutwe gwe,
n'azirika n'asaba afe, n'ayogera nti Waakiri nfe okusinga okuba omulamu.
9 Katonda n'agamba Yona nti Ggwe okoze bulungi okusunguwala ku lw'ekiryo?
N'ayogera nti Nkoze bulungi okusunguwala okutuusa lwe ndifa. 10 Mukama
n'ayogera nti Osaasidde ekiryo kyotaakolera mulimu so ky'otaameza; ekyamerera
ekiro ekimu, ne kibulira ekiro ekimu; 11 nange sandisaasidde Nineeve, ekibuga
ekyo ekinene; omuli abantu akasiriivu mu obukumi obubiri n'okusukkirirawo
abatayinza kwawula mukono gwabwe ogwa ddyo n'omukono gwabwe ogwa
kkono; era n'ensolo ennyingi?

Ebibuuzo Ebyo Kusoma: Okuyitibwa kwa Katonda

Yeremiya 1:4-10 & Yona 1-4

Okwanjula:

Ebiseera ebimu okuyita kwa Katonda kubeera kuzibu okukukkiriza oba okukutegeera. Omulimu Mukama gwatusaba okukola gulabika nga gussukka ku busobozi bwaffe. Kituufu endeekateeka za Katonda zirabika okuba ezitasoboka naye ate tewali kitasoboka eri Katonda. Obunafu bwaffe buleteera obukulu bwa Katonda okubeera obw'ewuunyisa ennyo. Katonda asobola okutukozesa kulw'ekitiibwa kye, kubanga yakola omulimu. Ng'omuvubuka omuto, Yeremiya yafuna okuyitiibwa okukola omulimu gwa Katonda. Kyaalabika nga ekissuka kwekyo kye yali ayinza okukola, naye Yeremiya yali yatondebwa era nayitiibwa olw'okukola omulimu era Mukama yamusobozesa okutuusa ku nkomerero. Katonda era yayita Yona okubeera nnabbi we, naye Yona nagaana. Yasalawo kuduuka buduusi eyo gyeyasisinkanira ebyaddirira. Bombi Yeremiya ne Yona, Katonda yabatekera ekisuubizo kye era nabakozesa okulangirira Ekigambo Kye.

Ebigendererwa:

<u>Okumanya</u>

- Okumanya nti Katonda alina enteekateeka eri obulamu bwaffe, wadde nga tetuziraba, tetuzitegeera, oba okuwuulira nti weziri.
- Okutegeera nti tetusobola kwekweeka ku Katonda era n'ebivaamu tebisanyusa.

<u>Endowooza</u>

- Okwesiga Katonda n'obwesigwa bwe. Asobola okutukozesa n'okusukkawo n'okusingira ddala kubwetusaba n'ebyetulowooza.
- Okubeera abaddu abakkakamu era abagala okuweereza.

<u>Ebikolwa</u>

- Okunoonya n'obuguminkiriza okuluŋamizibwa kwa Mukama mu bulamu bwaffe.
- Okugondera okuyita kwa Mukama awatali kubuuza bibuuzo.

Enyiriri ezo kujjukira:

Okuva 4:11-12 "Mukama n'amugamba nti Ani eyakola akamwa; k'omuntu? Oba ani akola kasiru oba omuzibe w'amatu oba atunula oba muzibe w'amaaso? Si nze Mukama? Kale, kaakano genda, nange ndibeera wamu n'akamwa ko, ndikuyigiriza by'olyogera.'"

Ebiyandikibwa ebyetagisa okusoma:

Okuva 4:1-12; 1 Samwiri 16:7-13; Isaaya 6:8; Matayo 28:19-20; Makko 16:15-16; Yokaana 1:35-51; Lukka 10:1-11, 17-21; Ebikolwa 26:12-18

Ebibuuzo ebikwatagana n'olugero:

1. Kiki ekikulu ekiri mu kuyitibwa kwa Yeremiya? (Yeremiya 1:4-10. Ekigambo kya Mukama kya mujjira ngakigamba yatondebwa, nayawulibwa nalondebwa olw'omulimu gwa Katonda. Mukama yamugamba nga ekyokwogera n'okukola.)
2. Lwaki kikulu KATONDA okwawula Yeremiya nga tanaba kuzaalibwa? (Yeremiya 1:5. Katonda yali ateekateeka obulamu bwe era yeyali amukulembera oba amulaga ekyokukola. Yeremiya yandibadde mukakafu eri Mukama ngatafuddeyo ku myaka gye oba ebimutisa.)
3. Okwewolereza kwa Yeremiya okukwata ku myaka gye n'obusobozi bwe kwogera ki? (Yeremiya 1:6. Yeremiya teyekkiririzaamu n'olwekyo buli kintu ekyakolebwa nga mu bulamu bwe kyalaga butereevu nti Katonda yakolera mu yye.)
4. Katonda ayogera ki ku kutya n'obutasobola bwa Yeremiya? (Yeremiya 1:7. Katonda teyafaayo ku butasobola bwa Yeremiya; ye kyeyayagala kwe kwewaayo kwa Yeremiya. Katonda yasuubiza okubeerawo kwe, obukuumi bwe n'Ekigambo kye bwe. Kyamwetagisa kufuna ensisinkana ne Mukama kisobozese omulimu okuba omwangu.)
5. Enjawulo ki ebigambo bya Mukama bino nti, "Ntadde Ebigambo byange mu kamwaako" gyebikola? (Yeremiya 1:9. Awatali Kigambo kya Katonda, Yeremiya teyalina kigambo kyakwogera era talina buyinza bwa kwogereramu. Ekigambo kya Katonda kyokka kye kirina obuyinza ku mawanga gonna n'obwakabaka bwonna. Kigambo kye kyekizikiriza, kye kizimba, era kye kisimba.)
6. Ekigambo "okulonda" kitegeeza ki? (Yeremiya 1:5, 10. "Okulonda" kitegeeza okusalawo okulonda oba okuteeka omuntu mu kifo, Katonda kyeyakola bweyawa Yeremiya obuvunanyizibwa obw'okuba bannabbi wa Isiraeri.)
7. Kikulu ki ekiri mu kuyitibwa kwa Yona? (Yona 1:1-3. Ekigambo kya Katonda era kyajjira Yona. Kwali kuyitibwa kuzibu kubanga Nineve kyaali kibuga kinene, abantu baali babi era baali balabe ba Isiraeri. Newankubadde Yona yagezaako okudukka, Mukama yamulondoola. Yatuma omuyaga n'ekinyanja; ekyamuwandula ku lukalu. Yona nagondera Mukama omulundi ogw'okubiri, naye teyafaayo ku bantu.)
8. Yona yagezaako atya okudduka mu maaso ga Mukama nokuyitibwa kwe? (Yona 1:3, 5, 12. Yagezaako okukola ebikontana, yagezaako okwekweka wansi w'eryaato n'gezaako okwebaka era nabagamba

bamusuule okuva mu lyato, naye ebyo byonna tebyakola era tebyamuyamba.)

9. Ekisa kya Katonda n'okusaasira kwe byalabikira bitya mu lugero luno? (Yona 1:2, 4, 17; 2:10; 3:1, 10; 4:6, 8. Ekisa kya Katonda n'okusaasira gwe mutwe gw'olugero luno. Mu kusaasira kwa Katonda abantu ba Nineve 120,000 benenya. Kyaali kisa kya Katonda Mukama okwogera ne Yona. Ekisa kye kirabikira mu muyaga, n'emukyenyanja ekinene, okuyitibwaakwe okw'okubiri, ekiryo, mu kiwuka ekyalya ekiryo n'omusana ogwaali omungi. Buli kimu ku bikolwa bya Katonda ebyo byali bireteera Yona mukisa gwa kwenenya n'okukyuusa omutima gwe.)
10. Okudamu kwa abalunyanja n'abatamanyi Katonda abo mu kibuga kya Nineve okugerageranya otya n'okwa Yona? (Yona 1:15-16; 3:5-6. Abalunyanja bwebalaba amaanyi ga Katonda ku nyanja bamusinza. Ekibuga byekyawulira okulabula, n'ebakkiriza Katonda, n'ebenenya, n'ebalangirira okusiiba nebambala ebibukutu. Yona talina n'ekimu kwebyo kyeyakola. Omutima gwe gwali mukakanyavu ya nga tafa ku bantu.)
11. Lwaki abalunyanja n'abantu ba Nineve basinza Katonda n'ebenenya? (Yona 1:15-16; 3:5-6. Baatya Mukama, n'ebawulira Ekigambo kya Katonda ekyava mu Yona, n'ebakkiririza mu Katonda.)
12. Katonda yakola ki bweyalaba nga bantu ba Nineve benenyeza? (Yona 3:10. Katonda bweyalaba kyebakoze n'engeri gyebakyuuse okuva mu makubo gabwe amabi, nabasaasira na'tabaleetako kuzikirira.)
13. Yona yali mu katyabaga olw'endowooza gyeyalina? (Yona 4:1, 4, 8-10. Yona ali mu katyabaga mu musango gwe gumu n'abe Nineve kubanga yasunguwalira okusaasira kwa Mukama.)
14. Lwaki Katonda yateerawo Yona ekiryo? (Yona 4:6. Okulaga endowooza ya Yona embi eri abantu. Yona yafaayo nnyo ku kiryo okusinga abantu 120,000.)
15. Yona ayogera atya kumbala ya Katonda nga gyesigamya okusaasira kwe eri ab'eNineve? (Yona 4:2. Yona agamba nti Katonda wa kisa nnyo era ajjudde okusaasira, alwaawo okusunguwala alina okwagala kungi, era alina okusonyiwa okungi ataleta mangu bubi.)
16. Olugeero luno tulukwataganya tutya ne Yesu? (Mu Matayo 12:39-41, Yesu yagamba nti nga Yona bweyasuula mu lubuto lwe kyenyanja okumala ennaku ssatu, bwatyo Omwana W'omuntu bwalimala ennaku ssatu ekiro n'emisana mu mutima gw'ettaka.)

Ebibuuzo ebyo kwogeraganya:

1. Okuyitibwa okuva eri Katonda kuba kutya era okutegeera otya? (Yeremiya 1:4; Yona 1:1-2) [Okuyita kwa Katonda kuba kusaba kwa Katonda gy'oli okukola omulimu gwe. Kuteekwa kuva mu Kigambo kya

Katonda so ssi mu endowooza yaffe. Ssira lyekyo Katonda kyakolera mu muntu so ssi ku muntu.]

2. Owulira okuyita kwa Katonda ku bulamu bwo? (Abaruumi 10:13-15)
3. Lwaki tufune emirembe nga Katonda atuyise? (Yeremiya 1:5, 8) [Tufune emirembe kubanga tumanyi nti Katonda amanyi ebinaddirira, yasuubiza okuba naffe, nti era ajakutununula mu buli kinatutuukako.]
4. Katonda okukozesa bantu ki? Kino kituzaamu kitya amaanyi? (Yeremiya 1:6-7) [Katonda asobola okukozesa abantu bonna, abatono n'abakulu, abamaanyi n'abatono, ekizaamu amaanyi kubanga bwetwetunulira tulaba nga tetusanyira kukola mulima Katonda gwataddе mu maaso gaffe. Omulimu gwa Mukama ssi gwaffe.]
5. Okukkiriza kwaffe kwesigamiziddwa ku ki bwetutunulira obunafu bwaffe n'ebizibu byaffe? (Yeremiya 1:6-7) [Okukkiriza kwaffe tukwesigamiza kuffe benyini mu kifo kya Katonda. Okukkiriza kwaffe kulina kwesiga Mukama kubanga yasobola okukola byonna.]
6. Mukama atuyita kukola bintu byangu? (Yona 1:1-2) [Nedda, oluusi Mukama atuyita okukola ebintu ebitasoboka era ebitegombesa.]
7. Twaali tudduseeko mu Maaso ga Katonda? Lwaki oba Lwaki nedda? (Yona 1:3) [Nedda, tatusobola kudduka mu maaso gat Katnoda, naye tusobola okumuziyiza oba okugyemera okuyita kwe mu bulamu bwaffe.]
8. Embala ya Katonda eli etya ku kuyita kwe? (Yona 3:1 [Twetaga ekisa kye n'okusaasira kwe. Twetaaga okutudiramu omulundi ogw'okubiri kubanga ffe tuli bonoonyi. Nebwetulemererwa netukwata amakubbo gaffe, Mukama atuguminkiriza era natunoonya. Nga ojeeko embala ya Katonda twandibadde tusalirwa omusango nga abaNineve.]\
9. Ddi Katonda lyeyakuwa omukisa ogw'omulundi ogw'okubiri?
10. Mukama akozesa atya Ekigambo kye bwetubeera abesigwa mu kukibuulira? (Yona 3:4-5) [Mukama asobola okukozesa Ekigambo Kye okukyuusa obulamu. Ebiseera ebimu abonoonyi benenya n'ebakkiriza.]
11. Olabye otya okusaasira kwa Katonda mu bulamu bwo?
12. Katonda yalaga atya okusaasira eri abaana ba bantu okuyita mu Yesu Kristo? (Abaruumi 5:8) ["Naye Katonda atenderezesa okwagala kwe ye gye tuli, kubanga bwe twali nga tukyalina ebibi Kristo n'atufiirira."]
13. Ekirabo kya Mukama eky'ekiryo kituzaamu kitya amaanyi bwetubanga tukyalina endowooza embi eri obuwereza Katonda bwatuyitidde? (Yona 4:6) [Mu kuwa Yona ekiryo, tulaba Katonda ngateekawo ekisikirize n'okuwumula Yona byeyali ayagala. Katonda alaga okusaasira kwe n'obwesigwa bwe newankubadde nga omulimu gwatumye muzito. Tusobole okugenda mu maaso nga tumanyi nti Katonda ali wamu naffe.]

83. Okubonabona olw'Enjiri

Paulo nga ali mu kyombo ekyamenyeka

Ebikolwa 27:27-28:10

Ebikolwa 27
27 Naye ekim eky'ekkumi n'ebina bwe kyatuuka, nga tusuukundirwa eruuyi
n'eruuyi mu Aduliya, mu ttumbi abalunnyanja ne baieebereza nti banaatera
okusemberera olukalu; 28 ne bagera ne balaba ebifuba amakumi abiri: bwe
twagendako katono, ne bagera nate, ne balaba ,ebifuba kkumi na bitaano. 29 Bwe
baatya okuseerera awali amayinja, I ne basuula amasiika ana ku kiwenda ine
balindirira bukye. 30 Abalui nnyanja bwe baali baagala okudduka lmu kyombo
ne bamala okussa eryato imu nnyanja ng'abagenda okusuula lamasiika ku nsanda,
31 Pawulo n'agamba omwami n'abaserikale nti 'Bwe bataabeere bano mu
kyombo, mmwe temuuyinze kulokoka. 32 Basserikale ne balyoka basala emigwa
egy'eryato ne balireka okugenda.

33 Awo bwe bwali bunaatera okukya, Pawulo n'abeegayirira bonna okulya ku
mmere, ng'agamba nti Leero lunaku lwa kkumi na nnya ze mwakalindiririra nga
musiiba mutalya kantu. 34 Kyenva mbeegayirira okulya ku mmere: kubanga
okwo kunaabalokola: kubanga tewaabule luviiri ku mitwe gyammwe n'omu. 35
Bwe yamala okwogera bwatyo n'addira omugaati, ne yeebaliza Katonda mu
maaso ga bonna n'agumenyamu n'atanula okulyako. 36 Bonna ne baguma
emyoyo, nabo ne balyako. 37 Ne tuba fenna abaali mu kyombo emyoyo bikumi
bibiri mu nsanvu mu mukaaga. 38 Bwe baamala okukkuta emmere, ekyombo ne
bakiwewula nga basuula eŋŋaano mu nnyanja.

39 Bwe bwakya enkya, nga tebamanyi gye bali: n;vye ne balaba ekikono ekiriko
omusenyu; ne bateesa, oba nga kiyinzika, okuseeza omwo ekyombo. 40 Ne
bakutula amasiika, ne bagaleka mu nnyanja, mu kiseera ekyo bwe baasumulula
emigwa egy'enkasi egoba, ne bawanika ettanga eri mu maaso eri empewo ne
boolekera ku ttale. 41 Naye bwe baatuuka mu kifo amayengo abiri we
gaasisinkana, ne baseeza ekyombo; ensanda n'eseera n'enywera n'etanyeenya,
naye ekiwenda ne kizibikuka n'amaanyi g'amayengo.

42 Basserikale ne bateesa abasibe battibwe baleme okuwugirira okudduka. 43
Naye omwami bwe yayagala okuwonya Pawulo, n'abaziyiza okukola kye
bateesezza; n'alagira abaayinza okuwuga okwesuulamu basooke okutuuka ku
ttale; 44 n'abalala abaasigalawo, abamu ku mpero, n'abamu ku bintu
by'ekyombo. Awo bwe batyo bonna ne batuuka ku ttale emirembe.

Ebikolwa 28

1 Bwe twamala okulokoka ne tulyoka tutegeera ng'ekizinga kiyitibwa Merita. 2
Bannaggwanga ne batukola obulungi obutali bwa bulijjo: kubanga baakuma
omuliro, ne batusembeza fenna olw'enkuba eyatonnya n'olw'empewo. 3 Naye
Pawulo bwe yakuŋŋaanya omuganda gw'obuku, n'agussa mu muliro, embalasaasa
n'evaamu olw'ebbugumu n'emweripppa ku mukono. 4 Bannaggwanga bwe
baalaba ekyekulula nga kireebeetera ku mukono, ne bagamba bokka na bokka nti
Mazima omuntu ono mussi; newakubadde ng'alokose mu nnyanja, omusango
tegumuganya kubeera mulamu. 5 Naye n'akunkumulira mu muliro ekyekulula
n'atabaako kabi. 6 Naye bali ne balowooza nti anaazimba oba anaasinduka,
okugwa eri nga mufu: naye bwe baalwawo ennyo nga bamutunuulira ne batalaba
kibi ky'abaddeko, ne bakyuka ne bagamba nti katonda.

7 Waaliwo kumpi n'ekifo ekyo ensuku z'omuntu omukulu w'ekizinga, erinnya ne
Pubuliyo: oyo n'atusembeza n'atujjanjabira n'ekisa ennaku ssatu. 8 Awo kitaawe
wa Pubuliyo yali agalamidde, ng'alwadde omusujja n'ekiddukano ky'omusaayi:
Pawulo n'ayingira mw'ali, n'asaba n'amussaako emikono n'amuwonya. 9 Ekyo
bwe kyakolebwa, abalala nabo abaali ku kizinga abaalina endwadde ne bajja ne
bawonyezebwa: 10 era abo ne batuwa ekitiibwa kinene; bwe twali tuvaayo ne
baleeta ku lyato ebintu bye twetaaga.

Ebibuuzo Ebyo Kusoma: Okubonabona olw'Enjiri

Ebikolwa 27:27-28:10

Okwanjula:

Mu byawandiikibwa tulaba Pawulo omusibe ku kyombo ekyalimu mu buzibu okumala ssabiiti bbiri. Yaleteebwa mu Ruumi okuwozesebwa mu maaso ga Kayisaali. Pawulo yamanya n'okusingawo bwekifanana okubonabona olw'Enjiri. 2 Abakkolinso 11:24-26 agamba nti "Eri Abayudaaya nnakubibwa emirundi etaano emiggo amakumi asatu mu mwenda. Emirundi esatu nnakubibwa enga, omulundi gumu nnakasuukirirwa amayinja, emirundi esatu eryato lyamenyeka, nnasula ne nsiiba mu buziba; mu.kutambulanga emirundi emingi, mu bubi obw'emigga, mu bubi obw'abanyazi, mu bubi lobuva eri eggwanga lyange, mu bubi obuva eri ab'amawanga, mu bubi obw'omu kibuga, mu bubi obw'omu ddungu, mu bubi obw'omunnyanja, mu bubi obw'ab'oluganda ab'obulimba;" Pawulo yamanya omuggugu g'obuwereza, yamanya obulumbaganyi bwa Setaani n'amanya okuyiganyizibwa kw'abantu, naye byonna yabiguminkiriza. Mu Yokaana 16:33, Yesu yasuubiza nti mu nsi muno buli mu ennaku naye tugume kubanga Yye awangudde ensi. Bwetuba nga tunabonaabona ku akatono ku nsi kuno, tusobola okukikola nga maaso gaffe tugatadde ku Yesu. *"olw'essanyu eryateekebwa mu maaso ge eyagutniikiriza omusalaba, ng'anyooma ensonyi, n'atuula ku mukono ogwa ddyo ogw'entebe ya Katonda."* (Abaebulaniya 12:2b).

Ebigendererwa:

Okumanya

- Okujjukira nti Yesu ategeera okubonaabona.
- Okutegeera nti oluusi Mukama akkiriza okubonaabona kubeewo kuleteere erinya lye ekitiibwa.
- Okumanya nti obulumi byetuyitamu bugezesa okukkiriza kwaffe, butukuuza okusobola okwesigamanga ku Yesu n'ebutuletera okuyayanira eggulu.

Endowooza

- Okwesiganga Katonda olw'amaanyi ga buli lunaku.
- Okusanyukiranga mu mazima nti ensi eno ssi yaffe naye tugiyitamu buyisi.

Ebikolwa

- Nga tuguminkiriza buli kyonna ekijja mu maaso gaffe nga tumanyi nti Mukama yemulamuzi omukulu.

Enyiriri ezo kujjukira:

1 Peetero 4:16 "naye omuntu yenna bw'abonyaabonyezebwanga nga Omukristaayo, takwatibwanga nsonyi; naye atenderezanga Katonda mu linnya eryo."

Ebiyandikibwa ebyetagisa okusoma:
Matayo 5:10-12; Yokaana 15:18-20; 16:33; Ebikolwa 14:21-22; Abaruumi 8:35-39; 1 Abakkolinso 4:11-13; 2 Abakkolinso 4:7-12; 11:24-33; 2 Timoseewo 3:12; 1 Peetero 4:12-14, 16; Yakobo 1:2-3; Okubikkulirwa 6:9-11

Ebibuuzo ebikwatagana n'olugero:

1. Pawulo omuyaga gweyasisinkana, okusibibwa mu kkomera, n'okuwozesebwa kweyayitamu yabirowoozako atya? (Ebikolwa 27:31, 33-35; 28:5, 8. Pawulo omuyaga yagwolekera n'okukkiriza kweyalina mu Mukama; olw'obugumu bwe, yasobola okuwa amagezi n'okukulembera abo beyali nabo. Yalaga endowooza ey'obuddu bweyawonya taata w'omukulu w'ekizinga.)
2. **Bitiisa** ki Pawulo byeyasisinkana? Okutya omuyaga, okumenyeka kwe kyombo, abalunyanja okwabulira ku kyombo, okulumwa enjala, ensi gatamanyi, abasirikale abayagala okutta abasiri, okutuuka ku lubalama, embalasaasa ey'obusagwa n'ebyo byonna byasisinkana nga tanatuusibwa mu Ruumi okuwozesebwa mu maaso g'owe kitiibwa Kayisaali.)
3. **Lwaki** Pawulo yalina okuyita mu kusibibwa mu kkomera, omuyaga, omumenkeya kw'ekyombo n'okulumwa embalasaasa? (Waaliwo ebintu bingi ebirungi ebyava mu kugezesebwa kuno. Abo bali mu lyato bategezebwa ku Yesu. Abalwadde abaali ku kizinga bajja eri Pawulo n'ebawonyezebwa n'ebalagibwa Katonda omu omutufu ate ow'amaanyi. Olugendo lwagezesa okukkiriza kwa bonna.)
4. Ku embeera yonna eyaliwo, Pawulo eriwa gyeyalinako **obuyinza** nga asobola okugyekolerako? (Pawulo teyalina embeera yonna gyeyasobola kukolako. Yasobola kwefuga yekka ebirala n'abirekera Mukama. Olw'emirembe gya Katonda egyaali mu nda ye, yasobola okugamba banne bwebaali mu lyaato okuya ku kamere basobole okufuna ku maanyi.)
5. Biki ebirala ebyogerebwako mu lugero luno? (Okutya, obulimba, okukkiriza, okweraliikirira, ekisa n'ekitiibwa... Bino byonna byaava mu mbeera ye mu eyo.)
6. Pawulo yalaga atya obugumu bwe mu Katonda? (Ebikolwa 27:35. Pawulo yekwata omugaati n'eyebaza Katonda nagumenyamu mu maaso ga bonna. Yakunkumula embalasaasa mu muliro n'asabira taata w'omukulu w'ekizinga.)
7. **Katonda** yeraga atya mu kyawandiikibwa kino? (Ebikolwa 27:23-25. Nga ekyawandiikibwa kino tekinalondebwa olw'olugero luno, Pawulo ajjuliza okw'olesebwa malayika kweyamugamba nga bino byonna

tebinabaawo. Ekyawandiikibwa bino kirabikanga awaaliwo ebizibu byokka okutuusa taata w'omukulu w'ekizinga bweyawonyezebwa, naye kitufu kiri nti Katonda yeraga mu ngeri gyeyakuuma mu lugendo.)

8. Mukama **akuuma** atya buli muntu nga ali mukugezesebwa? (Ebikolwa 28:1, 5. Obukuumi bwa Katonda bulabikira mu engeri omuntu gyatambulamu mu lugendo. Yakuuma abasiibe obutattibwa bakuumi nataasa Pawulo ku kiwuka. Abantu bo ekizinga n'ebabalaga ekisa ekitali kya bulijjo nebabawo obuyambi okusobola okweyongerayo mu lugendo.)
9. Pawulo akozesa atya embeera ey'okumenyeka kw'ekyombo okujifuula ey'okuwereza eri abantu? (Ebikolwa 28:8-9. Pawulo yasabira taata w'omukulu w'ekizinga okuwonyezebwa, nab'okukizinga abalala abayagala okuwonyezebwa.)

Ebibuuzo ebyo kwogeraganya:

1. Mbeera ki mu bulamu bwo zosisinkana nga nzibu naye nga olina okuzitamu kulw'enjiri? Buzibu ki boyitamu kati?
2. Lwaki abakkiriza abamu beesanganga bali mu buzibu n'okubonaabona? [Waliwo engeri nyingi ezituleetera ebizibu. Oluusi ebibi byaffe, oluusi embeera za bulijjo olumu abantu abalala bebabireta olula Setaani. Katonda abiganya n'ebitujjira bisobole okugezesa okukkiriza kwaffe bitusembeze ku Yye. Ssi yatandika obuluumi n'okubonaabona, naye Akozesa obuluumi n'okubonaabona byetusisinkana oba byetuyitamu.]
3. Tukwata tutya embeera enzibu zetufuna mu bulamu bwaffe? [Oluusi tutya, n'etuggwaamu amaanyi n'esuubi, oba tusobola okuteeka esuubi lyaffe n'obwesiga mu Katonda nga tumanyi nti ali waggulu wa buli kintu.]
4. Tuyinza kuguma tutya nga tuli wakati mu kugezesebwa? (Ebikolwa 27:27-29) [Nga Mukama bweyali ne Pawulo, naffe ajjakubeera naffe. Tekitegeeza nti tewabeewo kugezesebwa, naye wakati mu kugezesebwa ajakuberanga wamu naffe abituyiseemu.]
5. Wakati mu buzibu, tuyinza tutya okwebaza? (Ebikolwa 27:35) [Tusobola okwebaza Katonda olw'emmere, amaanyi n'obukuumi byatuwa. Tumwebaza olw'obulokozi n'ekisuubizo ky'eggulu.]
6. Oyinza kubeera otya ekyokulabirako eri abalala nga osisinkanya ebizibu n'okugezesebwa?
7. Tulaba tutya obukuumi n'obuyambi bwa Katonda mu bulamu bwaffe? [Yatuwa Ekigambo Kye, ebisuubizo bye n'okubeerawo mu nsi eno n'osuubi ery'obulamu obugenda okujja muggulu.]
8. Maanyi ki getufuna bwetumanya nti Katonda atukuuma?
9. Tukozesa tutya embeera ezitwoolekedde okuwereza eri abantu? (Ebikolwa 28:8-9) [Mu engeri yemu, okugezesebwa kwaffe kusobola

okuleteera abalala enkwaaso y'obwa Katonda mwebyo byebandyetaaze omuntu okufaayo n'okugabana ku bikwata ku Yesu.]

84. Okubuulira Enjiri mawango agenjawulo

Koloneriyo

Ebikolwa 10:1-8, 17-48

Ebikolwa 10
1 Waaliwo omuntu mu Kayisali ya, erinnya lye Koluneeriyo, omwami
w'ekitongole ekyayitibwanga Ekitaliano,
2 omwegendereza, atya Katonda awamu n'ennyumba ye yonna, eyagabanga
ebintu ebingi mu bantu, n'asabanga Katonda ennaku zonna.
3 Oyo n'alaba mu kwolesebwa mu lwatu, nga mu ssaawa ey'omwenda
ey'emisana, malaylka wa Katonda ng'amuyingirira, ng'amugamba nti
Koluneeriyo. 4 N'amwekaliriza amaaso n'atya n'agamba nti Kiki, Mukama
wange? N'amugamba nti Okusaba kwo n'okugaba kwo birinnye olw'okujjukiza
mu maaso ga Katonda. 5 Era kaakano tuma abantu e Yopa, oyiteyo omuntu
Simooni, erinnya lye ery'okubiri Peetero: 6 oyo yakyazibwa omuntu Simooni,
omuwazi w'amaliba, n'eanyumba ye eriraanye ku nnyanja. 7 Malayika eyayogera
naye bwe yagenda, yayita abaddu be babiri ab'omu nnyumba ne sserikale atya
Katonda mu abo abaamuweerezanga buliijo: 8 bwe yamala okubategeeza
ebigambo byonna n'abatuma e Yopa.
17 Awo Peetero bwe yabuusabuusa munda mu ye amakulu
g'okwolesebwa kw'alabye bwe gali, lalsa, abantu abaatumibwa Koluneeriyo, bwe
baamala okubuuza enayumba ya Simooni, ne bayimirira ku luggi, 18 ne bayita
ne babuuza nga Simooni, erinnya lye ery'okubiri Peetero, yakyazibwa omwo. 19
Awo Peetero bwe yali alowooza ku kwolesebwa, Omwoyo n'amugamba nti Laba,
abantu basatu bakunoonya. 20 Naye golokoka, okke ogende nabo nga
tobuusabuusa: kubanga nze mbatumye. 21 Peetero n'akka eri abantu n'agamba nti
Laba, nze nzuuao gwe munoonya: kiki ekibaleese?
22 Ne bagamba nti Koluneeriyo omwami, omuntu omutuukirivu, atya
Katonda, eyasiimibwa mu ggwanga lyonna ery'Abayudaaya, yalabulwa malayika
omutukuvu okukutumira okujja mu nnyumba ye, awulire ebigambo ebiva mu
ggwe. 23 Awo n'abayingiza n'abaaniriza.
Awo ku lunaku olw'okubiri Peetero n'agolokoka n'asirula wamu nabo,
n'ab'oluganda abamu ab'omu Yopa ne bagenda naye. 24 Awo ku lunaku
olw'okubiri ne bayingira mu Kayisaliya. Koluneeriyo yali ng'abalindirira
ng'akuŋŋaanyizza ab'ekika kye n'abaali mikwano gye enayo. 25 Awo Peetero
bwe yali anaatera okuyingira Koluneeriyo n'amusisinkana, n'amtlfukaamirira ku
bigere n'asinza. 26 Naye Peetero n'amuyimusa ng'agamba nti Yimirira; aange ndi
muntu buntu.
27 Ng'ayogera naye n'ayingira n'asanga bangi nga bakuŋŋaanye, 28
n'abagamba nti Mumanyi nga si kirungi omuntu Omuyudaaya okwegatta
n'ow'eggwanga eddala oba okujja gy'ali; era Katonda yandaga nnemenga okuyita

amuntu yenna ow'omuzizo oba omubi. . 29 Kyenvudde njija ne ssigaana bwe
nnayitibwa. Kyeava mbuuza nti Kiki ekimpisizza?
30 Awo Koluneeriyo n'agamba ati Kaakano waakayitawo ennaku nnya
naali nga nsaba, okutuusa mu ssaawa eno okusaba okw'omu ssaawa ey'omwenda
mu nnyumba yange; laba, omuntu n'ayimirira mu maaso gauge eyalina engoye
ezimamaasa, 31 n'agamba nti Koluneeriyo, okusaba kwo kwawulirwa, okugaba
kwo ne kujjukirwa mu maaso ga Katonda. 32 Kale tuma e Yopa, oyite Simooni,
erinnya lye ery'okubiri Peetero: oyo yakyazibwa mu nnyumba ya Simooni
omuwazi w'amaliba eri okumpi n'annyanja. 33 Awo ama ngu ago ne nkutumira:
n'okola bulungi bw'ozze. Kale kaakano tuli wano fenna mu maaso ga Katonda
tuwulire byonna by'olagiddwa Mukama.
34 Awo Peetero n'ayasamya akamwa ke n'agamba nti Mazima ntegedde
nga Katonda tansosola mu bantu: 35 naye muggwanga lyonna lyonna amutya
n'akola obutuukirivu amukkiriza. 36 Ekigambo kye yatumira abaana ba Isiraeri,
ng'abuulirira emirembe mu Yesu Kristo (ye Mukama w'ebintu byonna) 37 mmwe
mukimanyi, ekyayogerwa ekyali mu Buyudaaya bwonna, ekyasookera mu
Ggaliraaya oluvannyuma lw'okubatiza kwe yabuulira Yokaana, 38 Yesu
Omunazaaleesi Katonda bwe yamufukaako amafuta n'Omwoyo Umutukuvu
n'amaanyi: eyatambulanga ng'akola bulungi, ng'awonya bonna abaajoogebwanga
Setaani; kubanga Katonda yali naye.
39 Naffe tuli bajulirwa b'ebigambo byonna bye yakola mu nsi
y'Abayudaaya ne mu Yerusaalemi; oyo ne bamutta bwe baamuwanika ku muti.
40 Oyo Katonda n'amuzuukiriza ku lunaku olw'okusatu n'amulaga mu lwatu, 41
si mu bantu bonna naye mu bajulirwa Katonda be yalonda olubereberye, be ffe
abaalya ne tunywa naye bwe yamala okuzuukira mu bafu. 42 N'atulagira
okubuulira abantu n'okutegeeza ng'oyo Katonda gwe yalagira okubeera omusazi
w'omusango w'abalamu n'abafu. 43 Oyo bannabbi bonna bamulangako nga buli
amukkiriza aggibwako ebibi olw'erinnya lye.
44 Awo Peetero bwe yali akyayogera ebigambo ebyo, Omwoyo
Omutukuvu n'abagwako bonna abaawulira ekigambo. 45 Ne basamaalirira
abakkiriza abakomole, bonna abajja ne Peetero, kubanga ne ku mawanga ekirabo
eky'Omwoyo Omutukuvu kifukiddwa. 46 Kubanga baabawulira nga boogera
ennimi ne bagulumiza Katonda. Awo Peetero n'addamu nti 47 Omuntu ayinza
okugaana amazzi bano obutabatizibwa, bano abaweereddwa Omwoyo
Omutukuvu nga ffe? 48 N'alagira babatizibwe okuyingira mu linnya lya Yesu
Kristo. Oluvannyuma ne bamwegayirira okumalayo ennaku nnyingiko.

Ebibuuzo Ebyo Kusoma: Okubuulira Enjiri mawango agenjawulo

Ebikolwa 10:1-8, 17-48

Okwanjula:

Tusobola okuwulira obulungi nga tubuulira Enjiri eri abantu bo mu kkanisa gaffe oba abantu bwetwogera omulimi olumu, naye ate omutima gwa Katonda gwagala kutuukirira bantu bonna --- okuva mu mawanga gonna, ebika n'ennimi bamanye era baatule Yesu Kristo okuba Mukama. Twetaaga omutima gwa Katonda kulw'abantu abava mu nnono ezenjawulo. Twetaaga okuteekawo olutiindo olugata abantu abebyafaayo ebyenjawulo. Peetero ne Koluneeriyo bava mu bika ebyenjawulo. Koluneeriyo yali mutuuze w'aBaruumi era omukulu w'ekitongole. Peetero yali muvubi okuva mu Kaperunawumu yali Omuyadaaya. Abayudaaya nga tebayingira mu maka ga Abaruumi. Buno obuwereza gwa Peetero gwaali bwa kusala ensalo omuyudaaya okugabana enjiri ne Koluneeriyo, Omuruumi. Era kwaali kubuuka ensalo zabuwangwa, omuntu Koluneeriyo omusajja ow'obuyinza okukakana n'asaba Peetero omuvubi okujja, okumuyigiriza Ekigambo kya Katonda.

Ebigendererwa:

Okumanya

- Okutegeera nti Katonda ayagala abantu bonna okuva "mu buli gwanga, ebika n'ennimi, okuyimirira mu maaso ga namulondo" ye mu ggulu.
- Okumanya obwetaavu bw'okubuulira ensi yonna ku nkolagana gyebayinza okubanayo ne Mukama era Omulokozi Yesu Kristo eyazuukira.

Endowooza

- Oksendeza buli omu n'okugabana okwagala kwa Katonda naye.

Ebikolwa

- Okugenderera okutuukirira buli muntu nga tujjeewo, enjawukana, mu myaka, ebikula obuwangwa enjawulo zaffe tusobole okubeera obumu mu mubiri gwa Kristo.

Enyiriri ezo kujjukira:

Abaruumi 10:12-14 "Kubanga tewali njawulo ya Muyudaaya na Muyonaani: kubanga omu ye Mukama waabwe bonna, ye mugagga eri abo bonna abamukaabirira: kubanga, Buli alikaabirira erinnya lya Mukama alirokoka. Kale balikaabirira batya gwe batannakkiriza? era balikkiriza batya gwe batannawulirako? era baliwulira batya awatali abuulira?"

Ebiyandikibwa ebyetagisa okusoma:
Matayo 9:36-38; 28:18-20; Makko 7:19; 16:15-16; Ebikolwa 1:8; 8:26-40; Abaruumi 10:8-17; Abaggalatiya 2:11-16; 1 Timoseewo 2:4

Ebibuuzo ebikwatagana n'olugero:

1. Bintu ki ebibiri ebyafuula Koluneeriyo okuba ow'enjawulo oba omuntu atali wabulijjo ate n'okufuuka omukkiriza? (Ebikolwa 10:1-2. Koluneeriyo yali mutuuze mu Ruumi era omwami w'ekitongole ekyayitibwanga Ekitaliano, ebyo bye bintu ebibiri ebyaali bitamusobozesa muntu mu Yudaaya kumubuulira mawulire gakwaata ku Mukama. Newankubadde, Koluneeriyo nabo mu nyumba ye baali batya Katonda. Yawangayo obutakoowa eri abetaaga n'asaba nga eri Katonda obutayosa, ekyaali ekirungi okumufula Omukkiriza.)
2. Lwaki Koluneeriyo ne Peetero bombi balaba okwolesebwa okuva eri Katonda? (Ebikolwa 10:3, 17. Balaba okwolesebwa n'ebaluŋamizibwa Katonda okujja awamu. Tewaali nsonga ebasisinkanya okutuusa Katonda lweyabasisinkanya. Katonda yali agaziya obwakabaka bwe okugatako n'Ebannamawanga.)
3. Waliwo ekigendererwa emabega wa Peetero okugenda eri Koluneeriyo oba Koluneeriyo okuyita Peetero? (Ebikolwa 10:4. Tewaali nteekateeka yonna mu bo eyaalibasisinkanyiza. Katonda yekka yeyabawa okwolesebwa n'ekigendererwa ky'ebaalina okugondera.)
4. Koluneeriyo yakola atya bweyafuna obubaka okuva eri malayika? (Ebikolwa 10:7-8. Yatuuma mbagirawo abaddu be okugenda okuleeta Peetero nalagira abo maka ge okweteekerateekera okujja kwa Peetero. Yesunga nnyo okulaba Peetero yaani n'akiki kyeyali agenda okwogera.)
5. Kiki ekisanyusa mu kukkiriza kwa Peetero okugenda gyebamuyise? (Ebikolwa 10:21-22. Peetero yali amanyiridde okuwuulirizanga eddoboozi ya Katonda, naye okwolesebwa kweyafuna kwaali kw'anjawulo oba kupya. Peetero yatambula olugendo lwannaku bbiri mu nyumba y'omuntu watamanyi. Era yali tamanyi Koluneeriyo kyamwagaza nga tamanyi nabubaka bweyali atwala, naye yagenda.)
6. Koluneeriyo, omwami w'kitongole, okuggwa ku biggere bya Peetero ne Peetero okumugamba nti golokoka bitegeeza ki? (Ebikolwa 10:25-26. Koluneeriyo yali assaamu Peetero ekitiibwa nga omusajja wa Katonda, naye Peetero amugamba nti bombi baali benkana nga balina kubeera w'ansi w'obuyinza bwa Yesu. Kyewunyisa oba kisanyusa nti abantu bano ababiri ab'obuwangwa obw'enjawulo bonna bajja wamu w'ansi wa Yesu.)
7. Kiki Katonda kyeyabikkulira Peetero ekikwata ku buli muntu yenna? (Ebikolwa 10:28. Peetero yakizuula olw'ekisa kya Katonda, nti teyalina kuyita muntu yenna atali mulongoofu.)

8. Bikoligo ki eby'obuwangwa Peetero ne Koluneeriyo byebalina okutinda? (Ebikolwa 10. Endowooza ey'obwa ssekinoomu, Omutaliano nga akontana n'enjigiriza ze kiyudaya, okuteegera Katonda yaani, ebikolebwa mu ddini nga okukomola, Okuyitako oba okusinza. Waliwo ebikoliggo bingi obyobuwangwa bwebalina okuwangula; naye Omwoyo Omutukuvu yajja n'abibikako byonna.)
9. Lwaki Katonda akkiriza abantu bonna okuva mu buli gwanga abamutya n'ebakola ekituufu? (Ebikolwa 10:34-35. Katonda yeyatonda abantu bonna mu mawanga abantu babe era yabatonda nga bona benkana. Yeyumiriza nnyo mu mitima gyaffe, era afaayo nnyo okumanya oba tumutya, oba tumwagala, oba tumugondera okusinga okumanya amawanga gaffe.)
10. Lwaki Koluneeriyo yakuŋaana abantu bangi? (Ebikolwa 10:27, 33. Yabakuŋaanya basobole okuwulira ebintu byonna Mukama byeyalagira Peteero okubabulira. Kyalaga endowooza ey'okusuubira, okutambula kw'Omwoyo Omutukuvu n'okukkiriza kwabamawanga.)
11. Kiki ekyatuuka ku bantu bwebaali bakyawuliriza Peetero nga ayogera gyebaali? (Ebikolwa 10:44. Peetero nga akyayogera, Omwoyo Omutukuvu nakka ku bonna abaali bawuliriza obubaka.)
12. Ki ekireeta omuntu okuba nokukkiriza mu Yesu Kristo? (Ebikolwa 10:44. Mwoyo Omutukuvu n'Ekigambo kya Katonda byebikyuusa obulamu bw'omuntu. Omulimu gw'okusikiriza abantu okukkiriza ssi gwaffe. Mulimu gwa Katonda.)
13. Lwaki Peetero yabalagira abantu okubatizibwa engeri gyebafuna Omwoyo Omutukuvu? (Ebikolwa 10:47-48. Okubatizibwa mu linya lya Yesu Kristo n'ekirabo eky'Omwoyo Omutukuvu byaliwo mu lunaku lwelumu. Gwaali mulimu gwa Katonda mu bulamu bwabwe. Ebikadde nga bigenze laba nga byonna bifuuse bigya.)

Ebibuuzo ebyo kwogeraganya:

1. Banni abaali batasanira kufuna Njiri okuva mu buwangwa obulala? (Ebikolwa 10:1-6) [Tetusobola kusalawo oba okulowooza ani ajja eri Mukama n'okukkiriza. Gwe mulimu Omwoyo Omutukuvu gwakola mu bulamu bw'omuntu. Ffe omulimu gwaffe gwa kubeera besigwa kutwala bubaka.]
2. Ani gw'osangamu obuzibu okumulaga okwagala kwa Kristo? Osobola kubatikirira otya n'obalaga okwagala kwa Kristo?
3. Mutima ki gw'oyimamu okulaga okwagala eri abo ababula? (1 Yokaana 4:19) [Tulina okwagala buli muntu okuva mu kifo kyonna nga Kristo bweyasooka okutwagala.]
4. Kisanyusa kitya okutuukirira oyo Katonda gwasazeeyo tutukirire? (Ebikolwa 10:19-20) [Nga tulaba enkola y'Omwoyo Omutukuvu mu

mutima gw'omuntu. Bwebabeera n'okwagala mu bintu by'omwoyo, kiraga nti Omwoyo Omutukuvu akola.]

5. Twandikoze tutya ssinga Mukama waffe atugamba okugenda awantu oba okumukolera ekintu kyonna? (Ebikolwa 10:29) [Buli Katonda lwatulagira okukola ekintu, guba mwaganya ffe okumulaba ng'akola. Kwanirizibwa okwekika ekya waggulu nnyo.]
6. Mukama akuyise kukola ki? Era gwe ozeemu otya?
7. Kitegeeza ki Katonda abutasosola mu bantu? (Ebikolwa 10:34-35) [Tagerageranya muntu ku mulala nga yesigamye ku njawukana zaffe oba ebisaanyizo naye nti abantu bonna benkana mu maaso ga Katonda. Afa ku muntu wa watadde obwesige bwe.]
8. Nawe wandyenyigidde mu kutinda emiwatwaa egiyinza okuziyiza abantu, ebika n'enimmi okufuna oba okumanya ekyaama ky'Enjiri?
9. Oyinza kutukirira otya abo abatamanyi era abatawuliranga ku Kristo?
10. Bubaka ki obwangu bwetulina okulangirira eri bonna? (Ebikolwa 10:36-43) [Obubaka obwangu bwetuyinza okubagamba buli nti Kristo yatufirira olw'okunazibwako ebibi byaffe, tusobole okufuna obulamu obutaggwaawo mu linya lye era n'okuyita mukisa kya Katonda.]

EBYAFAAYO MU BUMPI EBYA AMBASSADOR INSTITUTE

Ekibuuzo ekibadde ku mutima gwange okumala ekiseera kiri, "Oyinza otya okutendeka abantu okuva mu byafaayo n'enimmi enyingi okumanya Ekigambo kya Katonda?" Nalundibwa okusomoozebwa okwo mu Tanzania nga nkolagana n'ababuulizi b'enjiri abaali besigiddwa okukulembera amakkanisa gaabwe. Ebiziyiza ebyaliwo okulemesa bbo okuyigirizibwa mu Kigambo kya Katonda byali bingi nga: olulimi, ensimbi, obuvunaanyizibwa bwa maka, okubeerawo kwaabwe okuyigirizibwa, ebikozesebwa olw'okuyigiriza n'engeri z'okuyigamu.

Waliwo omukyala omutono okuva mu kkanisa ya Wisconsin (Mu kitundu kya America) Katonda gweyakozesa okunyanjula mu kibiina kya "International Orality Network". Kyali kiraga nti engeri Yesu zeyakozesa okuyigiiza abayigirizwa be zisobola okukozesebwa n'ekakati okuyigiriza abantu mu Kigambo kya Katonda. Kisanyusa okulaba nti engero n'ebibuuzo Yesu byeyakozesanga bisobola okuyita oba okubuuka eby'obuwangwa n'ennimi ebya leero. Abatendekebwa mu matendekero n'abo abatasomangako basobola okw'ogerera oba okutegerera awamu mu engeri eyo kusomesa kuno.

Kino kyatandika ekyokugezesa ekikuze n'ekifuuka ekyobuliwo n'ekivaamu ebibala ebyewuunyisa ebinyonyolwa n'omukono gwa Katonda. Ekibinja ekya bayizi 20 ekyasooka baatandika okuyigirizibwa mu Uganda era oluvannyuma lw'ekibiina ekisooka bwekyamala emyaaka gyakyo ebbiri mu kuyigirizibwa, batandiika ebibiina ebirala musanvu era abayizi abo bennyini n'ebatandika okuyigiriza omulembe ogw'okubiri. Amattikira ag'okubiri gaalimu abayizi 71 n'abayizi abo n'ebatandika ebibiina 20 n'essuubi ery'okulaba abantu 300 mu mattikira agaddako.

Ekitabo kino kye kiva mw'ebyo Katonda byabadde akola okumala emyaaka ettaano egiyise. Mulimu ogukkoleddwa ogwegattiddwamu amaanyi g'abantu okuva mu nsi mukaaga. Abamu basomeseza abalala bakyetabyeemu, abalala bavvuunudde, abalala bakebedde enjigiriza ennungi n'abalala balongoosezza oba baluŋamiza olulimi. Bino byonna bikkoleddwa olw'okusobola okuyigiriza abantu Ekigambo kya Katonda era n'Olwekitiibwa Kye. Tewali n'omu yenyumiriza olwa kino ekikoleddwa n'engeri Katonda gyakikozesezza okusobola okugaziya Obwakabaka Bwe.

"Kale Apolo kye ki? ne Pawulo kye ki? Baweereza buweereza ababakkirizisa; era buli muntu nga Mukama waffe bwe yamuwa. Ng'ekisa kya Katonda bwe kiri kye nnaweebwa, ng'omukoza w'abazimbi ow'amagezi n'asima omusingi; n'omulala n'azimbako. Naye buli muntu yeekuumenga bw'azimbako. Kubanga tewali muntu ayinza kusima musingi mulala wabula ogwo ogwasimibwa, ye Yesu Kristo." ~ 1 Abakkolinso 3:5, 10-11

Omusumba Kevin Olson
Omukulembeze wa Ambassador Institute

OKWEBAZA

Olw'okusobozesa okuyigiriza kwa bakulembeze okubawo mu Uganda, tunoonyeza ekisa kya Katonda okusobozesa omulimu guno okukolebwa. Buli lunaku nga tusaba okubeerawo kwa Katonda n'amaanyi g'Omwoyo Omutukuvu okutukulemberanga mu kuvvuumula ebitabo bino---era byonna ebiwandiikibwa bimaliriziddwa mu maanyi gatuwadde. Okutuusa wano ekitiibwa kyonna tukiwa Mukama Waffe Yesu Kristo---kubanga yakiraba nga kirungi natuleeta wamu mu kiseera ekifaanana bwekiti. Tusuubira nti ojakusoma ebitabo bino nga temuli ensobi yonna oba okutabukatabuka era kikuyambe okwongera okuteegerera ddala Mukama Waffe Yesu Kristo.

- Ekibinja kya bavvuunuzi mu Luganda – Jinja, Uganda

Vickie Lubega

Hassan Dhamba

Andrew Olson

- Vickie Lubega – Evangel Church, Jinja
  Translation Terms 4-6, Lead Editor, Proofreading / Revision
- Hassan Dhamba – Evangel Church, Jinja
  Translation Terms 1-3
- Andrew Olson – AFLC World Missions
  Translation Coordinator, Editor, Typist, Cover / Graphic Design
  emptypipe@gmail.com

Omusumba Nate Jore, omuminsani mu Uganda, yakulembedemu omulimu gw'okuwandika ebitabu bino. Awaddeyo obulamu bwe n'Ekigambo kya Katonda mu mikono gya bakulembeze mu Uganda era Katonda amukozeseza okugaziya n'okukubisaamu okuyigiriza kuno mu bifo bingi.

Abagabiridde mu byensimbi beba Fridley Covenant Church, Fridley MN

Made in the USA
Monee, IL
04 November 2026

67379251R00134